AF762544

## ರಂಗಸ್ವಾಮಿ ಮೂಕನಹಳ್ಳಿ

ತುಮಕೂರು ಜಿಲ್ಲೆಯ ಸಿರಾದಲ್ಲಿ 18.05.1975 ರಂದು ಜನನ. ಪ್ರಾಥಮಿಕ ಶಿಕ್ಷಣ ಸಿರಾ ತಾಲೂಕಿನ ಹೊಸೂರು ಎನ್ನುವ ಗ್ರಾಮದಲ್ಲಿ ಆಗುತ್ತದೆ. ಮಾಧ್ಯಮಿಕ ಶಿಕ್ಷಣ ಬೆಂಗಳೂರಿನ ಪೀಣ್ಯದಲ್ಲಿನ ಸರಕಾರಿ ಶಾಲೆಯಲ್ಲಿ, ಹತ್ತನೇ ತರಗತಿಯವರೆಗೆ ಕನ್ನಡ ಮಾಧ್ಯಮದಲ್ಲಿ ಕಲಿಕೆ. ನಂತರ ವಿವೇಕಾನಂದ ಕಾಲೇಜಿನಲ್ಲಿ ಕಾಮರ್ಸ್ ಭಾಗದಲ್ಲಿ ಓದಿ ಬೆಂಗಳೂರು ಯೂನಿವರ್ಸಿಟಿಯಿಂದ ಕಾಮರ್ಸ್ ಪದವಿ ಪಡೆಯುತ್ತಾರೆ. 23 ನೆಯ ವಯಸ್ಸಿಗೆ ಕೆಲಸದ ಮೇಲೆ ದೇಶವನ್ನ ತೊರೆದು ದುಬೈ ಸೇರುತ್ತಾರೆ. ದುಬೈನಲ್ಲಿ ಮೂರು ತಿಂಗಳ ಕೆಲಸದ ನಂತರ ಸ್ಪೇನ್ ದೇಶದ ಬಾರ್ಸಿಲೋನಾ ನಗರ 2017 ರವರೆಗೆ ಇವರ ಮನೆಯಾಗುತ್ತದೆ. ಈ ಮಧ್ಯೆ 2001 ರಲ್ಲಿ ಇಂಗ್ಲೆಂಡ್‌ನ ಇನ್‌ಸ್ಟಿಟ್ಯೂಟ್ ಆಫ್ ಇಂಟರ್ನಲ್ ಆಡಿಟರ್ಸ್ ಸಂಸ್ಥೆಯ ಮೂಲಕ ಸರ್ಟಿಫೈಡ್ ಇಂಟರ್ನಲ್ ಆಡಿಟರ್ ಪದವಿಯನ್ನ ಪಡೆಯುತ್ತಾರೆ. ಇದರ ಜೊತೆಗೆ ಸರ್ಟಿಫೈಡ್ SAP FICO ಕನ್ಸಲ್ಟೆಂಟ್ ಮತ್ತು ಫೈನಾನ್ಸಿಯಲ್ ಕನ್ಸಲ್ಟೆಂಟ್ ಕೂಡ ಆಗಿದ್ದಾರೆ. ಶ್ರೀಯುತರು ವೃತ್ತಿ ಹಾಗೂ ಪ್ರವೃತ್ತಿಯ ಸಲುವಾಗಿ ಇಲ್ಲಿಯವರೆಗೆ 60 ದೇಶಗಳನ್ನ ಸುತ್ತಿದ್ದಾರೆ. ಹೀಗೆ ತಾವು ಕಂಡ ದೇಶಗಳ ಆರ್ಥಿಕ ಸ್ಥಿತಿಗತಿಯ ಬಗ್ಗೆ ಕನ್ನಡಪ್ರಭ, ಉದಯವಾಣಿ, ವಿಜಯ ಕರ್ನಾಟಕ, ವಿಜಯವಾಣಿ, ಸಂಯುಕ್ತ ಕರ್ನಾಟಕ, ಸಮಾಜಮುಖಿ ಮತ್ತು ವಿಕ್ರಮ ಪತ್ರಿಕೆಗಳಲ್ಲಿ ಲೇಖನಗಳನ್ನ ಬರೆದಿದ್ದಾರೆ. ಅಲ್ಲದೆ ತಾವು ಕಂಡ ದೇಶಗಳ ಪ್ರವಾಸಿ ಕಥನವನ್ನ ತರಂಗ, ಸುಧಾ, ವಿಜಯನೆಕ್ಸ್ಟ್, ಡಿಜಿಟಲ್ ಕನ್ನಡ ಮತ್ತು ರೀಡೂ ಕನ್ನಡದಲ್ಲಿ ಬರೆದಿದ್ದಾರೆ. ಇವರ 'ಹಣಕ್ಲಾಸು' ಅಂಕಣ ಪ್ರತಿ ಗುರುವಾರ ಪ್ರಕಟವಾಗುತ್ತಿದೆ. ಪ್ರವಾಸಿ ಕಥನದ ಅಂಕಣ 'ಬಾರ್ಸಿಲೋನಾ ನೆನಪುಗಳು' ದಟ್ಸ್ ಕನ್ನಡದಲ್ಲಿ ಪ್ರತಿ ಭಾನುವಾರ ಬೆಳಕು ಕಾಣುತ್ತಿದೆ. ಅಲ್ಲದೆ ಭಾರತೀಯ ಸಮಾಜದ ಆರ್ಥಿಕ ಸ್ಥಿತಿಗತಿಗಳ ಬಗ್ಗೆ ವಿಕ್ರಮ ವಾರಪತ್ರಿಕೆಯಲ್ಲಿ ಪಾಕ್ಷಿಕವಾಗಿ ಬರಹಗಳು ಪ್ರಕಟವಾಗುತ್ತಿವೆ. ಒಂದೂವರೆ ದಶಕದ ಸ್ಪೇನ್ ಬದುಕು ಸ್ಪ್ಯಾನಿಷ್ ಭಾಷೆಯನ್ನ ಕಲಿಸಿದೆ. ಪ್ರತಿ ಮಂಗಳವಾರ 'ಸ್ಪ್ಯಾನಿಷ್ ಗಾದೆಗಳು' ಎನ್ನುವ ಅಂಕಣ ಕೂಡ ಬರೆದಿದ್ದಾರೆ. ವಿಜಯ ಕರ್ನಾಟಕದಲ್ಲಿ 'ಡೈಲಿ ಮನಿ' ಎನ್ನುವ ಅಂಕಣ ಕೂಡ ಬಹಳ ಜನಪ್ರಿಯವಾಗಿತ್ತು. ಇಲ್ಲಿಯವರೆಗೆ 750ಕ್ಕೂ ಹೆಚ್ಚು ಪ್ರಕಟಿತ ಬರಹಗಳು ಇವರ ಹೆಸರಲ್ಲಿದೆ.

# ಮೆಮರೀಸ್ ಆಫ್
# ಬಾಸರ್

ರಂಗಸ್ವಾಮಿ ಮೂಕನಹಳ್ಳಿ

ವೀರಲೋಕ ಬುಕ್ಸ್ ಪ್ರೈ.ಲಿ.
# 207, 2ನೇ ಮಹಡಿ, 3ನೇ ಮೇನ್, ಚಾಮರಾಜಪೇಟೆ
ಬೆಂಗಳೂರು-560018. ಮೊಬೈಲ್: 70221 22121
ಇಮೇಲ್: veeralokabooks@gmail.com
ವೆಬ್‌ಸೈಟ್: www.veeralokabooks.com

**MEMORIES OF BARSA**
A book about experience in Spain written by
**Rangaswamy Mookanahalli**

Published by:
**VEERALOKA BOOKS PVT. LTD.**
# 207, 2nd Floor, 3rd Main
Chamarajpet, Bengaluru - 560018

Mobile : +91 7022122121
E-mail : veeralokabooks@gmail.com
Website: www.veeralokabooks.com



Price : Rs. 160/-
Pages : 136
First Impression : 2022

Paper used : 90 GSM NS Maplitho
Book size : 1/8th Demy

ISBN : 978-93-94942-20-2

Cover page illustration by : Prashanth Vitla
Inner pages illustration by : Vijaya Vikram

# ನನ್ನ ಮಾತು

ಇಂಗ್ಲಿಷ್ನಲ್ಲಿ "If You Fail to Plan, You Are Planning to Fail" ಎನ್ನುವ ಮಾತನ್ನ ಬಳಸುತ್ತಾರೆ. ಬದುಕು ಹಸನಾಗಬೇಕು ಎಂದರೆ ಪ್ಲಾನ್ ಮಾಡುತ್ತಿರಬೇಕು ಇಲ್ಲದಿದ್ದರೆ ಸೋಲು ನಿಶ್ಚಿತ ಎನ್ನುವುದು ಇದರರ್ಥ. ಇದರಲ್ಲಿ ಯಾವ ತಪ್ಪು ಕೂಡ ಇಲ್ಲ. ಆದರೆ ಮುಂದಿನ ಊಟದ ಬಗ್ಗೆ ನಿಖರತೆ ಇಲ್ಲದ ನನ್ನಂತವನು ಏನು ಪ್ಲಾನ್ ಮಾಡಲು ಸಾಧ್ಯ? ನಾಳೆ ಬೆಳಿಗ್ಗೆ ಒಳ್ಳೆ ತಿಂಡಿ ತಿಂದಹಾಗೆ ಕನಸು ಕಾಣುವುದು ಕೂಡ ಅಪರಾಧ ಎನ್ನುವ ಸ್ಥಿತಿಯಲ್ಲಿರುವಾಗ ಮುಂದಿನ ತಿಂಗಳುಗಳು, ವರ್ಷದ ಪ್ಲಾನ್ ಮಾಡುವುದು ಯೋಚಿಸಲೂ ಕೂಡ ಸಾಧ್ಯವಿಲ್ಲದ ದಿನಗಳವು, ಮಹಾಭಾರತ ಟಿವಿಯಲ್ಲಿ ಬರುತ್ತಿದ್ದ ಸಮಯವದು, ಅಕ್ಕಪಕ್ಕದವರ ಮನೆಯಲ್ಲಿ ಇಣುಕಿ, ಕೆಲವೊಮ್ಮೆ ಅವರ ಕೊಂಕು ಮಾತುಗಳಿಗೆ ಕಿವುಡನಾಗಿ ಮಹಾಭಾರತ ನೋಡುತ್ತಿದೆವು. ಅಜ್ಜಿ ಪೇಪರ್‌ನಲ್ಲಿ ಹಿಂದಿನ ದಿನ ಕನ್ನಡದಲ್ಲಿ ಬರುತ್ತಿದ್ದ ಸಾರಾಂಶ ಓದುತ್ತಿದ್ದಳು. ಅಪ್ಪನಿಗೆ ಏನನ್ನಿಸ್ತೋ ಗೊತ್ತಿಲ್ಲ, ಕಂತಿನಲ್ಲಿ 'ಆಸ್ಕರ್' ಎನ್ನುವ ಕಪ್ಪು ಬಿಳುಪಿನ ಟಿವಿಯನ್ನ ತಂದು ಮನೆಯಲ್ಲಿಟ್ಟರು. ಇದಕ್ಕಿದ್ದಂತೆ ದೊಡ್ಡ ಸಾಹುಕಾರರಾಗಿ ಬಿಟ್ಟೆವು ಎನ್ನುವ ಮನೋಭಾವ ಬಂದದ್ದು ಸುಳ್ಳಲ್ಲ. ಅಜ್ಜಿ ಮಹಾಭಾರತ ಮನೆಯಲ್ಲಿ ಕುಳಿತು ನೋಡುವಂತಾಯ್ತು.

ಅದೇ ಆಸ್ಕರ್ ಟಿವಿಯಲ್ಲಿ 1992ರ ಬಾರ್ಸಿಲೋನಾ ಒಲಂಪಿಕ್ಸ್ ಹೈಲೈಟ್ಸ್ ಹಲ್ಲು ಕಿಸಿದು ಕೊಂಡು ನೋಡಿದ ನೆನಪು ಅಚ್ಚಳಿಯದೆ ಮಸ್ತಕದಲ್ಲಿ ಅಚ್ಚಾಗಿದೆ. ಅವತ್ತಿಗೆ ಯಾರಾದರೂ ಇನ್ನೊಂದು ಹತ್ತು ವರ್ಷದಲ್ಲಿ ಈ ಒಲಂಪಿಕ್ ಆಟಗಾರರಿಗೆ ಎಂದು ಕಟ್ಟಿರುವ ಸುಸಜ್ಜಿತ ಮನೆಯೊಂದರ ಒಡೆಯ ನೀನಾಗುತ್ತೀಯ ಎಂದಿದ್ದರೆ ಹುಚ್ಚಾಪಟ್ಟೆ ನಕ್ಕು, ಹಂಗಿಸುವುದಕ್ಕೂ ಒಂದು ಮಿತಿ ಇರುತ್ತೆ ಗೆಳೆಯ ಎಂದು ಹೇಳಿ ಕಳಿಸುತ್ತಿದ್ದೆ. ಆದರೆ ದೈವೇಚ್ಛೆ ಬೇರೆಯಿತ್ತು, ಬಾರ್ಸಿಲೋನಾದಲ್ಲಿ ಒಂದಕ್ಕಿಂತ ಹೆಚ್ಚು ಮನೆಕೊಳ್ಳುವಂತಾಯ್ತು. 17 ವರ್ಷ ಬಾರ್ಸಿಲೋನಾ ನೆಲೆಯಾಯ್ತು, ಭಾಷೆ, ಬದುಕುವ ರೀತಿ, ಈ ಅಗಾಧ ಪ್ರಪಂಚದಲ್ಲಿ ನಾವೇನೂ ಅಲ್ಲ ಎನ್ನುವುದನ್ನ ಕಲಿಸಿತು.

ಸಹಜೀವಿಗಳ ಬಗ್ಗೆ ಪ್ರೀತಿ, ಮಮಕಾರ ಕೂಡ ಕಲಿಸಿದ್ದು ಬಾರ್ಸಿಲೋನಾ. ಈ ಪುಸ್ತಕದಲ್ಲಿ, ಬಾರ್ಸಿಲೋನಾ ನನಗೆ ಉಣಬಡಿಸಿದ ಅನುಭವಗಳ ಕಥೆಯನ್ನ ಕಟ್ಟಿಕೊಟ್ಟಿದ್ದೇನೆ. ಇನ್ನು ಅವುಗಳು ನಿಮ್ಮವು ಕೂಡ!

ಪುಸ್ತಕವನ್ನ ಎಲ್ಲಾ ರೀತಿಯಲ್ಲೂ ಅಂದವಾಗಿಸಿ ಕೊಟ್ಟ 'ವೀರಲೋಕ'ದ ಪ್ರತಿ ಸದಸ್ಯರಿಗೂ ನನ್ನ ನಮನಗಳು. ವೀರಲೋಕದ ಸಾರಥಿ ವೀರಕಪುತ್ರ ಶ್ರೀನಿವಾಸ ಅವರ ಕನ್ನಡ ಪುಸ್ತಕ ಯಾತ್ರೆಯಲ್ಲಿ ನಾನೂ ಒಬ್ಬ ಪ್ರಯಾಣಿಕ ಎನ್ನುವುದು ಹೆಮ್ಮೆಯ ಜೊತೆಗೆ ಖುಷಿ. ಶ್ರೀನಿವಾಸ್ ಅವರಿಗೆ ಒಳಿತಾಗಲಿ.

ನನ್ನೆಲ್ಲಾ ಪುಸ್ತಕಗಳಿಗೆ ತೂರಿದ ಪ್ರೀತಿ 'ಮೇಮರಿಸ್ ಆಫ್ ಬಾರ್ಸಾ'ಗೂ ತೋರುವಿರಿ ಎನ್ನುವ ನಂಬಿಕೆ ನನ್ನದು. ಅಂದಹಾಗೆ ಇಲ್ಲಿರುವ ಕಥನಗಳು ಗೂಗಲ್ ಗುರುಗಳ ಬಳಿ ಸಿಕ್ಕುವುದಿಲ್ಲ ಎನ್ನುವುದನ್ನ ಹೇಳಲು ಬಯಸುವೆ.

ಶುಭವಾಗಲಿ.

**–ರಂಗಸ್ವಾಮಿ ಮೂಕನಹಳ್ಳಿ**
ಮೈಸೂರು
21/10/2022

# ಪ್ರಕಾಶಕರ ಮಾತು

ಪ್ರಿಯ ಓದುಗ ದೊರೆಗಳೆ, ಅತ್ಯಂತ ಪ್ರಾಚೀನ ಭಾಷೆಗಳಲ್ಲಿ ಒಂದಾದ ಕನ್ನಡಕ್ಕೆ ಭಾರತೀಯ ಭಾಷೆಗಳಲ್ಲೇ ವಿಶೇಷ ಸ್ಥಾನವಿದೆ. ಈ ನೆಲದ ಮಣ್ಣಿನ ಕಣಕಣದಲ್ಲೂ ಸಾಹಿತ್ಯದ ಘಮಲಿದೆ. ಸಾಂಸ್ಕೃತಿಕ ಹುಡಿಯಿದೆ. ಎಂಟೆಂಟು ಜ್ಞಾನಪೀಠ ಪ್ರಶಸ್ತಿಗಳನ್ನು ಪಡೆದ ಹೆಮ್ಮೆಯೂ ಜತೆಗಿದೆ. ಆದರೆ, ಸಾಹಿತ್ಯವನ್ನು ದಾಟಿಸುವ ವಿಷಯದಲ್ಲಿ ನಾವು ಹಿಂದೆ ಇದ್ದೇವೆ. ಸಂಕಟ ಪಡುವಷ್ಟು ಓದುಗರ ಸಂಖ್ಯೆಯನ್ನು ಹೊಂದಿದ್ದೇವೆ. ಕನ್ನಡದಲ್ಲಿ ವರ್ಷಕ್ಕೆ ಸಾವಿರಾರು ಶೀರ್ಷಿಕೆಯ ಪುಸ್ತಕಗಳು ಮುದ್ರಣವಾದರೂ ಕೆಲವೇ ಕೆಲವು ಸಾಹಿತಿಗಳನ್ನು ಹೊರತುಪಡಿಸಿ, ಹೆಸರಾಂತ ಸಾಹಿತಿಗಳ ಪುಸ್ತಕಗಳ ಪ್ರತಿಗಳು ಖರ್ಚಾಗುವುದು ಕೇವಲ ಐನೂರು, ಸಾವಿರ ಮಾತ್ರ. ಹೊಸಬರದ್ದು ಇನ್ನೂ ಘೋರ. ಕರ್ನಾಟಕದ ಏಳೂವರೆ ಕೋಟಿ ಜನಸಂಖ್ಯೆಯಲ್ಲಿ, ಒಬ್ಬ ಲೇಖಕನ ಪುಸ್ತಕವು ಸಾವಿರ ಜನರಿಗೂ ತಲುಪುತ್ತಿಲ್ಲ ಎನ್ನುವುದು ಖೇದಕರ. ಆದರೆ, ಇದನ್ನು ನಂಬಲು ಸಾಧ್ಯವಾ?

ನಿಜವಾಗಿಯೂ ಓದುಗರು ಇಲ್ಲವಾ? ಅಥವಾ ಓದುಗರಿದ್ದರೂ ಅವರಿಗೆ ಕೃತಿಗಳನ್ನು ತಲುಪಿಸುವಲ್ಲಿ ಸೋಲುತ್ತಿದ್ದೇವಾ? ಎನ್ನುವ ಪ್ರಶ್ನೆಯೊಂದಿಗೆ ನಾನು ನಿಮ್ಮಂಥ ಓದುಗರ ಬೆನ್ನುಹತ್ತಿದೆ. ಲಕ್ಷಾಂತರ ಓದುಗರಿದ್ದಾರೆ. ಆದರೆ ಅವರನ್ನು ತಲುಪುವಲ್ಲಿ ನಾವು ಸೋಲುತ್ತಿದ್ದೇವೆ ಎಂಬುದು ನನಗೆ ಮೇಲ್ನೋಟಕ್ಕೆ ಹೊಳೆದ ಸತ್ಯ. ಆ ಕಾರಣದಿಂದಲೇ ನಾನೀಗ ಓದುಗ ಮತ್ತು ಲೇಖಕರ ನಡುವಿನ ಸೇತುವೆಯೊಂದರ ನಿರ್ಮಾಣಕ್ಕೆ ಮುಂದಾಗಿದ್ದೇನೆ. ಆ ಸೇತುವೆಯ ಹೆಸರು 'ವೀರಲೋಕ ಬುಕ್ಸ್.'

ಕುಗ್ರಾಮವೊಂದರಲ್ಲಿ ತಯಾರಾದ ಮಡಕೆಯೊಂದು ಇವತ್ತು ಕಾರ್ಪೋರೇಟ್ ಅಂಗಳದಲ್ಲಿ ಮಾರಾಟಕ್ಕಿದೆ. ಪದವಿ, ಪುರಸ್ಕಾರಗಳನ್ನು ಪಡೆದುಕೊಂಡ ಬರಹಗಾರನೊಬ್ಬನ ಕೃತಿಯು ಸುಸಜ್ಜಿತ ಪುಸ್ತಕ ಮಳಿಗೆಯನ್ನೂ ತಲುಪುವಲ್ಲಿ ಸೋತಿದೆ. ಹಾಗಾಗಿ 'ವೀರಲೋಕ ಬುಕ್ಸ್' ಕನ್ನಡ ಪುಸ್ತಕ ಲೋಕಕ್ಕೆ ಕಾರ್ಪೋರೇಟ್ ಟಚ್ ನೀಡುವ ಉದ್ದೇಶ ಹೊಂದಿದೆ. ಕೇವಲ

ಪಟ್ಟಣದಲ್ಲಿ ಮಾತ್ರವಲ್ಲ, ಹಳ್ಳಿಗಾಡಿನ ಕಟ್ಟಕಡೆಯ ಓದುಗನಿಗೂ ಕನ್ನಡ ಪುಸ್ತಕವನ್ನು ತಲುಪಿಸುವ ದೃಢ ಸಂಕಲ್ಪ ನಮ್ಮದಾಗಿದೆ. ಒಬ್ಬ ಓದುಗ ತಾನು ಇಷ್ಟಪಡುವ ಪುಸ್ತಕ ಕೊಳ್ಳಬೇಕಾದರೆ ನಿಗದಿತ ಪುಸ್ತಕ ಅಂಗಡಿಗೆ ಬಂದರೆ ಮಾತ್ರ ಸಿಗುತ್ತದೆ ಎಂಬುದು ನಿಜಕ್ಕೂ ಓದುಗನಿಗೆ ಮಾಡುತ್ತಿರುವ ಮೋಸ. ಆದ್ದರಿಂದ ಅವನಿರುವ ಕಡೆಯೇ ಪುಸ್ತಕ ಸಿಗುವಂತೆ ಮಾಡುವ ಉದ್ದೇಶ ನಮ್ಮ ಪ್ರಕಾಶನದ್ದು. ಅದಕ್ಕಾಗಿ ಒಂದು ದೊಡ್ಡ ನೆಟ್‌ವರ್ಕ್ ಸಿದ್ಧ ಮಾಡಿದ್ದೇವೆ. ಊರೂರಲ್ಲಿ ಪುಸ್ತಕ ಸಿಗುವಂತೆ ಮಾಡುತ್ತಿದ್ದೇವೆ. ಇನ್ನೂ ಏನೇನೋ ಯೋಜನೆಗಳಿವೆ...

ಈ ಹೊಸ ರೀತಿಯ ಕಾರ್ಯಶೈಲಿಯ ಮೂಲಕ ನಾವು ನಮ್ಮ ವೀರಲೋಕ ಪ್ರಕಾಶನವನ್ನು ಆರಂಭಿಸಿದ್ದೇವೆ. ಇದಕ್ಕೆ ನಾಡಿನ ಖ್ಯಾತ ಸಾಹಿತಿಗಳಾದ ಶ್ರೀ ರಂಗಸ್ವಾಮಿ ಮೂಕನಹಳ್ಳಿ, ಶ್ರೀ ವಿಶ್ವೇಶ್ವರ ಭಟ್, ಶ್ರೀ ಕುಂ. ವೀರಭದ್ರಪ್ಪ, ಶ್ರೀ ಜೋಗಿ, ಶ್ರೀ ರವಿ ಕೃಷ್ಣಾರೆಡ್ಡಿ, ಶ್ರೀಮತಿ ದೀಪಾ ಹಿರೇಗುತ್ತಿ, ಶ್ರೀ ಗಣೇಶ್ ಕಾಸರಗೋಡು, ಅನಂತ ಹುದೆಂಗಜೆ, ಡಾ. ಶರಣು ಹುಲ್ಲೂರು, ಶ್ರೀ ಸಂತೋಷಕುಮಾರ ಮೆಹೆಂದಳೆ, ಎನ್. ಧನಂಜಯ, ಡಾ. ಡಿ.ಎಸ್. ಶ್ರೀನಿವಾಸ ಪ್ರಸಾದ್, ಡಾ. ಗವಿಸ್ವಾಮಿ ಎನ್., ನರೇಂದ್ರ ರೈ ದೇರ್ಲ, ಶ್ರೀ ಮಂಜುನಾಥ್ ಚಾಂದ್, ಶ್ರೀಮತಿ ಶುಭಶ್ರೀ ಭಟ್ಟ, ಶ್ರೀ ರಾಜೀವ ನಾರಾಯಣ ನಾಯಕ, ಶ್ರೀಮತಿ ನಾಗವೇಣಿ ವೆಂ. ಹೆಗಡೆ ಹೆಗ್ಗರ್ಸಿಮನೆ, ಶ್ರೀ ರಾಘವ್, ಡಾ. ವಾಸುದೇವ ಶೆಟ್ಟಿ, ಶ್ರೀ ಸದಾಶಿವ್ ಸೊರಟೂರು ಮತ್ತು ಖ್ಯಾತ ಕಲಾವಿದರಾದ ಶ್ರೀ ರಮೇಶ್ ಅರವಿಂದ್ ಅವರು ವೀರಲೋಕಕ್ಕೆ ತಮ್ಮ ಕೃತಿಗಳನ್ನು ಕೊಟ್ಟು ಪ್ರೋತ್ಸಾಹಿಸುತ್ತಿದ್ದಾರೆ. ಓದುಗನಿರುವ ಕಡೆಯೇ ಪುಸ್ತಕಗಳನ್ನು ಒದಗಿಸುವ ಈ ಮಹತ್ಕಾರ್ಯಕ್ಕೆ ನಿಮ್ಮ ಬೆಂಬಲವೂ ಇರಲೆಂದು ಪ್ರಾರ್ಥಿಸುವೆ.

'ಮೆಮರೀಸ್ ಆಫ್ ಬಾರ್ಸಾ' ಕೃತಿ ಓದುವ ಸುಖ ನಿಮ್ಮದಾಗಲಿ.

ನಿಮ್ಮ,

**–ವೀರಕಪುತ್ರ ಶ್ರೀನಿವಾಸ**

ವೀರಲೋಕ ಬುಕ್ಸ್

# ಪರಿವಿಡಿ

# ಎಲ್ಲವೂ ನಮ್ಮ ಆಣತಿಯಂತೆ ನಡೆಯಲು ಹೇಗೆ ಸಾಧ್ಯ ಅಲ್ಲವೇ?

ಅದು 2003–2004ರ ಸಮಯ. ಬಾರ್ಸಿಲೋನಾ ನಗರ ಮಾತ್ರವಲ್ಲ, ಸ್ಪೇನ್ ಮತ್ತಿತ್ತರ ಎಲ್ಲಾ ಯೂರೋಪಿಯನ್ ದೇಶಗಳಲ್ಲಿ ಮನೆಗಳ ಬೆಲೆ ಗಗನವನ್ನ ಮುಟ್ಟಿ ಮೇಲೇರುತ್ತಿದ್ದ ಸಮಯ. ಈಗ ಬಿಟ್ಟುಬಿಟ್ಟರೆ ಮುಂದೇನು? ಇದೇ ಬೆಲೆಗೆ ಸಿಗುವುದಿಲ್ಲ ಎನ್ನುವ ವಿಚಿತ್ರ ಹಪಹಪಿಕೆ ಜನರಲ್ಲಿ ಆಗಲೇ ಬೇರೂರಿತ್ತು. ಸಾಲದ್ದಕ್ಕೆ ಈ ದಿನಗಳಲ್ಲಿ ತರಕಾರಿ ಅಂಗಡಿಯಲ್ಲಿ ಕೆಲಸ ಮಾಡುವ ಹುಡುಗರಿಗೆ ಕೂಡ ಒಂದೂವರೆ ಲಕ್ಷ ಯುರೋ ಸಾಲ ಕೊಟ್ಟು ಮನೆಯನ್ನ ಅವನ ತಲೆಗೆ ಕಟ್ಟುತ್ತಿದ್ದರು. ಇಂತಹ ಸಾಲಗಳಿಗೆ ನಿಂಜಾ ಸಾಲ ಎನ್ನುತ್ತಾರೆ. ಅಮೇರಿಕಾದಲ್ಲಿ ಈ ರೀತಿಯ ಸಾಲವನ್ನ ಕೊಟ್ಟು ಜನತೆಯನ್ನ ಸಾಲಗಾರರನ್ನಾಗಿಸಿ ಯಶಸ್ವಿಯಾಗಿದ್ದರು. ಅದೇ ಅಲೆ ಯೂರೋಪಿಗೂ ಬಂದಿತ್ತು. ಇದೇ ದಿನಗಳಲ್ಲಿ

ನನ್ನ ಉದ್ಯೋಗದ ಉತ್ತುಂಗವನ್ನು ಏರುತ್ತಿದ್ದ ಕಾಲ. ಕೈ ತುಂಬಾ ಸಂಬಳ, ಬೆಂಗಳೂರಿನಲ್ಲಿ ಮನೆ ಮಾಡಿದ್ದಾಗಿತ್ತು. 2005ರಲ್ಲಿ ಮದುವೆಯಾಗಿ ರಮ್ಯ ಬಾಳಿಗೆ ಬರುವ ಮುನ್ಸೂಚನೆ ಕೂಡ 2004ರಲ್ಲೇ ಸಿಕ್ಕಿತ್ತು. ಬಾಳಸಂಗಾತಿಯನ್ನು ಬಾಡಿಗೆ ಮನೆಗೆ ಕರೆದುಕೊಂಡು ಹೋಗುವುದು ಏಕೆ? ಎನ್ನುವ ಭಾವನೆ ನನ್ನ ಲೆಕ್ಕಾಚಾರದ ಮನಸ್ಸಿಗೆ ಒಂದಷ್ಟು ಗ್ರಹಣ ಹಿಡಿಸಿಬಿಟ್ಟಿತ್ತು. ಸರಿ, ಬಾರ್ಸಿಲೋನಾದಲ್ಲಿ ಮನೆಯನ್ನು ಕೊಳ್ಳುವುದು ಎಂದು ನಿರ್ಧಾರ ಮಾಡಿಬಿಟ್ಟೆ. ಈ ನಿರ್ಧಾರಕ್ಕೆ ಬರುವ ದಿನಗಳಲ್ಲಿ ನಾನು ವಾಸಿಸುತ್ತಿದ್ದ ಮನೆಯನ್ನು ಒಲಂಪಿಕ್ ಆಟಗಾರರಿಗೆ ಎಂದು 2002ರಲ್ಲಿ ಕಟ್ಟಿದವಾಗಿದ್ದವು. ಬಾರ್ಸಿಲೋನಾ ಮಹಾನಗರಿಯಲ್ಲಿ 1992ರಲ್ಲಿ ಒಲಂಪಿಕ್ ಕ್ರೀಡೆಗಳನ್ನು ಆಯೋಜನೆ ಮಾಡಲಾಗಿತ್ತು. ಅಂದಿಗೆ ಇಡೀ ವಿಶ್ವದ ಕಣ್ಣು ಬಾರ್ಸಿಲೋನಾ ನಗರದ ಮೇಲಿತ್ತು. ಅದೇ ದಿನಗಳಲ್ಲಿ ನಾನು ಇನ್ನೂ ಪಿಯುಸಿ ಮಾಡುತ್ತಿದ್ದ ಹುಡುಗ, ಪೀಣ್ಯ ಸ್ಲಂನಲ್ಲಿ ವಾಸ. ಮನೆಯಲ್ಲಿ ಇದ್ದದ್ದು ಆಸ್ಕರ್ ಹೆಸರಿನ ಕಪ್ಪು ಬಿಳುಪು ಟಿವಿ. ಅದರಲ್ಲಿ ಕೂಡ ಪೂರ್ಣ ಚಿತ್ರವೆಲ್ಲಿ ಬರುತ್ತಿತ್ತು? ಚಿತ್ರಗಳು ನೃತ್ಯ ಮಾಡಿದಂತೆ ಬರುತ್ತಿದ್ದವು. ಅಣ್ಣ ಮನೆಯ ಮಹಡಿಯನ್ನು ಹತ್ತಿ ಆಂಟೆನಾ ಸರಿ ಮಾಡಲು ಸೂಚಿಸುತ್ತಿದ್ದರು. ನಾನೋ ಅಥವಾ ರಾಮನೋ ಮಹಡಿಯನ್ನು ಹತ್ತಿ ಆಂಟೆನಾ ದಶ ದಿಕ್ಕುಗಳಿಗೆ ತಿರುಗಿಸುತ್ತಿದ್ದೆವು. ಟಿವಿಯಲ್ಲಿ ಚಿತ್ರ ನೃತ್ಯ ಮಾಡುವುದು ನಿಲ್ಲಿಸಿದ ತಕ್ಷಣ, ಅಣ್ಣ ಅಥವಾ ಕಾಂತ ಆಂಟೆನವನ್ನು ಅಲ್ಲಿಗೆ ನಿಲ್ಲಿಸುವಂತೆ ಕೂಗಿ ಹೇಳುತ್ತಿದ್ದರು. ಕೆಲವೊಮ್ಮೆ ಅವರು ಕೂಗು ಕೇಳುವ ಮುಂಚೆಯೇ ನಾವು ಅದನ್ನು ಮತ್ತೆ ತಿರುಗಿಸಿಬಿಡುತ್ತಿದ್ದೆವು. ಹೀಗಾಗಿ ಇದೊಂದು ಸಾಹಸಕಾರ್ಯವಾಗಿತ್ತು. ಕೊನೆಗೂ ನಮ್ಮ ಪ್ರಹಸನ ಮುಗಿಸಿ, ಅಲ್ಪ ಸ್ವಲ್ಪ ಒಲಂಪಿಕ್ ಹೈ ಲೈಟ್ ನೋಡುವುದು ಅಂದಿನ ದಿನಗಳಲ್ಲಿ ಜೀವಮಾನದ ಸಾಧನೆ ಎನ್ನುವಂತಿತ್ತು. ಅಂದಿಗೆ ನಾನು ಮುಂದಿನ ಕೇವಲ 7 ವರ್ಷದಲ್ಲಿ ಬಾರ್ಸಿಲೋನಾ ತಲುಪುತ್ತೇನೆ ಎಂದು ಯಾರೇ ಹೇಳಿದ್ದರೂ ಅವರನ್ನು ನಾನು ನಂಬುತ್ತಿರಲಿಲ್ಲ. ಬದಲಿಗೆ ಅವರನ್ನು ಕಿಚಾಯಿಸಿ ನಗುತ್ತಿದ್ದೆ ಖಂಡಿತ.

ಕೊನೆಗೂ ಬದುಕೆಂದರೆ ಇಷ್ಟೇ ಅಲ್ವಾ? ನಾವೊಂದು ಬಗೆದರೆ ದೈವವೊಂದು ಬಗೆಯಿತು ಎನ್ನುವಂತೆ ನನ್ನ ಹಣೆಬರಹ, ದೈವೇಚ್ಛೆ ಬಾರ್ಸಿಲೋನಾ ನಗರಕ್ಕೆ ನನ್ನ ಬಿಸಾಡಿತ್ತು. ಇರಲಿ, ವಿಷಯಕ್ಕೆ ಬರೋಣ. ಮನೆಯನ್ನು ಖರೀದಿಸುವುದು ಎನ್ನುವುದನ್ನು ನಿರ್ಧರಿಸಿ ಆಗಿತ್ತು. ಅದಕ್ಕೆ ಬೇಕಾದ 30 ಪ್ರತಿಶತ ಮುಂಗಡ ಹಣವನ್ನು ಕೂಡ ಸಿದ್ಧ ಮಾಡಿಕೊಂಡು ಆಗಿತ್ತು. ಹೇಗೂ ಬ್ಯಾಂಕುಗಳು ಸುಲಭವಾಗಿ ಸಾಲ ಕೊಡುತ್ತಿದ್ದವು. ಅಂದಿಗೆ 3.8 ಪ್ರತಿಶತ ಬಡ್ಡಿ. ಇದು ಭಾರತೀಯರಿಗೆ ಸಕತ್ ಕಿಕ್ ಕೊಡುತ್ತಿದ್ದ ವಿಷಯ.

ಭಾರತದಲ್ಲಿ ಇದೇ ಸಮಯದಲ್ಲಿ ಹತ್ತು ಅಥವಾ ಹನ್ನೆರಡು ಪ್ರತಿಶತ ಗೃಹ ಸಾಲದ ಮೇಲೆ ಬಡ್ಡಿ ದರವಿತ್ತು. ಮನೆಯ ಹುಡುಕಾಟ ಶುರು ಮಾಡಿದೆ. ತಮ್ಮ ಲಕ್ಷ್ಮಿಕಾಂತ ಕೂಡ ನನ್ನ ಈ ಕಾರ್ಯದಲ್ಲಿ ಕೈ ಜೋಡಿಸಿದ. ರಮ್ಯ ಬಾರ್ಸಿಲೋನಾಗೆ ಬರುವ ಮುಂಚೆ ಮನೆಯನ್ನ ಕೊಂಡುಕೊಳ್ಳಬೇಕು ಎನ್ನುವ ಆಸೆ ಪೂರ್ಣವಾಯ್ತು. ಮೂರು ಕೊಠಡಿಯ ಅಪಾರ್ಟ್ಮೆಂಟ್ ಅಂದಿಗೆ ಎರಡು ಲಕ್ಷ ನಲವತ್ತು ಸಾವಿರ ಯುರೋ ಕೊಟ್ಟು ಖರೀದಿ ಮಾಡಿದಾಯ್ತು. 2007ರಲ್ಲಿ ಅಮೇರಿಕಾದಲ್ಲಿ ಉಂಟಾದ ಬ್ಯಾಂಕ್ ಕುಸಿತ, 2009ರ ವೇಳೆಗೆ ಯೂರೋಪಿಗೆ ಬಡಿಯಿತು. ನೀವು ನಂಬಿದರೆ ನಂಬಿ ಬಿಟ್ಟರೆ ಬಿಡಿ, 2004ರಲ್ಲಿ ಎರಡು ಲಕ್ಷ ನಲವತ್ತು ಸಾವಿರ ಯುರೋ ಬೆಲೆಯ ಮನೆ ಕುಸಿತ ಕಂಡು 2010ರ ವೇಳೆಗೆ ತೊಂಬತ್ತು ಸಾವಿರ ಯುರೋಗೆ ಇಳಿದಿತ್ತು. ಇಲ್ಲಿಯವರೆಗಿನ ಹೂಡಿಕೆ ಜೀವನದಲ್ಲಿ ನಾನು ಕಂಡ ಪ್ರಥಮ ಸೋಲು ಅಥವಾ ಸವಾಲು ಇದಾಗಿತ್ತು. ಇದನ್ನ ಹೇಗೆ ಬಗೆಹರಿಸಿಕೊಳ್ಳುವುದು? ಎನ್ನುವ ಚಿಂತೆ ಶುರುವಾಗಿತ್ತು. ಇಲ್ಲಿಯವರೆಗೆ ಒಂದು ಕಂತನ್ನ ಕೂಡ ನಿಧಾನ ಮಾಡದೇ ಸರಿಯಾಗಿ ಕಟ್ಟಿ ನನ್ನ ಕ್ರೆಡಿಟ್ ರೇಟಿಂಗ್ ಚೆನ್ನಾಗಿ ಇಟ್ಟು ಕೊಂಡಿದ್ದೆ. ಅಲ್ಲದೆ ಇದು ಜೀವನದಲ್ಲಿ ಮಾಡಿದ ಮೊದಲ ಮತ್ತು ಕೊನೆಯ ಸಾಲವಾಗಿತ್ತು ಕೂಡ. ಈ ಮನೆಯನ್ನ ಬ್ಯಾಂಕಿನವರಿಗೆ ಹಿಂತಿರುಗಿಸಿದರೆ ಹೇಗೆ? ಈ ಯೋಚನೆ ಬಂದ ನಂತರ ಬ್ಯಾಂಕಿನ ಅಧಿಕಾರಿಗಳ ಜೊತೆಗೆ ಮಾತನಾಡಿದೆ. ಸಾಮಾನ್ಯವಾಗಿ ಯಾರು ಕಂತು ಕಟ್ಟಲು ಸಾಧ್ಯವಿಲ್ಲ ಅಥವಾ ಡಿಫಾಲ್ಟರ್ಸ್ ಆಗಿರುತ್ತಾರೆ ಅವರಿಂದ ಬ್ಯಾಂಕ್‌ಗೆ ಮನೆಯನ್ನ ಮುಟ್ಟುಗೋಲು ಹಾಕಿಕೊಳ್ಳುತ್ತದೆ. ನನ್ನ ವಿಷಯದಲ್ಲಿ ಎಲ್ಲವೂ ಸರಿಯಿದ್ದೂ ನಾನೇ ಮುಂದಾಗಿ ಬ್ಯಾಂಕಿನವರ ಬಳಿ ಹೋಗಿದ್ದೆ. ಇದು ಅವರಿಗೆ ಅತ್ಯಂತ ಆಶ್ಚರ್ಯ ತರಿಸಿತ್ತು. ಅಂತಾರಾಷ್ಟ್ರೀಯ ವಿದ್ಯಮಾನಗಳನ್ನ ಸದಾ ಗಮನದಲ್ಲಿರಿಸಿಕೊಳ್ಳುವ ನನ್ನ ಜಾಯಮಾನ ನನಗೆ ಆಸರೆಯಾಗಿತ್ತು. ಬ್ಯಾಂಕಿನವರು ಒಬ್ಬ ವ್ಯಾಲ್ಯೂವರ್‌ನನ್ನ ಮನೆಯ ಮೌಲ್ಯ ಅಳೆಯಲು ಕಳಿಸಿತು. ಹೀಗೆ ಬಂದ ವ್ಯಾಲ್ಯೂವರ್ ಉತ್ತಮ ಬೆಲೆಯನ್ನ ನೀಡಿ ಹೋದ. ಹೀಗಾಗಿ ಬ್ಯಾಂಕು ನನ್ನ ಮನೆಯನ್ನ ಹೆಚ್ಚಿನ ಪ್ರಶ್ನೆ ಕೇಳದೆ ವಾಪಸ್ಸು ಪಡೆದು ನನ್ನನ್ನ ಸಾಲದಿಂದ ಮುಕ್ತವಾಗಿಸಿತು. ಇದಾಗಿ ಹತ್ತು ತಿಂಗಳಲ್ಲಿ ನನ್ನಂತೆ ಬ್ಯಾಂಕಿಗೆ ಮನೆ ವಾಪಸ್ಸು ನೀಡಲು ದೊಡ್ಡ ದಂಡು ಸಿದ್ಧವಾಗಿತ್ತು. ಬ್ಯಾಂಕು ಹೀಗೆಲ್ಲ ವಾಪಸ್ಸು ತೆಗೆದುಕೊಳ್ಳಲು ಸಾಧ್ಯವಿಲ್ಲ, ಕಂತು ಕಟ್ಟಿ ಎನ್ನುವ ಫರ್ಮಾನು ಹೊರಡಿಸಿತು. ಹೀಗೆ ಬಹಳಷ್ಟು ಜನ ಲಕ್ಷ ಯೂರೋಗಳಷ್ಟು ಕುಸಿತ ಕಂಡ ಮನೆಗೆ ಅಂದರೆ ಇಲ್ಲದ ಮೌಲ್ಯದ ಮನೆಗೆ ಕಂತು ಕಟ್ಟುತ್ತಿದ್ದರು. ಹೀಗೆ ನಾನು ಮನೆಯನ್ನ ಬ್ಯಾಂಕಿಗೆ ಕೊಟ್ಟು ಕೈ ತೊಳೆದುಕೊಂಡ ಒಂದೂವರೆ ವರ್ಷದ ನಂತರ, ಬ್ಯಾಂಕಿನವರು ಅದೇ

ಮನೆಯನ್ನ ಪುನಃ ಕೊಳ್ಳಲು ಇಚ್ಚಿಸುವುದಾದರೆ 85 ಸಾವಿರ ಯೂರೋಗೆ ಕೊಡಲು ತಯಾರು ಎನ್ನುವ ಆಫರ್ ಕೊಟ್ಟರು. ಯೂರೋಪು 2004ರಿಂದ 2010ರಲ್ಲಿ ಅದೆಂತಹ ಆರ್ಥಿಕ ಕುಸಿತ ಕಂಡಿರಬಹದು ಎನ್ನುವುದರ ಸಣ್ಣ ಉದಾಹರಣೆಯನ್ನ ನಿಮ್ಮ ಮುಂದೆ ಇಟ್ಟಿದ್ದೇನೆ.

ವಾರಾಂತ್ಯ ಬಂದರೆ ಸಾಕು, ನಾನು ರಮ್ಯ ಹೆಗಲಿಗೆ ಬ್ಯಾಗ್ ಏರಿಸಿ ದೇಶ ಸುತ್ತಲು ಹೊರಟುಬಿಡುತ್ತಿದ್ದೆವು. ಹೀಗೆ 2005ರಿಂದ 2009 ಜನವರಿಯವರೆಗೆ ಹಕ್ಕಿಗಳಂತೆ ಓಡಾಡಿಕೊಂಡಿದ್ದ ನಮ್ಮ ಬಾಳಿಗೆ ಅನನ್ಯ ಬರುವ ಸೂಚನೆ ಸಿಕ್ಕಿದ್ದು ಜನವರಿ 2009ರಲ್ಲಿ. ಇಲ್ಲಿ ಭಾರತಕ್ಕಿಂತ ಒಂದಷ್ಟು ಬದಲಾವಣೆಯಿದೆ. ಅಂದರೆ ಸತಿ ಪತಿ ಅಪ್ಪ ಅಮ್ಮನಾಗಿ ಬದಲಾಗುತ್ತಾರೆ ಎನ್ನುವುದು ತಿಳಿದ ನಂತರ ಒಂದು ವಾರ 'ಅಪ್ಪ ಅಮ್ಮನ ಕಾರ್ಯ ನಿರ್ವಹಿಸುವ' ಬಗ್ಗೆ ಆಸ್ಪತ್ರೆಯವರೇ ಒಂದು ಸಣ್ಣ ಸೆಮಿನಾರ್ ನಡೆಸುತ್ತಾರೆ. ಇದು ಕಡ್ಡಾಯ. ಯಾರೂ ತಪ್ಪಿಸುವಂತಿಲ್ಲ. ಸರಕಾರವೂ ಈ ವಿಷಯದಲ್ಲಿ ಸಾಥ್ ನೀಡುತ್ತದೆ. ಮೂರು ತಿಂಗಳ ವೇಳೆಗೆ ಗರ್ಭವನ್ನ ಪರೀಕ್ಷಿಸಿ ಮಗು ಹೆಣ್ಣೋ ಅಥವಾ ಗಂಡೋ ಎನ್ನುವುದನ್ನ ಕೂಡ ಹೇಳುತ್ತಾರೆ. ಮಗುವಿನ ಹೆಸರನ್ನ ಇಟ್ಟುಕೊಳ್ಳಲು ಕೂಡ ಸೂಚಿಸುತ್ತಾರೆ. ನಾವು ಮಗುವಿನ ಹೆಸರನ್ನ ಹೇಳಿದರೆ ಸಾಕು, ಮಗುವಿನ ಹೆಸರಲ್ಲಿ ಆ ತಕ್ಷಣವೇ ಒಂದು ಹೆಲ್ತ್ ಬುಕ್ ಸಿದ್ಧಪಡಿಸುತ್ತಾರೆ. ಪ್ರತಿ ಬಾರಿ ತಪಾಸಣೆಗೆ ಹೋದಾಗ ಮಗುವಿನ ಬೆಳವಣಿಗೆಯನ್ನ ದಾಖಲಿಸುತ್ತ ಹೋಗುತ್ತಾರೆ. ಇದೊಂದು ವಿಶೇಷ ಅನುಭವ. ಇನ್ನು ಇಲ್ಲಿ ಅಂದರೆ ಬಾರ್ಸಿಲೋನಾದಲ್ಲಿ ಅಪ್ಪನನ್ನ ಕೂಡ ವೈದ್ಯರ ಜೊತೆಗೆ ಹೆರಿಗೆಯಲ್ಲಿ ಭಾಗವಹಿಸಲು ಬಿಡುತ್ತಾರೆ. ಇತ್ತೀಚಿನ ದಿನಗಳಲ್ಲಿ ಭಾರತದಲ್ಲಿ ಕೂಡ ಈ ರೀತಿಯ ವ್ಯವಸ್ಥೆ ಶುರುವಾಗಿದೆ ಎನ್ನುವುದನ್ನ ನಾನು ಕೇಳಿದ್ದೇನೆ.

ನಮ್ಮ ಮಹಾಭಾರತದಲ್ಲಿ ಅಭಿಮನ್ಯು ತಾಯಿಯ ಗರ್ಭದಲ್ಲಿ ಕುಳಿತು ಕೃಷ್ಣ ಹೇಳಿದ ಚಕ್ರವ್ಯೂಹ ಭೇದಿಸುವ ಕತೆಯನ್ನ ಕೇಳಿದ್ದ ಎನ್ನುವ ಉಲ್ಲೇಖವಿದೆ. ಇದನ್ನ ನಾವು ಎಷ್ಟು ನಂಬುತ್ತೇವೆ ಎನ್ನುವುದನ್ನ ಇಲ್ಲಿ ನಾನು ವಿವರಿಸಲು ಹೋಗುವುದಿಲ್ಲ. ಬಾರ್ಸಿಲೋನಾದಲ್ಲಿ ಮಾತ್ರ ಮಗುವಿಗೆ ಮೂರು ತಿಂಗಳ ಗರ್ಭದಲ್ಲೇ ಹೆಸರು ಇಡಲು ಹೇಳುತ್ತಾರೆ. ಇದು ಕಡ್ಡಾಯವಲ್ಲ. ಮುಂದಿನ ತಪಾಸಣೆಗಳಲ್ಲಿ ವೈದ್ಯರು ಮಗುವನ್ನ ಹೆಸರಿಸಿ ಮಾತನಾಡಿಸುತ್ತಾರೆ. ಅಪ್ಪ ಅಮ್ಮನಿಗೂ ಮಗುವಿನ ಹೆಸರು ಹಿಡಿದು ಮಾತನಾಡಿಸಲು ಹೇಳುತ್ತಾರೆ.

ಅನನ್ಯ ಈ ಭೂಮಿಗೆ ಸೆಪ್ಟೆಂಬರ್ 15ಕ್ಕೆ ಬರಬಹುದು ಎಂದು ವೈದ್ಯರು ಒಂದು ದಿನವನ್ನ ಹೇಳಿದ್ದರು. ಆದರೆ ಅನನ್ಯ ಸೆಪ್ಟೆಂಬರ್ 18, 2009ರಂದು ನಮ್ಮ ಬಾಳಿಗೆ ಬಂದಳು. ಅನನ್ಯ ಬರುವವರೆಗೆ ನಮ್ಮ ಮನೆಯಲ್ಲಿ ಹೆಣ್ಣು ಮಗು ಇರಲಿಲ್ಲ. ಹೀಗಾಗಿ ಭಾರತದಿಂದ ಅಪ್ಪ ಅಮ್ಮ, ಅತ್ತೆ ಬಂದಿದ್ದರು.

ಅಂದಿಗೆ ನನ್ನ ತಮ್ಮ ಡಾ. ಲಕ್ಷ್ಮೀಕಾಂತ ಪ್ಯಾರಿಸ್ ಯೂನಿವರ್ಸಿಟಿಯಲ್ಲಿ ಮೇಷ್ಟ್ರಾಗಿ ಕೆಲಸ ಮಾಡುತ್ತಿದ್ದ, ಮಧ್ಯಾಹ್ನ 2 ಗಂಟೆಗೆ 8 ನಿಮಿಷ ಮುಂಚೆ ಅನನ್ಯಳ ಆಗಮನವಾಗಿದೆ ಎನ್ನುವ ವಿಷಯ ತಿಳಿದು, ಸಾಯಂಕಾಲ ಆರೂವರೆಗೆ ಪ್ಯಾರಿಸ್‌ನಿಂದ ಬಾರ್ಸಿಲೋನಾಗೆ ಬಂದಿದ್ದ. ಹೇಗಾದರೂ ಸರಿಯೇ ಅನ್ನಿಯನ್ನ ಅಂದೇ ನೋಡಬೇಕು ಎನ್ನುವುದು ನಮ್ಮ ಮನೆಯಲ್ಲಿ ಹೆಣ್ಣು ಮಗುವಿನ ಬರುವಿಕೆಗೆ ಅದೆಷ್ಟು ಕಾತರದಿಂದ ಇದ್ದೆವು ಎನ್ನುವುದನ್ನ ಹೇಳುವುದಕ್ಕೆ ಬರೆಯಬೇಕಾಯ್ತು.

ದಿನ ಕಳೆದಂತೆ ಅನ್ನಿ ನಮ್ಮ ಬದುಕನ್ನ, ಬದುಕಿನ ಅರ್ಥವನ್ನ ಪೂರ್ಣವಾಗಿ ಬದಲಾಯಿಸಿ ಬಿಟ್ಟಳು. ವಾರಾಂತ್ಯ ಬಂದರೆ ಸಾಕು, ಸುತ್ತಲು ಹೋಗುವ ನಮ್ಮ ಪರಿಪಾಠಕ್ಕೆ ಒಂದಷ್ಟು ಕಡಿವಾಣ ಬಿದ್ದಿತು. ಜೊತೆಗೆ ಒಂದು ಮಗುವನ್ನ ಸಾಕುವುದು ಅದೆಷ್ಟು ಕಷ್ಟ ಎನ್ನುವುದು ಕೂಡ ಗೊತ್ತಾಗುತ್ತಾ ಹೋಯ್ತು. ಅಪ್ಪ, ಅಮ್ಮ ಮತ್ತು ಅತ್ತೆ ಮೂರ್ನಾಲ್ಕು ತಿಂಗಳು ಇದ್ದು ಭಾರತಕ್ಕೆ ಮರಳಿ ಹೋದರು. ಅನ್ನಿ, ನಾನು ಮತ್ತು ರಮ್ಯ ಮೂವರ ಜೀವನ ಶುರುವಾಗಿತ್ತು. ರಾತ್ರಿಯೆಲ್ಲಾ ಕೇಕೆ ಹಾಕಿ ನಗುತ್ತಿದ್ದ ಅನ್ನಿ ಎಂದಿಗೂ ಜಾಗರಣೆ ಮಾಡಿರದ ನಮಗೆ ಅದನ್ನೂ ಮಾಡಿಸಿದಳು. ಅನ್ನಿಯ ಸ್ನಾನ, ಇತ್ಯಾದಿ ಕೆಲಸಗಳನ್ನ ರಮ್ಯ ಒಬ್ಬಳೇ ಮಾಡಲು ಸಾಧ್ಯವಿರಲಿಲ್ಲ. ಹೀಗಾಗಿ ನಾವು ಒಬ್ಬ ಮೆಯ್ಡ್ ಇಟ್ಟು ಕೊಳ್ಳಲು ನಿರ್ಧಾರ ಮಾಡಿದೆವು.

# ನಮ್ಮ ನಂಬಿಕೆ ಇನ್ನೊಬ್ಬರ ನಂಬಿಕೆಯನ್ನ ಎಂದೂ ಕದಡಬಾರದು!

ಅನನ್ಯಳಿಗೆ ಮೂರು ತಿಂಗಳು ತುಂಬುವ ವೇಳೆಗೆ, ಅತ್ತೆ, ಅಮ್ಮ-ಅಪ್ಪ ಎಲ್ಲರಿಗೂ ಭಾರತದ ಗೀಳು ಕಾಡತೊಡಗಿತು. ಅನನ್ಯ ಮತ್ತು ರಮ್ಯಳನ್ನ ಕೂಡ ನಮ್ಮೊಂದಿಗೆ ಕಳುಹಿಸಿ ಬಿಡು ಒಂದೈದು ತಿಂಗಳು ಮಗು ದೊಡ್ಡದಾದ ಮೇಲೆ ವಾಪಸ್ಸು ಬರುತ್ತಾರೆ ಎನ್ನುವುದು ಅಮ್ಮನ ಮಾತಾಗಿತ್ತು. ಸರಿ ಎಂದು ತಲೆದೂಗಲು ಎರಡು ಕಾರಣಗಳಿದ್ದವು. ಹಿರಿಯರ ಮಾತಿಗೆ ಇಲ್ಲವೆನ್ನುವುದು ಹೇಗೆ? ಎನ್ನುವುದು ಒಂದು ಕಾರಣವಾಗಿದ್ದರೆ, ಪುಟಾಣಿ ಅನ್ನಿಗೆ ಹಿರಿಯರ ಸಹಾಯವಿಲ್ಲದೆ ಸ್ನಾನ ಮಾಡಿಸುವುದು ಹೇಗೆ? ಎನ್ನುವುದು ಇನ್ನೊಂದು. ಮಕ್ಕಳಿಗೆ ಸ್ನಾನ ಹೇಗೂ ಮಾಡಿಸಬಹುದು ಆದರೆ ತಲೆಗೆ ನೀರು ಹಾಕಿ ಸ್ನಾನ ಮಾಡಿಸುವುದು ಬಹಳ ಕಷ್ಟದ ಕೆಲಸ.

ನನಗೆ ಅನ್ನಿಯನ್ನ, ರಮ್ಯಳನ್ನ ಬಿಟ್ಟಿರುವುದು ಬಹಳ ಕಠಿಣ ವಿಷಯ. ಆದರೆ ಬೇರೆ ದಾರಿಯಿಲ್ಲ. ರಮ್ಯ 'ಸದ್ಯಕ್ಕೆ ಹೋಗುತ್ತೇವೆ, ಐ ಪ್ರಾಮಿಸ್ ಐದು ತಿಂಗಳು ಇರುವುದಿಲ್ಲ' ಎಂದಳು. ಎಲ್ಲರಿಗೂ ಟಿಕೆಟ್ ಬುಕ್ ಮಾಡಿ ಬೆಂಗಳೂರಿಗೆ ಕಳಿಸಿದ ಮೇಲೆ ವಿಶಾಲವಾದ ಮನೆ ಬಿಕೋ ಎನ್ನುತ್ತಿತ್ತು. ಸಾಯಂಕಾಲ ಕೆಲಸ ಮುಗಿಸಿ ಮನೆಗೆ ಹೋಗಲು ಮೂಡ್ ಕೂಡ ಇರುತ್ತಿರಲಿಲ್ಲ. ಅದು ನನ್ನ ಬದುಕಿನ ಅತ್ಯಂತ ಕಷ್ಟದ ದಿನಗಳು. ಗಳಿಗೆ ಗಳಿಗೆಗೂ ಅನ್ನಿ ಕಾಡುತ್ತಿದ್ದಳು. ಅವಳ ಸ್ಪರ್ಶಕ್ಕೆ ಮನಸ್ಸು ಸದಾ ಹಂಬಲಿಸುತ್ತಿತ್ತು. ದೇಶ ಸೇವೆಗಾಗಿ ತಮ್ಮ ಹೆತ್ತವರ, ತನ್ನ ಹೆಂಡತಿ ಮತ್ತು ಮಕ್ಕಳ ಬಿಟ್ಟು ಹೋಗುವ ಜನರನ್ನ ನೆನಪಿಸಿಕೊಂಡು ಒಂದಷ್ಟು ಸಮಾಧಾನ ಮಾಡಿಕೊಳ್ಳುತ್ತಿದ್ದೆ. ಅವರುಗಳ ತ್ಯಾಗದ ಮುಂದೆ ನನ್ನದೇನು ಮಹಾ? ಎಂದು ಕೊಂಡು ಮನಸ್ಸಿಗೆ ಮಾಡಿಕೊಳ್ಳುತ್ತಿದ್ದ ಸಮಾಧಾನ ಎರಡು ನಿಮಿಷದಲ್ಲಿ ಠುಸ್ ಆಗಿಬಿಡುತ್ತಿತ್ತು. ತಿಂಗಳು ಕಳೆಯುವುದು ಬಹಳ ಕಷ್ಟವಾಯ್ತು. ಕೇವಲ ಮೂರು ದಿನದ ಮಟ್ಟಿಗೆ ಬೆಂಗಳೂರಿನ ಕಡೆಗೆ ದೌಡಾಯಿಸಿದ್ದೆ. ರಮ್ಯಳನ್ನ ಒಪ್ಪಿಸಿ, ಇನ್ನೊಂದು ತಿಂಗಳಲ್ಲಿ ಬಂದುಬಿಡು ಎಂದು ಬಂದಿದ್ದೆ. ಬೆಳೆಯುವ ಮಗುವನ್ನ ಹೀಗೆ ದೇಶಾಂತರ ಪದೇಪದೇ ಸುತ್ತಿಸುವುದು ಅಮ್ಮನಿಗೆ ಸುತರಾಂ ಇಷ್ಟವಿರಲಿಲ್ಲ. ಆಕೆಯನ್ನ ಕೂಡ ಓಲೈಸಿ ಬಾರ್ಸಿಲೋನಾ ಕಡೆಗೆ ಮುಖ ಮಾಡಿದ್ದೆ. ಹೋಗುವ ಮುನ್ನ ರಮ್ಯ 'ಅನ್ನಿಯನ್ನ ನಮ್ಮಿಬ್ಬರಿಂದ ಬೆಳೆಸಲು ಖಂಡಿತ ಸಾಧ್ಯವಿಲ್ಲ, ಮೆಯ್ಡ್ ಹುಡುಕು' ಎನ್ನುವ ಆದೇಶವನ್ನ ಬೇರೆ ನೀಡಿದ್ದಳು.

ಬಾರ್ಸಿಲೋನಾದಲ್ಲಿ ಇರುವ ಭಾರತೀಯರ ಸಂಖ್ಯೆ ಬಹಳ ಕಡಿಮೆ. ಇದ್ದವರು ಸಿಂಧಿಗಳು ಮತ್ತು ಪಂಜಾಬಿಗಳು. ಅವರು ತಮ್ಮ ತಮ್ಮ ಕಮ್ಯುನಿಟಿ ಕಟ್ಟಿಕೊಂಡು ಅದರಲ್ಲಿ ಸುಖವಾಗಿ ಬಾಳುತ್ತಿದ್ದರು. ದಕ್ಷಿಣ ಭಾರತೀಯರ ಸಂಖ್ಯೆಯಂತೂ ಬೆರಳೆಣಿಕೆ. ಬಾದಲೂನದಲ್ಲಿ ಪಾಕಿಸ್ತಾನಿ ಪಂಜಾಬಿಗಳ ಸಂಖ್ಯೆ ಹೇರಳವಾಗಿತ್ತು. ಪರ್ವೇಜ್ ಮೊಹಮದ್ ಎನ್ನುವ ಪಂಜಾಬಿಗೆ ಕೆಲಸ ಕೊಡಿಸುವಲ್ಲಿ ಸಹಾಯ ಮಾಡಿದ್ದೆ. ಅವನೊಬ್ಬ ಒಳ್ಳೆಯ ಮನುಷ್ಯ. ನನಗಾಗಿ ಎಂದು ತಿಂಗಳಲ್ಲಿ ಒಂದೆರಡು ಬಾರಿ ಸುಬ್ಜಿ ಬಿರಿಯಾನಿ ಮಾಡಿ ತರುತ್ತಿದ್ದ. ವಿಶೇಷವೆಂದರೆ ಅಂದು ಅವರ ಮನೆಯಲ್ಲಿ ಮಾಂಸ ಮಾಡುತ್ತಿರಲಿಲ್ಲ. ನನಗೆ ಅದೆಲ್ಲ ಏನೂ ತೊಂದರೆಯಿಲ್ಲ ನಿಮ್ಮ ಪಾಡಿಗೆ ನೀವು ಬೇಕಾದ್ದು ತಿನ್ನಿ ನನಗೆ ಸ್ವಲ್ಪ ವೆಜ್ ಬಿರಿಯಾನಿ ಕೊಡಿ ಸಾಕು ಎನ್ನುತ್ತಿದ್ದೆ. ಆತ ಮಾತ್ರ ರಂಗ ಭಾಯ್ ಐಸಾ ತೋಡಿ ಹೊಸಕ್ತಾ ಹೈ ಎನ್ನುತ್ತಿದ್ದ. ಬಾಂಗ್ಲಾ, ಪಾಕಿಸ್ತಾನ, ಶ್ರೀಲಂಕಾ ದೇಶದ ಯಾರಾದರೂ 30 ವಯಸ್ಸು ಮೀರಿದ ಹುಡುಗಿ ಕೆಲಸಕ್ಕೆ ಸಿಕ್ಕರೆ ನೋಡು, ಮುಖ್ಯವಾಗಿ ಅನ್ನಿಯನ್ನ ಚೆನ್ನಾಗಿ ನೋಡಿಕೊಳ್ಳಬೇಕು ಎಂದು ನನ್ನ

ಬೇಡಿಕೆಯನ್ನ ಪರ್ವೇಜ್‌ಗೆ ಹೇಳಿದೆ. ಟಿಕೆ ಎಂದವನು, ಸಬೀನಾ ಎನ್ನುವ ಪಾಕಿಸ್ತಾನಿ ಹುಡುಗಿಯನ್ನ ಪರಿಚಯಿಸಿದ. ಮುಂದಿನ ಒಂದು ತಿಂಗಳಲ್ಲಿ ರಮ್ಯ ಮತ್ತು ಅನನ್ಯ ಬಾರ್ಸಿಲೋನಾಗೆ ಮರಳಿ ಬಂದರು. ಸಬೀನಾ ಎರಡು ಮಕ್ಕಳ ತಾಯಿಯಾಗಿದ್ದಳು, ಗಂಡನ ಕಿರುಕುಳ ತಾಳಲಾಗದೆ ಅವನಿಗೆ ತಲಾಕ್ ನೀಡಿದ್ದಳು. ಪಾಕಿಸ್ತಾನದಲ್ಲಿ ಟ್ರಾವೆಲ್ ಏಜೆನ್ಸಿಯಲ್ಲಿ ಕೆಲಸ ಮಾಡುತ್ತಿದ್ದಳಂತೆ, ಹೇಗೂ ವಿಸಿಟರ್ ವೀಸಾದಲ್ಲಿ ಬಾರ್ಸಿಲೋನಾಗೆ ಬಂದವಳು ವಾಪಸ್ಸು ಹೋಗಿರಲಿಲ್ಲ. ಆ ನಂತರ ಅವರಿವರ ಕಾಡಿಬೇಡಿ ವರ್ಕ್ ಪರ್ಮಿಟ್ ಗಳಿಸಿಕೊಂಡಿದ್ದ ಸಾಹಸಿ ಮಹಿಳೆ. ಸ್ಪ್ಯಾನಿಷ್ ಕೂಡ ಬಹಳಷ್ಟು ಚೆನ್ನಾಗಿ ಮಾತನಾಡುತ್ತಿದ್ದಳು. ರಮ್ಯಳಿಗೆ ಸಬೀನಾ ಇಷ್ಟವಾದಳು. ಪ್ರತಿ ದಿನ ನಾಲ್ಕು ತಾಸು ಬಂದು ಮನೆ ಕೆಲಸ ಮತ್ತು ಅನ್ನಿಯ ಸ್ನಾನ, ಇತ್ಯಾದಿಗಳಲ್ಲಿ ಸಹಾಯ ಮಾಡಬೇಕು, ಶನಿವಾರ ಮತ್ತು ಭಾನುವಾರ ರಜಾ ಎನ್ನುವ ಮಾತಾಯ್ತು. 500 ಯುರೋ ಮಾಸಿಕ ವೇತನಕ್ಕೆ ಆಕೆ ಒಪ್ಪಿಕೊಂಡಳು. ತಿಂಗಳು ಕಳೆಯಿತು. ಮಗುವನ್ನ ಆಕೆ ಬಹಳ ಚೆನ್ನಾಗಿ ಆರೈಕೆ ಮಾಡುತ್ತಿದ್ದಳು. ಎಷ್ಟಾದರೂ ಆಕೆ ಕೂಡ ತಾಯಿಯಲ್ಲವೇ? ಮಗುವಿಗೆ ಅನ್ನ ತಿನ್ನಿಸುವಾಗ 'ಬಿಸ್ಮಿಲ್ಲಾ' ಎನ್ನದೇ ಆಕೆ ತಿನ್ನಿಸುತ್ತಿರಲಿಲ್ಲ. ನಿತ್ಯ ಬಂದವಳೇ ಮಗುವನ್ನ ಮೃದುವಾಗಿ ಎತ್ತಿಕೊಂಡು 'ಅಸ್ಸಲಾಮ್ ಮಾಲಿಕ್ ಹೂ' ಎನ್ನದ ದಿನವಿರುತ್ತಿರಲಿಲ್ಲ. ಹೋಗುವಾಗ ಖುದಾ ಹಫೀಸ್ ಎಂತಲೋ ಅಲ್ಲಾ ಹಫೀಜ್ ಎಂತಲೋ ಹೇಳಿ ಹೋಗುತ್ತಿದ್ದಳು. ನಮಗೆ ಆಕೆಯ ಕೆಲಸ ಕಾರ್ಯದಲ್ಲಿ ಯಾವುದೇ ತೊಂದರೆಯಿರಲಿಲ್ಲ. ಆದರೆ ದಿನದಿಂದ ದಿನಕ್ಕೆ ಆಕೆ ಮಗುವಿನ ಕಿವಿಯಲ್ಲಿ ನಾವು ಮಂತ್ರ ಹೇಳುವಂತೆ ಏನೂ ಹೇಳುತ್ತಿದ್ದಳು. ನಮಗೂ ಅದೇನೂ ಅರ್ಥವಾಗುತ್ತಿರಲಿಲ್ಲ. ಆದರೆ ಒಂದು ರೀತಿಯ ಭಯ ಶುರುವಾಯ್ತು. ಆಕೆಗೆ 'ನೋಡು, ನಮಗೆ ಯಾವುದೇ ಧರ್ಮದಲ್ಲಿ ಭೇದವಿಲ್ಲ ಆದರೆ ನಾವು ಯಾವುದನ್ನೂ ಹೆಚ್ಚಾಗಿ ನಮ್ಮ ಮಗುವಿಗೆ ಹೇರಲು ಇಷ್ಟ ಪಡುವುದಿಲ್ಲ ಹೀಗಾಗಿ ನೀನು ನಮ್ಮ ಮಗುವಿನ ಜೊತೆ ಸ್ಪ್ಯಾನಿಷ್‌ನಲ್ಲಿ ಮಾತನಾಡು' ಎಂದೆವು. ಇದಾದ ಒಂದೆರೆಡು ದಿನ ಆಕೆ ಅನ್ನಿಯನ್ನ ಎತ್ತಿಕೊಂಡು 'ಬೋನಸ್ ದಿಯಾಸ್' ಎನ್ನುತ್ತಿದ್ದಳು ಹೋಗುವಾಗ ಆದಿಯೋಸ್ ಅಥವಾ ಚಾವ್ ಹೇಳಿ ಹೋಗುತ್ತಿದ್ದಳು. ಆಕೆ ಅದೆಷ್ಟು ಮುಗ್ಧೆ ಮತ್ತು ಧರ್ಮಭೀರುವಾಗಿದ್ದಳೆಂದರೆ ತನಗೆ ಗೊತ್ತಿಲ್ಲದೇ ವಾರದಲ್ಲಿ ಹಳೆಯ ಚಾಳಿಗೆ ಹೊರಳಿದ್ದಳು. ತಿಂಗಳ ವೇತನ ನೀಡಿ ಆಕೆಗೆ ನಾವು ಗುಡ್ ಬೈ ಹೇಳಿದೆವು.

ಯಾರಾದರೂ ಸೌತ್ ಅಮೆರಿಕನ್ ಹೆಂಗಸನ್ನ ನೋಡು ಎನ್ನುವ ಸಲಹೆ ನೀಡಿದ್ದು ರಮ್ಯ. ಅವಳ ಆಣತಿಯಂತೆ ಹುಡುಕುವಾಗ ಸಿಕ್ಕಿದ್ದು ದೊಮಿನಿಕಾ ರಿಪಬ್ಲಿಕಾ ದೇಶದ ಅಂದ್ರೆಯ! ಅಂದ್ರೆಯಳನ್ನ ಮಾತನಾಡಿಸಿ ರಮ್ಯ ಓಕೆ

ಎಂದಳು. ಈಕೆಗೆ ಮಾಸಿಕ 600 ಯುರೋ ಸಂಬಳ ನಿಗದಿಯಾಗಿತ್ತು. ಅಂದ್ರೆಯ ಅದೆಷ್ಟು ಟಿಪ್ ಟಾಪ್ ಆಗಿ ಬರುತ್ತಿದ್ದಳು ಎಂದರೆ ಆಕೆಯನ್ನ ಡೊಮೆಸ್ಟಿಕ್ ಹೆಲ್ಪ್ ಎಂದು ಹೇಳಿದರೂ ಯಾರೂ ನಂಬುತ್ತಿರಲಿಲ್ಲ. ಅಚ್ಚುಕಟ್ಟಾಗಿ ತನ್ನ ಕೆಲಸವನ್ನ ತಾನು ಮಾಡುತ್ತಿದ್ದಳು. ತನ್ನ ಕೆಲಸ ವೇಳೆಯ ನಂತರ ಅರೆಕ್ಷಣ ಕೂಡ ನಿಲ್ಲುತ್ತಿರಲಿಲ್ಲ. ಸಬೀನಾ ವೇಳೆಯ ಮುಖ ನೋಡಿದವಳಲ್ಲ. ಹೀಗೆ ಒಬ್ಬರಿಂದ ಒಬ್ಬರಿಗೆ ಒಂದಷ್ಟು ವ್ಯತ್ಯಾಸಗಳು ಇರುತ್ತಿದ್ದವು. ಕೆಲವೊಂದು ವಿಷಯದಲ್ಲಿ ದೇಸಿ ಮೆಯ್ಡ್ ಬೆಸ್ಟ್ ಎನಿಸಿದರೆ ಕೆಲವೊಮ್ಮೆ ಸ್ಪ್ಯಾನಿಷ್ ಬೆಸ್ಟ್ ಎನ್ನಿಸುತ್ತಿತ್ತು. ದೈ ಶಲ್ ನಾಟ್ ಸೀಕ್ ಆಲ್ ಗುಡ್ ಕ್ವಾಲಿಟಿಸ್ ಇನ್ ಒನ್ ಮ್ಯಾನ್ ಅಂತ ಷೇಕ್ಸ್‌ಪಿಯರ್ ಹೇಳಿದ್ದು ಈ ಕಾರಣಕ್ಕೇ ಇರಬಹದು.

ಹೀಗೆ ಒಂದು ದಿನ ಬಿಸಾಕಲು ಇಟ್ಟಿದ್ದ ಶೂಸ್ ಒಂದನ್ನ ತೆಗೆದುಕೊಂಡು ಮನೆಯ ಮುಂದೆ ಚಿತ್ರದಲ್ಲಿ ಕಾಣುವಂತೆ ನೇತು ಹಾಕಿದ್ದು ಅಂದ್ರೆಯ. ಇದೇನು ಈ ರೀತಿ ಮಾಡುತ್ತೀಯಾ ಎನ್ನುವುದಕ್ಕೆ ಆಕೆ ಹೇಳಿದ್ದು ಮನೆ ಮುಂದೆ ಹೀಗೆ ಚಪ್ಪಲಿ ಅಥವಾ ಶೂವನ್ನ ನೇತುಹಾಕುವ ಉದ್ದೇಶ ಪ್ರೇತಾತ್ಮ ಅಥವಾ ಕೆಟ್ಟ ಶಕ್ತಿ ಮನೆಯೊಳಗೇ ಸುಳಿಯದಿರಲಿ ಎನ್ನುವುದಕ್ಕಂತೆ! ಹೌದು ಹೀಗೆ ಶೂ ನೇತು ಹಾಕಿರುವ ಬಡಾವಣೆಯ ಜನರ ನಂಬಿಕೆ ಅಲ್ಲೆಲ್ಲೂ ಆತ್ಮ ಓಡಾಡುತ್ತಿದೆ ಎನ್ನುವುದು. ಹೀಗೆ ಶೂ ನೇತು ಹಾಕುವುದರಿಂದ ಅದು ಹೆದರಿ ಮನೆಯೊಳಗೇ ಬರುವುದಿಲ್ಲ ಎನ್ನುವುದು ಇನ್ನೊಂದು ನಂಬಿಕೆ. 21ನೇ ಶತಮಾನದಲ್ಲೂ ಯೂರೋಪಿನಲ್ಲಿ ಇಂದಿಗೂ ಇಂತಹ ಹಲವು ಹತ್ತು ಮೂಢನಂಬಿಕೆಗಳು ಇವೆ. ಮೂಢನಂಬಿಕೆಗಳು ಭಾರತದಲ್ಲಿ ಮಾತ್ರ ಇದೆ ಅಂತ ನೀವು ಅಂದುಕೊಂಡರೆ ಅದು ಕೂಡ ಮೂಢನಂಬಿಕೆಯ ಅಡಿಯಲ್ಲೇ ಬರುತ್ತದೆ.

ಮೂರು ತಿಂಗಳ ನಂತರ ಅಪ್ಪ ಅಮ್ಮ ಬಾರ್ಸಿಲೋನಾಗೆ ಬಂದರು. ಅವರಿಗೂ ಅನ್ನಿಯನ್ನ ಬಿಟ್ಟಿರುವುದು ಬಹಳ ಕಷ್ಟವಾಗಿತ್ತಂತೆ, ಆ ದಿನಗಳಲ್ಲಿ ಕಾಂತ ಪ್ಯಾರಿಸ್ ಬಿಟ್ಟು ಲಂಡನ್ ನಗರವನ್ನ ಸೇರಿದ್ದ. ಅಪ್ಪ ಅಮ್ಮನಿಗೆ ಒಂದು ತಿಂಗಳು ಅಲ್ಲೂ ಸುತ್ತಾಡಿಸುವುದು ಎಂದು ತೀರ್ಮಾನಿಸಿದ್ದೆವು. ಅಮ್ಮನಿಗೆ ಅಂದ್ರೆಯಳನ್ನ ಕಂಡರೆ ಅದೇನೋ ಕಾಳಜಿ. ಅವಳು ಬಂದ ತಕ್ಷಣ ಅವಳನ್ನ ಸೋಫಾ ಮೇಲೆ ಕೂರಿಸಿ ಕಾಫಿ ಕೊಡುತ್ತಿದ್ದರು. ತಿಂಡಿ ತಿನ್ನುತ್ತೀಯಾ ಎಂದು ಕೆಲವೊಮ್ಮೆ ಕೇಳುತ್ತಿದ್ದರು, ಕೆಲವೊಮ್ಮೆ ತಟ್ಟೆಯಲ್ಲಿ ಹಾಕಿ ಅವಳಿಗೆ ಕೊಟ್ಟು ಬಿಡುತ್ತಿದ್ದರು. ಅವಳಿಗೆ ಅಮ್ಮ ಬಂದ ಮೇಲೆ ಸಿಗುತ್ತಿದ್ದ ರಾಜ ಮರ್ಯಾದೆ ಅಚ್ಚರಿ ತರಿಸಿತ್ತು. ಅಮ್ಮನಿಗೆ ಎಲ್ಲರನ್ನೂ ಪ್ರೀತಿಯಿಂದ ಕಂಡು ಅಭ್ಯಾಸ. ನಾನು ಅಮ್ಮನಿಗೆ 'ಅಮ್ಮ ಇದು ಭಾರತವಲ್ಲ, ಅವರ ಕೆಲಸಕ್ಕೆ ನಾವು ಹಣ ನೀಡಿದ್ದೇವೆ, ನೀನು ಕಾಫಿ, ತಿಂಡಿ ನೀಡುವ ಮತ್ತು ಆಕೆಯನ್ನ ಕೂರಿಸಿ, ಉಪಚರಿಸುವ

ಆವಶ್ಯಕತೆಯಿಲ್ಲ' ಎಂದು ಹೇಳಿದರೂ ಆಕೆ ಮಾತ್ರ ನನ್ನ ಮಾತಿಗೆ ಕವಡೆ ಕಾಸಿನ ಕಿಮ್ಮತ್ತು ಕೊಡಲಿಲ್ಲ.

ಹೀಗೆ ಒಂದು ದಿನ ಸ್ನಾನ ಮುಗಿಸಿ 'ರಮ್ಯ, ಅಂದ್ರೆಯ ಬಂದ ತಕ್ಷಣ ಟಾಯ್ಲೆಟ್ ಕ್ಲೀನ್ ಮಾಡಲು ಹೇಳು' ಎಂದು ರಮ್ಯಳಿಗೆ ಹೇಳುತ್ತಿದ್ದೆ. ಅಮ್ಮ ಮಧ್ಯ ಬಂದು ನಿನ್ನೆ ತಾನೇ ನಾನೇ ತೊಳೆದಿದ್ದೇನೆ ಎಂದಳು. ನನಗೆ ಶಾಕ್ ಆಯ್ತು. ನೀನೇಕೆ ತೊಳೆಯಲು ಹೋದೆ? ಅಂದ್ರೆಯ ಇರುವುದು ಏತಕ್ಕೆ? ಎಂದು ಸ್ವಲ್ಪ ಧ್ವನಿ ಏರಿಸಿ ಕೇಳಿದೆ. 'ಅಯ್ಯೋ ರಂಗಣ್ಣಿ ಅವಳನ್ನ ನೋಡಿದರೆ ಟಾಯ್ಲೆಟ್ ತೊಳಿ ಎಂದು ಹೇಳಲು ಮನಸ್ಸೇ ಬರುವುದಿಲ್ಲ ಕಣೋ' ಅಂದಳು ನಮ್ಮಮ್ಮ. ಅಮ್ಮನಿಗೆ ಹೇಳಿ ಪ್ರಯೋಜನವಿಲ್ಲ ಎಂದುಕೊಂಡು, ಅಂದ್ರೆಯಳನ್ನ ಕರೆದು ನಮ್ಮಮ್ಮ ಇರುವುದು ಹೀಗೆ, ನೀನು ಮಾತ್ರ ನಿನಗೆ ಹೇಳಿದ ಕೆಲಸವನ್ನ ಮಾಡು, ಅವರು ಹೇಳಲಿ ಎಂದು ಕಾಯುವುದು ಬೇಡ ಎಂದು ತಾಕೀತು ಮಾಡಿದೆ. ಆಕೆಯೂ ಹೇಳಿದ ರೀತಿ ನಡೆದುಕೊಂಡಳು.

ಮುಂದಿನ ಮೂರು ತಿಂಗಳು ಅಮ್ಮ ವಾಪಸ್ಸು ಹೋಗುವವರಿಗೆ ಆಕೆಗೆ ಅಂದ್ರೆಯ ನಿತ್ಯ ತನ್ನ ಡ್ರೆಸ್‌ಗೆ ತಕ್ಕಂತೆ ತೊಟ್ಟು ಬರುವ ಶೂಸ್, ಹೇರ್ ಬ್ಯಾಂಡ್, ಲಿಪ್‌ಸ್ಟಿಕ್ ಮೇಲೆ ಕಣ್ಣೀರುತಿತ್ತು. ಅವಳಿಗೆ ಮಾಸಿಕ ವೇತನವೆಷ್ಟು ಎಂದು ಅಮ್ಮ ಐದಾರು ಬಾರಿ ಕೇಳಿದರೂ ನಾನು ಹೇಳಲು ಹೋಗಿರಲಿಲ್ಲ. ಕೊನೆಗೆ ರಮ್ಯಳಿಂದ ಅಮ್ಮ ಮಾಹಿತಿ ಕಲೆಹಾಕಿ ಅಯ್ಯೋ ಅಷ್ಟೊಂದೇ ಎನ್ನುವ ಉದ್ಗಾರ ತೆಗೆದಿದ್ದಳು. ಮನೆಕೆಲಸದವರ ಉತ್ತಮ ಜೀವನ ಮಟ್ಟವನ್ನ ನೋಡಿ ಅಮ್ಮ ಮೂಗಿನ ಮೇಲೆ ಬೆರಳಿಟ್ಟಿದ್ದಳು. ಮಗು ಸಾಕುವುದು ಸುಲಭದ ಕೆಲಸವಲ್ಲ. ಅಂದ್ರೆಯ ಒಂದಷ್ಟು ವರ್ಷ ಅನ್ವಿಗೆ ಉತ್ತಮ ಸೇವೆಯನ್ನ ನೀಡಿದಳು.

# ಹರೆಯದಲ್ಲಿ ಎಲ್ಲರಿಗೂ ಕನಸಿನಲ್ಲಿ ಕನ್ಯೆಯರು ಬಂದರೆ ನನಗೆ!?

ನಾವು ಯಾವ ಪ್ರದೇಶದಲ್ಲಿರುತ್ತೇವೆ ಆ ಪ್ರದೇಶದ ಭಾಷೆ ಕಲಿಯುವುದು ಎಲ್ಲಾ ರೀತಿಯಿಂದಲೂ ಉತ್ತಮ. ಹೀಗೆ ಹೇಳಲು ಬಹಳ ಮುಖ್ಯ ಕಾರಣ ನಾವು ಅವರ ಭಾಷೆಯನ್ನ ಆಡಿದರೆ ಅವರು ನಮ್ಮನ್ನ ಸುಲಭವಾಗಿ ಅವರವನು ಎಂದುಕೊಳ್ಳುತ್ತಾರೆ. ಒಂದು ಸಮಾಜದ ವ್ಯವಸ್ಥೆಯ ಭಾಗವಾಗಲು ಭಾಷೆ ಬಹಳ ಮುಖ್ಯ. ಆ ನಿಟ್ಟಿನಲ್ಲಿ ನಾನು ಬಹಳ ಅದೃಷ್ಟಶಾಲಿ ಎನ್ನಬಹದು. ಭಾಷೆ ಬೇಗವಾಗಿ ಕಲಿತೆ. ಸ್ಪೇನ್ ಸಮಾಜದಲ್ಲಿ ಬಹುಬೇಗ ಒಬ್ಬನಾದೆ. ಇವೆಲ್ಲವೂ ಒಂದು ದಿನದಲ್ಲಿ ಆದದ್ದಲ್ಲ. 23ರ ಹರೆಯದಲ್ಲಿ ಬಹುತೇಕರು ವಯೋಸಹಜವಾಗಿ ಕನಸಿನಲ್ಲಿ ಕನ್ಯೆಯರು ಬಂದು ಹೋಗುತ್ತಿದ್ದರೆ ನನಗೆ ಮಾತ್ರ ಉಪ್ಪಿಟ್ಟು, ಚಿತ್ರಾನ್ನ, ಪುಳಿಯೋಗರೆ ಜೊತೆಗೆ ಮೊಸರನ್ನ ಉಪ್ಪಿನಕಾಯಿ ಬರುತ್ತಿತ್ತು. ಎರಡು ದಶಕದ ಹಿಂದೆ ಸ್ಪೇನ್‌ನಲ್ಲಿ

ಇಂದಿನ ಮಟ್ಟದ ವಲಸೆ ಇರಲಿಲ್ಲ. ಹೀಗಾಗಿ ಸದಾ ನಮ್ಮ ಊಟದ ಕೊರತೆ. ಇಂದಿಗೂ ಇಲ್ಲಿ ಭಾರತೀಯರ ಸಂಖ್ಯೆ ಬಹಳ ಕಡಿಮೆ. ಇರಲಿ...

ಇಲ್ಲಿನ ಸಮಾಜದ ಜೊತೆಗೆ ಬೆರೆಯದೆ ಬದುಕಿಲ್ಲ. ಸರಿ ಬೆರೆಯೋಣವೆಂದರೆ ಸಮಾನ ಗುಣಗಳು ಒಂದಷ್ಟು ಬೇಕಲ್ಲ? ಅದನ್ನ ಎಲ್ಲಿಂದ ತರೋಣ? ಬೀರೂ ಕುಡಿಯದ, ಸಿಗರೇಟಿಗೆ ತುಟಿ ಸೋಕಿಸದ ಪ್ರಾಣಿಯೊಡನೆ ಸ್ನೇಹ ಯಾರು ತಾನೇ ಮಾಡಿಯಾರು? ಹಾಗೊಮ್ಮೆ ಅವರೊಂದಿಗೆ ಹೋದರೂ ಎಷ್ಟು ವೇಳೆ ಮಾತನಾಡಲು ಸಾಧ್ಯ? ಅಲ್ಲದೆ ಇಲ್ಲಿನ ಮುಕ್ಕಾಲು ಪಾಲು ಸೋಶಿಯಲ್ ಗ್ಯಾದರಿಂಗ್ ಶುರುವಾಗುವುದು ರಾತ್ರಿ ಹತ್ತು ಅಥವಾ ಹನ್ನೊಂದು ಗಂಟೆಯ ಮೇಲೆ! ಒಂಬತ್ತು ಗಂಟೆಗೆ ನಿದ್ರಾದೇವಿಯ ವಶವಾಗುವ ನಾನು ಇಲ್ಲಿ ಹೇಗೆ ಫಿಟ್ ಅದೇನು? ತಕ್ಕಿಲ ಇನ್ನು ಕುಡಿದಿಲ್ಲವಾ? ಹಾಮೋನ್ ಟೇಸ್ಟ್ ಮಾಡಿಲ್ಲವಾ? ಎಂದು ಹಾರಿ ಬರುವ ಪ್ರಶ್ನೆಗಳಿಗೆ ಉತ್ತರ ಎಲ್ಲಿಂದ ತರುವುದು? ಇದೆಲ್ಲವನ್ನ ಮೀರಿ ನಿನಗೆ ಗರ್ಲ್ ಫ್ರೆಂಡ್ ಇಲ್ಲವ? ಎನ್ನುವುದು ಇಲ್ಲಿ ತೀರಾ ಸಾಮಾನ್ಯವಾಗಿ ಕೇಳುವ ಪ್ರಶ್ನೆಯಾಗಿತ್ತು. ಇಲ್ಲ ಎಂದೊಡನೆ ಅಯ್ಯೋ ಪಾಪ ಎನ್ನುವ ನೋಟವನ್ನ ಸಹಿಸಿಕೊಳ್ಳುವ ಕಲೆ ಕೂಡ ಸಮಯ ಕಲಿಸಿತು. 16 ವರ್ಷ ಮೀರಿದರೂ ತಮ್ಮ ಮಕ್ಕಳು ಸಂಗಾತಿಯನ್ನ ಹುಡುಕಿಕೊಂಡಿಲ್ಲ ಎಂದರೆ ಅದು ಹೆತ್ತವರಿಗೆ ಚಿಂತೆಯ ವಿಷಯವಾಗುತ್ತದೆ. ನಮ್ಮಲ್ಲಿ ಹತ್ತನೇ ತರಗತಿಗೆ ಹೋಗುತ್ತಿರುವ ಮಗು ಎನ್ನುವ ಮನೋಭಾವ.

ಹೇಗೋ ಈ ಸಮಾಜದ ಜನರ ಜೊತೆಗೆ ಬೆರೆಯದೇ ಇದ್ದರೆ ಬದುಕಿಲ್ಲ ಎನ್ನುವ ಸತ್ಯ ಬಹಳ ಬೇಗ ನನ್ನ ಅರಿವಿಗೆ ಬಂತು. ಮೊದಲ ಮೂರು ತಿಂಗಳು ವಾರಾಂತ್ಯ ಬಂತೆಂದರೆ ಅದೊಂದು ಶಿಕ್ಷೆ ಎನ್ನಿಸುತ್ತಿತ್ತು. ಮಾತನಾಡಲು ಯಾರೂ ಇಲ್ಲದ ಆ ಒಂಟಿತನದ ದಿನಗಳನ್ನ ನೆನಪಿಸಿಕೊಡರೆ ಇಂದಿಗೂ ನಡುಕ ಹುಟ್ಟುತ್ತದೆ. ಹೆಜ್ಜೆ ಇಟ್ಟಾಗಿದೆ ಹಿಂದೆ ಹೋಗುವ ಪ್ರಶ್ನೆಯೇ ಇಲ್ಲ, ಏಕೆಂದರೆ ನಾನು ನನ್ನ ಅಮ್ಮನನ್ನ ಬಿಟ್ಟಿರಲಾರೆ ಎನ್ನುವುದು ಎಲ್ಲರಿಗೂ ಗೊತ್ತಿರುವ ಸತ್ಯವಾಗಿತ್ತು. ನಾನು ಕೆಲಸದ ಮೇಲೆ ದೇಶ ಬಿಟ್ಟಾಗ ಅಯ್ಯೋ ಇವನು ಇನ್ನು ಮೂರು ತಿಂಗಳಲ್ಲಿ ವಾಪಸ್ಸು ಗ್ಯಾರಂಟಿ ಎಂದುಕೊಂಡವರ ಸಂಖ್ಯೆ ಬಹಳ ದೊಡ್ಡದು. ಹೀಗಾಗಿ ಇವರ ಮಾತುಗಳನ್ನ ಸುಳ್ಳು ಎಂದು ಪ್ರೂವ್ ಮಾಡುವುದು ಮುಖವಾಗಿತ್ತು ಕೂಡ. ಹೀಗಾಗಿ ಅಂದಿನ ನನ್ನ ಬುದ್ಧಿಗೆ ಹೊಳೆದದ್ದು ವಾರಾಂತ್ಯದಲ್ಲಿ ಬಾರ್ಸಿಲೋನಾದ ಬಾರ್‌ಗಳಲ್ಲಿ ಕಾಫಿ ಹಿಡಿದು ಕೂರುವುದು ಮತ್ತು ಅಲ್ಲಿ ಸಿಕ್ಕವರೊಂದಿಗೆ ಮಾತನಾಡುವುದು ಭಾಷೆ ಕಲಿಯಲು ಮತ್ತು ಸಮಾಜದೊಂದಿಗೆ ಬೆರೆಯಲು ಉತ್ತಮ ಎನ್ನಿಸಿತು. ಇದಕ್ಕೂ ಮೊದಲು ಪ್ರತಿ ನಿತ್ಯ ಸ್ಪ್ಯಾನಿಷ್ ನ್ಯೂಸ್ ಮತ್ತು ಹಲವಾರು ಕಾರ್ಯಕ್ರಮಗಳನ್ನ

ನೋಡಲು ಶುರು ಮಾಡಿದ್ದೆ. ಸಬ್ ಟೈಟಲ್ ಇಲ್ಲದೆ ನೋಡುವುದು ಉತ್ತಮ. ಭಾಷೆಯನ್ನ ಕಲಿಯಲು ಅದರ ಮೂಲದಲ್ಲಿ ವೀಕ್ಷಣೆ ಮಾಡುವುದು ಒಳ್ಳೆಯದು ಎನ್ನುವ ಭಾವನೆ ನನ್ನದು. ಹೀಗೆ ಒಂದಷ್ಟು ಭಾಷೆಯ ಮೇಲೆ ಹಿಡಿತ ಸಾಧಿಸಿ ಬಾರ್ ಹೊಕ್ಕಿದ್ದೆ. ನನ್ನ ಬಹುತೇಕ ಸ್ಪ್ಯಾನಿಷ್ ಹೀಗೆ ಮಗುವಿನಂತೆ ಕಲಿತೆ ಎನ್ನುವ ಹೆಮ್ಮೆ ಇಂದಿಗೂ ಇದೆ. ಕನ್ನಡದಲ್ಲಿ ಒಂದು ಗಾದೆಯಿದೆ 'ನೀರು ಇಳಿಯದ ಗಂಟಲಿಗೆ ಕಡುಬು ತುರುಕಿದರು' ಎಂದು. ಅಂದರೆ ನೀರು ಕೂಡ ಇಳಿಯದ ಸಣ್ಣ ಗಂಟಲಿನಲ್ಲಿ ಕಡುಬು ಹೇಗೆ ಇಳಿದೀತು ಎನ್ನುವ ಭಾವ. ಹಾಗೆ ಸ್ಪ್ಯಾನಿಷ್ ಭಾಷೆಯ ಗಂಧಗಾಳಿ ತಿಳಿಯದವರಿಗೆ ಗ್ರಾಮರ್ ಹೇಳಿಕೊಡಲು ಶುರು ಮಾಡಿದರೆ ಹೇಗೆ ಅಲ್ವಾ? ಒಟ್ಟಿನಲ್ಲಿ ಮಕ್ಕಳಂತೆ ಸರಾಗವಾಗಿ ಜನರ ಜೊತೆ ಬೆರೆತು ಮಾತನಾಡಲು ಕಲಿತೆ. ಓದಲು ಬರೆಯಲು ಇನ್ನಷ್ಟು ಶ್ರಮದ ಅಗತ್ಯ ಇತ್ತು. ಅಲ್ಲದೆ ಈ ಬಾರ್‌ನಲ್ಲಿ ನನಗೆ ಮಾತು ಕಲಿಸದ ಬಹುತೇಕರು ಸೀನಿಯರ್ ಸಿಟಿಜನ್‌ಗಳು. ಅವರಿಗೆ ನನ್ನ ಇನ್ನಷ್ಟು ಮೇಲ್ಮಟ್ಟಕ್ಕೆ ಒಯ್ಯುವ ಶಕ್ತಿ ಮತ್ತು ತಾಳ್ಮೆ ಎರಡೂ ಇರಲಿಲ್ಲ. ಆಗ ನನ್ನ ಸಹೋದ್ಯೋಗಿಯೊಬ್ಬ 'ನೀನೇಕೆ ಲ್ಯಾಂಗ್ವೇಜ್ ಎಕ್ಸ್‌ಚೇಂಜ್ ಪ್ರೋಗ್ರಾಮ್'ಗಳಲ್ಲಿ ಭಾಗಿಯಾಗಬಾರದು? ಎಂದು ಪ್ರಶ್ನಿಸಿದ. ಅದಕ್ಕೆ ಬೇಕಾದ ಒಂದಷ್ಟು ಮಾರ್ಗದರ್ಶನ ಕೂಡ ಮಾಡಿದ.

ಸ್ಪ್ಯಾನಿಷ್ ಜನ ಭಾಷೆಯ ವಿಷಯದಲ್ಲಿ ಬಹಳ ಪ್ರೋತ್ಸಾಹ ನೀಡುತ್ತಾರೆ. ಒಂದೆರಡು ವಾಕ್ಯವನ್ನ ತಪ್ಪಿಲ್ಲದೆ ಹೇಳಿದರೆ ಸಾಕು ನಿನಗೆಲ್ಲಾ ಬರುತ್ತದೆ ಎಂದು ನಿಮ್ಮನ್ನ ಉಬ್ಬಿಸಿಬಿಡುತ್ತಾರೆ. ನೀವು ತಪ್ಪು ಮಾತನಾಡಿದರೂ ಎಂದೂ ನಗುವುದಿಲ್ಲ. ಇದು ಹೀಗಲ್ಲ ಹೀಗೆ ಎಂದು ತಿದ್ದುತ್ತಾರೆ. ಕೆಲಸದ ವತಿಯಿಂದ ತಿಂಗಳಲ್ಲಿ 4–5 ದಿನ ಇಂಗ್ಲೆಂಡ್‌ನಲ್ಲಿ ಇರಬೇಕಾದ ಸನ್ನಿವೇಶಗಳು ಎದುರಾಗುತ್ತಿತ್ತು. ಅಲ್ಲಿ ಹೀಗಿಲ್ಲ. ನೀವು ಇಂಗ್ಲಿಷ್ ಮಾತನಾಡದಿದ್ದರೆ ಕಸ ಎನ್ನುವಂತೆ ಸ್ಥಳೀಯರು ಕಾಣುತ್ತಾರೆ. ಅವರ ದುರ್ದೈವ ನೋಡಿ ಅಲ್ಲಿ ಲಕ್ಷಾಂತರ ಸಂಖ್ಯೆಯಲ್ಲಿ ಸೇರಿರುವ ವಲಸಿಗರು ಇಂದಿಗೆ ರಸ್ತೆಯಲ್ಲಿ ರಾಜಾರೋಷವಾಗಿ ತಮಗೆ ಬೇಕಾದ ರೀತಿಯಲ್ಲಿ ಬದುಕುತ್ತಿದ್ದಾರೆ.

ಹೀಗೆ ಕನ್ನಡ ಮತ್ತು ಇಂಗ್ಲಿಷ್ ಭಾಷೆಯನ್ನ ನಾನು ಹೇಳಿಕೊಡಲು ಸಿದ್ಧ ಅದಕ್ಕೆ ಬದಲಾಗಿ ಹಣ ಬೇಕಿಲ್ಲ. ನನಗೆ ಸ್ಪ್ಯಾನಿಷ್ ಮತ್ತು ಕತಲಾನ್ ಕಲಿಸಿ ಎನ್ನುವುದು ನನ್ನ ಬೇಡಿಕೆಯಾಗಿತ್ತು. ಇಲ್ಲಿ ಮುಕ್ಕಾಲು ಪಾಲು ನಡೆಯುವುದು ಹೀಗೆ. ಎಲ್ಲರೂ ತಮಗೆ ಗೊತ್ತಿರುವ ಭಾಷೆಯನ್ನ ಕಲಿಸಲು ಸಿದ್ಧರಾಗಿರುತ್ತಾರೆ, ಬದಲಿಗೆ ತಾವು ಇಷ್ಟ ಪಡುವ ಭಾಷೆಯನ್ನ ಕಲಿಸಿದರೆ ಸಾಕು ಎನ್ನುವುದು ಇಲ್ಲಿನ ಕರಾರು. ಹೀಗೆ ಕನ್ನಡ, ಇಂಗ್ಲಿಷ್ ಎಂದವನಿಗೆ ಆಶ್ಚರ್ಯ ಕಾದಿತ್ತು. ಕನ್ನಡದ ಬಗ್ಗೆ ಲವಲೇಶವೂ ಜ್ಞಾನವಿಲ್ಲದವರಿಗೆ ಅದೊಂದು ಭಾಷೆ ಎನ್ನುವುದು ಕೂಡ ತಿಳಿದಿರಲ್ಲ. ಇಂಗ್ಲಿಷ್ ಕಲಿಯಲು ಬಹಳಷ್ಟು ಜನ

ಸಿಕ್ಕರು. ಎಲ್ಲಕಿಂತ ಹೆಚ್ಚು ಆಶ್ಚರ್ಯವಾದದ್ದು ನಾನು ಭಾರತೀಯ ಎಂದ ತಕ್ಷಣ ಹಿಂದಿ ಕಲಿಸುವೆಯ? ಎಂದು ಕೇಳಿದವರ ಸಂಖ್ಯೆ ಕಂಡು. ಹೌದು, ಇಲ್ಲಿನ ಜನರಿಗೆ ಹಿಂದಿ ಎಂದರೆ ಅದು ಭಾರತೀಯರೆಲ್ಲಾ ಆಡುವ ಭಾಷೆ ಎನ್ನುವ ಭಾವನೆಯಿದೆ. ಇಲ್ಲಪ್ಪ ನಮ್ಮಲ್ಲಿ ನೂರಾರು ಭಾಷೆಗಳಿವೆ ಎಂದರೆ ಅರೆಕ್ಷಣ ಶಾಕ್ ಆಗುತ್ತಾರೆ. ನಂತರದ ಪ್ರಶ್ನೆ ನನಗೆ ಮಾಮೂಲಾಗಿಬಿಟ್ಟಿತ್ತು. 'ನಾವು ನಾಲ್ಕು ಭಾಷೆ ಇಟ್ಟುಕೊಂಡು ಇಷ್ಟೊಂದು ಕಿತ್ತಾಡುತ್ತೇವೆ, ನೀವು ಹೇಗೆ ಅಷ್ಟೊಂದು ಭಾಷೆ ಇಟ್ಟುಕೊಂಡು ಒಂದು ದೇಶವಾಗಿ ಉಳಿದಿದ್ದೀರಿ?' ಹೌದು ಇದೇ ಭಾರತದ ತಾಕತ್ತು. ಸ್ಪೇನ್‌ನಲ್ಲಿ ಕತಲೂನ್ಯ ರಾಜ್ಯವನ್ನ ಪ್ರತ್ಯೇಕ ದೇಶವನ್ನಾಗಿಸಲು ದಶಕಗಳಿಂದ ಹುನ್ನಾರ ನಡೆಯುತ್ತಿದೆ. 85 ಲಕ್ಷ ದಾಟದ ಪುಟ್ಟ ಪ್ರದೇಶ ಸ್ವತಂತ್ರ ರಾಷ್ಟ್ರವಾಗಲು ಬಯಸಿದೆ. ಹೀಗೆ ಇವರಿಗೆ ಹಿಂದಿ ಬಗ್ಗೆ ವ್ಯಾಮೋಹ ಬೆಳೆಯಲು ಬಹುಮುಖ್ಯ ಕಾರಣ ಬಾಲಿವುಡ್. ಹಿಂದಿ ಚಿತ್ರಗಳಲ್ಲಿನ ಹಾಡು ಮತ್ತು ಕುಣಿತ ಇಲ್ಲಿನ ಜನರಿಗೆ ವಿಚಿತ್ರ ಸೆಳೆತ.

ಹೀಗೆ ಹಿಂದಿ ಕಲಿಸು ಎಂದವರಿಗೆಲ್ಲಾ ನನಗೆ ಹಿಂದಿ ಬರುವುದಿಲ್ಲ ಎಂದು ಕೈಯನ್ನ ತಾರಮ್ಮಯ್ಯ ಆಡಿಸುತ್ತಿದ್ದೆ. ಶಾಲೆಯಲ್ಲಿ ಹಿಂದಿ ಒಂದು ಭಾಷೆಯಾಗಿ, ಪಠ್ಯವಾಗಿ ಇತ್ತು. ಆದರೆ ನಾನೆಂದೂ ಅದನ್ನ ಬಹಳ ಗಂಭೀರವಾಗಿ ತೆಗೆದುಕೊಳ್ಳಲಿಲ್ಲ. ಉತ್ತರ ಪತ್ರಿಕೆ ಖಾಲಿ ಮಾತ್ರ ಕೊಡಬೇಡಿ. ಕೊನೇಪಕ್ಷ ಪ್ರಶ್ನೆ ಪತ್ರಿಕೆಯನ್ನ ಕಾಪಿ ಮಾಡಿ ಅದನ್ನೇ ಬರೆದಿಟ್ಟು ಬನ್ನಿ ಪಾಸ್ ಮಾಡುತ್ತಾರೆ ಎನ್ನುವ ಗುರುಗಳ ಮಾತುಗಳು ಹಿಂದಿ ಕಲಿಯದಿರಲು ಪ್ರೇರಣೆ. ಅವತ್ತು ನನ್ನದಾಗಿದ್ದ ಆ ಸಮಯವನ್ನ ಸರಿಯಾಗಿ ಉಪಯೋಗಿಸಿಕೊಂಡು ಹಿಂದಿ ಕಲಿತಿದ್ದರೆ ಇಲ್ಲಿ ಇನ್ನಷ್ಟು ಜನರ ಸ್ನೇಹ, ವಿಶ್ವಾಸ ಗಳಿಸಬಹುದಿತ್ತು. ನನ್ನ ಉಡಾಫೆ ಮನಸ್ಥಿತಿಯಿಂದ ಹಿಂದಿ ಕಲಿಯಲಿಲ್ಲ. ಅದರಿಂದ ನಷ್ಟವಾಗಿದ್ದು ಹಿಂದಿ ಭಾಷೆಗಲ್ಲ, ವೈಯಕ್ತಿಕವಾಗಿ ನನಗಾದ ನಷ್ಟ. ಅದು ಬೇರೆಯ ಕಥೆ, ಅದನ್ನ ಅಲ್ಲಿಗೆ ಬಿಡೋಣ.

ಹೀಗೆ ಭಾಷೆಯನ್ನ ಕಲಿಯಲು ಇರುವ ಸಂಘಟನೆಯಲ್ಲಿ ಬಹಳಷ್ಟು ಜನ ಸಿಕ್ಕರು. ಅದರಲ್ಲಿ ಮುಕ್ಕಾಲು ಪಾಲು ಜನ ಒಳ್ಳೆಯವರು. ಅಲ್ಲೊಬ್ಬರು, ಇಲ್ಲೊಬ್ಬರು ಕಿಡಿಗೇಡಿಗಳು ಎಲ್ಲೆಡೆಯೂ ಇರುತ್ತಾರೆ. ಅಂತಹ ಒಂದು ಘಟನೆಯನ್ನ ಹೇಳಿ ಈ ಲೇಖನವನ್ನ ಮುಗಿಸುವೆ.

ಡ್ಯಾನಿಯಲ್ ಅಂದಿಗೆ 45–46ರ ಆಸುಪಾಸಿನ ವ್ಯಕ್ತಿ. ಅವನಿಗೆ ಇಂಗ್ಲಿಷ್ ಕಲಿಯಬೇಕಿತ್ತು. ನನಗೆ ಸ್ಪ್ಯಾನಿಷ್. ಮೊದಲ ಮೂರು ತಿಂಗಳು ಎಲ್ಲವೂ ಚೆನ್ನಾಗಿತ್ತು. ಆತ ಬಹಳ ಸಭ್ಯನಾಗಿದ್ದ. ವಾರಾಂತ್ಯದಲ್ಲಿ ಕಾಫಿ ಬಾರ್‌ಗಳು ನಮ್ಮ ಶಾಲೆಗಳು, ನನಗೆ ತಿಳಿದ ಮಟ್ಟಿನ ಇಂಗ್ಲಿಷ್ ಅವನಿಗೆ ಕಲಿಸುತ್ತಿದ್ದೆ. ಮುಕ್ಕಾಲು ಪಾಲು ಅದು ಮಾತನಾಡಲು ಕಲಿಸುವುದಾಗಿತ್ತು. ಅವನು ಕೂಡ ಹಾಗೇ

ನನಗೆ ಗೊತ್ತಿಲ್ಲದ ಅನೇಕ ಹೊಸ ಸ್ಪ್ಯಾನಿಷ್ ಪದಗಳನ್ನ ಹೇಳಿಕೊಡುತ್ತಿದ್ದ. ನಮ್ಮಲ್ಲಿ ಹೇಗೆ ಒಂದು ಪದ ಹಲವಾರು ಅರ್ಥವನ್ನ ನೀಡುತ್ತದೆ, ನಮ್ಮಲ್ಲಿ ಹೇಗೆ ಒಂದು ಸಣ್ಣ ಬದಲಾವಣೆ ಅರ್ಥವನ್ನೇ ಬದಲಿಸಿ ಬಿಡುತ್ತದೆ, ಹಾಗೇ ಸ್ಪ್ಯಾನಿಷ್‌ನಲ್ಲಿ ಕೂಡ ಇಂತಹ ಬಹಳಷ್ಟು ಪದಗಳಿವೆ. ಅವುಗಳನ್ನ ನನಗೆ ತಿಳಿ ಹೇಳಿದವನು ಡ್ಯಾನಿ.

ಡ್ಯಾನಿ ಮಾತನಾಡುವಾಗ ಕೈ ಸವರುವುದು, ಭುಜವನ್ನ ಮುಟ್ಟುವುದು ಮಾಡುತ್ತಿದ್ದ. ನನಗೆ ಅದರಲ್ಲಿ ವಿಶೇಷತೆ ಕಾಣಲಿಲ್ಲ. ಸ್ಪೇನ್‌ನಲ್ಲಿ ಒಂದು ಹೆಣ್ಣು ಗಂಡು ಹೀಗೆ ಮಾಡುವುದು ಸ್ವಾಭಾವಿಕ. ಆದರೆ ಒಂದು ಗಂಡು ಇನ್ನೊಂದು ಗಂಡಿಗೆ ಹೀಗೆ ಮಾಡಿದರೆ ಅದಕ್ಕೆ ಬೇರೆಯ ಅರ್ಥ ಬರುತ್ತದೆ. ಅಂದಿಗೆ ನನಗೆ ಇದರ ಬಗ್ಗೆ ಇಷ್ಟೊಂದು ಜ್ಞಾನವಿರಲಿಲ್ಲ. ಶ್ರೀನಿ ಜೊತೆಗೆ ಕೈ ಕೈ ಹಿಡಿದು ಹೋಗಿ ಮಾರಿಕೋನ್ ಎನ್ನಿಸಿಕೊಂಡಿದ್ದ ಅನುಭವ ಬಿಟ್ಟರೆ ಇದು ನನಗೆ ತೀರಾ ಹೊಸದು. ಡ್ಯಾನಿ ನಾನು ಕೂಡ ಅವನಂತೆ ಎಂದುಕೊಂಡಿದ್ದಾನೆ. ಅವನು ಕೈ ಸವರಿದಾಗ ನಾನು ಕೊಸರಿಕೊಳ್ಳಲಿಲ್ಲ ನೋಡಿ! ಆಮೇಲೆ ಅಯ್ಯ ನಾನು ನಿನ್ನಂತಲ್ಲ ಎಂದು ಹೇಳಿ ಅವನಿಗೆ ಆದಿಯೋಸ್ ಹೇಳಿದಾಯ್ತು.

ಬದುಕೆಂದರೆ ಅದೊಂದು ಅನುಭವಗಳ ಆಗರ. ಕೆಲವು ನೆನಪಿನ ಬುತ್ತಿಯಲ್ಲಿ ಮಾಸದೆ ಉಳಿದುಕೊಳ್ಳುತ್ತವೆ. ಕೆಲವು ಪಾಠ ಕಲಿಸುತ್ತವೆ. ಕೆಲವು ನಮ್ಮ ಶಕ್ತಿ, ಬುದ್ಧಿಯನ್ನ ಹೆಚ್ಚಿಸುತ್ತವೆ. ಒಟ್ಟಿನಲ್ಲಿ ಒಳಿತೋ, ಕೆಡುಕೋ ನಿರಂತರವಾಗಿ ಹೊಸತನ್ನ ಕಲಿಸುತ್ತಿರುತ್ತದೆ. ಕಲಿಯುವುದು ಮತ್ತೆ ಅದನ್ನ ಅಳವಡಿಸಿಕೊಳ್ಳುವುದು ಮಾತ್ರ ನಮಗೆ ಬಿಟ್ಟದ್ದು.

# ಜಗತ್ತಿನಲ್ಲಿ ಕೆಟ್ಟದ್ದು ಎಷ್ಟಿದೆಯೋ ಅದರ ಹತ್ತು ಪಟ್ಟು... ನೂರು ಪಟ್ಟು ಒಳ್ಳೆಯದಿದೆ!

ನಮ್ಮಲ್ಲಿ ರಾಗಿ ಮುದ್ದೆ ಹೇಗೆ ಬಹುತೇಕರ ಉಪಹಾರವೋ ಹಾಗೆ ಇಲ್ಲಿ ಮರದ ತುಂಡು ಹೋಲುವ ಬ್ರೆಡ್ಡನ್ನ (ಇಲ್ಲಿ ಇದಕ್ಕೆ ಪಾನ್ ಅಂತಾರೆ) ಬೆಳಗಿನ ಉಪಾಹಾರವಾಗಿ ಸೇವಿಸುತ್ತಾರೆ. ಸಾಮಾನ್ಯವಾಗಿ ಈ ಪಾನ್ ಬಹಳ ಗಟ್ಟಿ. ತಿನ್ನುವುದಕ್ಕೆ ಗೊತ್ತಿರದಿದ್ದರೆ ವಸಡು ಕಿತ್ತು ಹೋಗುವುದು ಗ್ಯಾರಂಟಿ. ಇಂತಹ ಗಟ್ಟಿ ಬ್ರೆಡ್ಡನ್ನ ಮಧ್ಯದಲ್ಲಿ ಕತ್ತರಿಸಿ ಅಲ್ಲಿ ಮಾಂಸದ ತುಂಡು ಅಥವಾ ಚೀಸ್ ಅಥವಾ ಎರಡನ್ನೂ ಇಟ್ಟು, ಒಂದಷ್ಟು ಟೊಮೊಟೊ ತುಂಡು ಮತ್ತು ಎಲೆಕೋಸು ಹೋಲುವ ಲೆಟ್ಯೂಸ್ ಎನ್ನುವ ಸೊಪ್ಪನ್ನ ಇರಿಸಿ ಸ್ಯಾಂಡ್ವಿಚ್ ತಯಾರಿಸುತ್ತಾರೆ. ಇದು ಇಲ್ಲಿ ಬಹುತೇಕರು ಬೆಳಗಿನ ಉಪಹಾರಕ್ಕೆ ಸೇವಿಸುವ ತಿಂಡಿ. ಅನನ್ಯಳಿಗೆ ನಾವು ಈ ಬ್ರೆಡ್ಡು ಅಭ್ಯಾಸ ಮಾಡಿಸಿರಲಿಲ್ಲ. ಒಮ್ಮೆ ಮ್ಯಾಡ್ರಿಡ್‌ಗೆ ತಮ್ಮ ಕಾಂತನ

ಮನೆಗೆ ಹೋಗಿದ್ದಾಗ ಅಲ್ಲಿ ಬೇರೆ ಬ್ರೆಡ್ಡು ಇರದ ಕಾರಣ ಅವಳು ಪ್ರಥಮ ಬಾರಿಗೆ ಇದನ್ನ ತಿಂದಳು. ಅವಳಿಗೆ ಈ ಸ್ಯಾಂಡ್ವಿಚ್ ಇಷ್ಟವಾಯ್ತು. ಇಲ್ಲಿ ಇದಕ್ಕೆ 'ಬೋಕಾತ್ತ' ಎಂದು ಹೆಸರು. ಇತ್ತೀಚಿಗೆ ಇಲ್ಲಿ ವೆಜಿಟೆಬಲ್ ಸ್ಯಾಂಡ್ವಿಚ್ ಕೂಡ ದೊರೆಯುತ್ತದೆ. ಆದರೆ ಇವುಗಳ ಸಂಖ್ಯೆ ಕಡಿಮೆ. ಹೀಗಾಗಿ ಬೆಳಗಿನ ಒಂದಷ್ಟು ವೇಳೆ ನಂತರ ವೆಜ್ ಸ್ಯಾಂಡ್ವಿಚ್ ಎನ್ನುವುದು ಮರೀಚಿಕೆ. ವರ್ಷಾನುಗಟ್ಟಲೆ ಒಂದು ನೆಲೆದಲ್ಲಿ ವಾಸಿಸಲು ಶುರು ಮಾಡಿದರೆ, ನಾವು ವಾಸಿಸುವ ಸುತ್ತಮುತ್ತಲ ಬಹಳ ಜನರ ಪರಿಚಯವಾಗುತ್ತದೆ. ಅದು ಸ್ನೇಹಕ್ಕೂ ತಿರುಗುತ್ತದೆ. ನಾನು ವಾಸವಿದ್ದ ಮನೆಯಿಂದ ಕೇವಲ ನೂರಿನ್ನೂರು ಮೀಟರ್ ದೂರದಲ್ಲಿ ಇದ್ದ 'ಬಾರ್ ಪೆದ್ರೋ' ಮಾಲೀಕ ಪೆದ್ರೋ ಸ್ನೇಹಿತನಾಗಿ ಯಾವಾಗ ಬದಲಾದ ಎನ್ನುವುದು ತಿಳಿಯದು. ಭಾಷೆಯೂ ಚೆನ್ನಾಗಿ ಬರಲು ಶುರುವಾದ ಮೇಲೆ ನನಗೆ ಇಲ್ಲಿ ಆಹಾರದ ತೊಂದರೆ ಮುಗಿದು ಹೋಯಿತು. ಬೆಳಿಗ್ಗೆ ದೈನಂದಿನ ನಡಿಗೆ, ಸ್ನಾನ ಇತ್ಯಾದಿ ಮುಗಿಸಿ, ತಿಂಡಿ ಮಾಡಲು ಬೇಸರ ಎನ್ನಿಸಿದ ದಿನ ನೇರವಾಗಿ ಬಾರ್ ಪೆದ್ರೋ ಹೊಕ್ಕುತ್ತಿದ್ದೆ. ಪೆದ್ರೋಗೆ ನನಗೇನು ಬೇಕು ಎಂದು ಗೊತ್ತಾಗಿತ್ತು. ಓಲಾ ಅಮಿಗೋ, ತ್ರಾಯ್ಗೋ ದೆ ಸಿಯೆಮ್ಪ್ರೆ? (ಮಾಮೂಲಿ ತರುವುದಾ?) ಎಂದು ಕೇಳುತ್ತಿದ್ದ. ನಾನು 'ಸಿ, ಪರ್ ಫಾವೊರ್' (ಯಸ್ ಪ್ಲೀಸ್) ಎನ್ನುತ್ತಿದ್ದೆ. ನಿಮಗೆ ಗೊತ್ತೇ? ಪೆದ್ರೋ ಈರುಳ್ಳಿಯನ್ನ ಉದ್ದುದ್ದ ಸೀಳಿ ಅದರ ಜೊತೆಗೆ ಪಿಮಿಯಂತೋಸ್ (ಮೆಣಸಿನಕಾಯಿ) ತುಂಡು ಮಾಡಿ ಸೇರಿಸಿ ಎಣ್ಣೆಯಲ್ಲಿ ಚೆನ್ನಾಗಿ ಬಾಡಿಸಿ ಅದನ್ನ ಬ್ರೆಡ್ ಮಧ್ಯದಲ್ಲಿ ಇಟ್ಟು ಮೇಲೊಂದು ತುಂಡು ಒಣಗಿಸಿದ ಚೀಸ್ ತುಂಡನ್ನ ಸೇರಿಸಿ ಕೊಡುತ್ತಿದ್ದ. ಒಹ್... ಆ ರುಚಿ ಇಂದಿಗೂ ಮತ್ತೆ ನನ್ನ ಬಾರ್ಸಿಲೋನಾಗೆ ಸೆಳೆಯುತ್ತದೆ. ನಿತ್ಯ ತಿಂಡಿ ತಿನ್ನದಿದ್ದರೂ ಪೆದ್ರೋ ಬಾರಿಗೆ ನಿತ್ಯ ಎರಡು ಭೇಟಿ, ಎರಡು ಕಾಫಿ ತಪ್ಪಿಸುತ್ತಿರಲಿಲ್ಲ. ನನ್ನ ಸ್ಪ್ಯಾನಿಷ್ ಕಲಿಕೆಯ ಮೊದಲ ಪಾಠಶಾಲೆ ಕೂಡ ಇದೇ ಬಾರ್.

ಬಾರ್ಸಿಲೋನಾ ನಗರವನ್ನ 2017ರಲ್ಲಿ ತೊರೆದು ಬೆಂಗಳೂರಿಗೆ ಶಿಫ್ಟ್ ಆಗಿದ್ದೆ. ಆದರೆ ಅಲ್ಲಿನ ನಂಟು ಮಾತ್ರ ಬಿಡಲು ಆಗಲಿಲ್ಲ. ಪ್ರತಿ ವರ್ಷ ಅನ್ನಿಗೆ ಬೇಸಿಗೆ ರಜ ಬಂದಾಗ ಏಪ್ರಿಲ್ ಮತ್ತು ಮೇ ತಿಂಗಳು ನಮ್ಮ ವಾಸ ಬಾರ್ಸಿಲೋನಾ. ಹೀಗೆ 2019ರ ಮೇ ತಿಂಗಳಲ್ಲಿ ಅನ್ನಿಯನ್ನ ಪಾನದೇರಿಯ ಒಂದಕ್ಕೆ ಕರೆದುಕೊಂಡು ಹೋಗಿದ್ದೆ. ಆ ಬ್ರೆಡ್ಡಿನ ಹೆಸರು 'ಲೆಟಿಸಿಯ' ಅಂತ. ಅಂದಹಾಗೆ ಸ್ಪೇನ್‌ನ ಈಗಿನ ಮಹಾರಾಣಿ ಹೆಸರು ಕೂಡ ಸೇಮ್!!

ಪಾನದೇರಿಯ(ನಮ್ಮ ಬೇಕರಿ ಅಣ್ಣಮ್ಮ)ದಲ್ಲಿ ಕೆಲಸ ಮಾಡುವ ಮಹಿಳೆಯನ್ನ ಇಂತಹ ಹೆಸರೇಕೆ ಇಟ್ಟಿರಿ? ಎಂದದ್ದಕ್ಕೆ ಮಹಾರಾಣಿ ಅಂದ ಮೇಲೆ ಕೋಮಲ, ಮೃದು ಎನ್ನುವ ಅರ್ಥ ಅಲ್ವಾ? ಅದಕ್ಕೇ ಸಾಫ್ಟ್ ಪಾನ್‌ಗೆ

ಆ ಹೆಸರು ಎಂದಳು. ನಿಮಗೆ ತಿಳಿದಿರಲಿ ಇಂದಿನ ಸ್ಪೇನ್ ಮಹಾರಾಣಿ ಮೊದಲಿಗೆ ಟಿವಿಯಲ್ಲಿ ನ್ಯೂಸ್ ಓದುತ್ತಿದ್ದ ಒಬ್ಬ ಸಾಮಾನ್ಯ ಪ್ರಜೆ. ಇಂದಿನ ರಾಜ, ಅಂದಿನ ಯುವರಾಜ ಫಿಲಿಪ್ಪೆಗೆ ಈಕೆಯನ್ನ ಟಿವಿಯಲ್ಲಿ ನೋಡಿ ಪ್ರೀತಿ ಅಂಕುರವಾಗುತ್ತದೆ. ಸಾಮಾನ್ಯವಾಗಿ ರಾಜ ಮನೆತನದವರು ರಾಜ ಮನೆತನದಲ್ಲೇ ಮದುವೆಯಾಗುತ್ತಾರೆ. ಇತ್ತೀಚಿಗೆ ಇದರಲ್ಲಿ ಒಂದಷ್ಟು ಬದಲಾವಣೆಗಳು ಆಗುತ್ತಿವೆ. ಹೀಗೆ ಯುವರಾಜನಿಗೆ ಈಕೆಯ ನೋಡಿ ಪ್ರೀತಿ ಹುಟ್ಟಿದ್ದಾಗ ಆಕೆಗೆ ಆಗಲೇ ಮದುವೆಯಾಗಿತ್ತು. ಯುವರಾಜನನ್ನ ಮದುವೆಯಾಗಲು ತನ್ನ ಗಂಡನಿಗೆ ಲೆಟಿಸಿಯ ವಿಚ್ಛೇದನ ನೀಡುತ್ತಾಳೆ. ಆಕೆಯ ಗಂಡ ಬಹಳ ಸಂತೋಷದಿಂದ ಒಪ್ಪಿ ಆಕೆಯ ವಿಚ್ಛೇದನಕ್ಕೆ ಸಮ್ಮತಿಯನ್ನ ನೀಡುತ್ತಾನೆ. ಇದೆಲ್ಲಾ ಹಿಂದಿನ ಕಥೆ. ಇಂದಿಗೆ ಈಕೆ ಸ್ಪೇನ್‌ನ ಮಹಾರಾಣಿ. ದೋನ್ಯ ಲೆಟಿಸಿಯ.

ಎರಡು ವರ್ಷದ ಹಿಂದೆ ಇಲ್ಲಿನ (ಬಾರ್ಸಿಲೋನಾ–2019, ಮೇ 9) ಸರಕಾರಿ ಕಛೇರಿಯಲ್ಲಿ ಕೆಲಸವಿತ್ತು. ಒಂದಲ್ಲ ಎರಡು ಕಛೇರಿ ಅಲೆಯಬೇಕಿತ್ತು. ಬೆಳಿಗ್ಗೆ ಹನ್ನೊಂದೂವರೆಗೆ ಒಂದು ಕಛೇರಿಯಲ್ಲಿ ಸಮಯ ಬೆಂಗಳೂರಿನಲ್ಲಿ ಕೂತು ತೆಗೆದುಕೊಂಡಿದ್ದೆ. ಇನ್ನೊಂದು ಮಧ್ಯಾಹ್ನ ಮೂರುಮೂವತ್ತಕ್ಕೆ. ಬೆಳಿಗ್ಗೆ ಬೇಗ ಎದ್ದು ಬಾರ್ಸಿಲೋನಾ ಕಡೆಗೆ ದೌಡಾಯಿಸಿದೆವು. ರಮ್ಯ, ಅನನ್ಯ ಜೊತೆಗಿದ್ದರು. ಬೆಳಗಿನ ಕೆಲಸ ಆರಾಮಾಗಿ ಮುಗಿಯಿತು. ಮಧ್ಯಾಹ್ನದ ಕಛೇರಿ ಬಾರ್ಸಿಲೋನಾ ನಗರದಿಂದ ಮೂವತ್ತು ಕಿಲೋಮೀಟರ್ ದೂರದಲ್ಲಿ.. ಸರಿ ಟ್ರೈನ್ ಹಿಡಿದು ಹೊರಟೆವು. ದೇಶ ಯಾವುದೇ ಇರಲಿ ನನಗೆ ಡ್ರೈವ್ ಮಾಡುವುದು ಒಗ್ಗದ ಕೆಲಸ. ಜೊತೆಗೆ ಇಲ್ಲಿನ ನಂಟು ಬಿಟ್ಟಿದ್ದರಿಂದ ಕಾರು, ಚಾಲಕ ಇಬ್ಬರೂ ಇರದ ಸ್ಥಿತಿ ಬೇರೆ, ಇರಲಿ. ಕಛೇರಿಯಲ್ಲಿನ ಕೆಲಸ ಸುಸೂತ್ರವಾಗಿ ಆಯಿತು. ಮತ್ತೆ ಟ್ರೈನ್ ಸ್ಟೇಷನ್‌ಗೆ ಹೋಗಬೇಕು ಟ್ರೈನ್ ಹಿಡಿಯಲು... ಒಂದೆರಡು ಕಿಲೋಮೀಟರ್ ದೂರ ಮಧ್ಯಾಹ್ನದ ಸಮಯ ನಮ್ಮ ಸ್ಪಾನಿಷ್ ಜನತೆ ಸಿಯಾಸ್ತ ಇಂದ (ಮಧ್ಯಾಹ್ನದ ನಿದ್ದೆಗೆ ಸಿಯಾಸ್ತ ಎನ್ನುತ್ತಾರೆ) ಇನ್ನೂ ಎದ್ದಿರಲಿಲ್ಲ. ರಸ್ತೆಯಲ್ಲಿ ಬೇಕೆಂದರೂ ಒಂದು ಟ್ಯಾಕ್ಸಿ ಸುಳಿವಿಲ್ಲ! ನಮ್ಮ ಪುಣ್ಯಕ್ಕೆ ಬಸ್ ಒಂದು ಬಂದಿತು ತಕ್ಷಣ ಬಸ್ ಹತ್ತಿ ಇಪ್ಪತ್ತು ಯುರೋ ನೋಟು ಕೊಟ್ಟೆ ಟಿಕೆಟ್ ಮೂರು ಜನರಿಗೆ ಐದು ಯುರೋ ಹತ್ತು ಸೇಂಟ್... ಡ್ರೈವರ್ ಚಿಲ್ಲರೆ ಇಲ್ಲ.. ಮಿಗಿಲಾಗಿ ಹತ್ತು ಯುರೋ ನೋಟಿಗಿಂತ ಹೆಚ್ಚಿನ ಮೌಲ್ಯದ ನೋಟನ್ನ ತೆಗೆದುಕೊಳ್ಳುವುದಿಲ್ಲ ಎಂದ. ಬಸ್‌ನಲ್ಲಿ ಹತ್ತರ ನೋಟಿಗಿಂತ ಹೆಚ್ಚಿನ ಮೌಲ್ಯದ ನೋಟನ್ನ ತೆಗೆದುಕೊಳ್ಳುವುದಿಲ್ಲ ಸರಿಯಾದ ಚಿಲ್ಲರೆ ಕೊಟ್ಟು ಸಹಕರಿಸಿ ಎನ್ನುವ ಮುಚ್ಚಳಿಕೆ ಕೂಡ ಹಾಕಿದ್ದರು. ಮುಂದಿನ ಇಪ್ಪತ್ತು ನಿಮಿಷದಲ್ಲಿ ಟ್ರೈನ್ ಇದೆ ಅದು ತಪ್ಪಿದರೆ ಸುಮ್ಮನೆ ಮತ್ತೊಂದು

ಗಂಟೆ ಕಾಯಬೇಕು. ಸ್ಪೇನ್‌ನ ಬಸ್ಸಗಳಲ್ಲಿ ಇನ್ನೂ ಡೆಬಿಟ್ ಕಾರ್ಡ್ ಅಥವಾ ಕ್ರೆಡಿಟ್ ಕಾರ್ಡ್ ತೆಗೆದುಕೊಳ್ಳುವುದಿಲ್ಲ!! ಲೋಕಲ್ ಟ್ರಾವೆಲ್ ಕಾರ್ಡ್ ಇತ್ತು ಆದರೆ ಅದನ್ನ ಪುನಃ ಆಕ್ಟಿವೇಟ್ ಮಾಡಿಸದೆ ತಪ್ಪು ಮಾಡಿದ್ದೆ. ಸರಿ ಇನ್ನೇನು ಮಾಡುವುದು ವಿಧಿಯಿಲ್ಲದೇ ಬಸ್ನಿಂದ ಇಳಿದೆವು. ನಮ್ಮ ಹಿಂದೆ ಇದ್ದ ವ್ಯಕ್ತಿ 'ಪೇರ್ದೂನ.. ನೋ ತೆ ಪ್ರಕುಪೇಸ್ ಸುವ್ವೆ ಲ ಆತೋಬುಸ್' ಎಂದ. ನಾನು ಚಕಿತನಾಗಿ 'ದೇಸ್ಕುಲ್ಪೆ' (ಎಸ್ಕ್ಯೂಸ್ ಮೀ) ಎಂದೆ. ಆತ ಮತ್ತೆ ಬಸ್ ಏರುವಂತೆ ಹೇಳಿದ. ನಾವು ಬಸ್ ಹತ್ತಿದೆವು. ಅನ್ನಿ, ರಮ್ಯ ಮತ್ತು ನನ್ನ ಟಿಕೆಟ್ ಅನ್ನು ತನ್ನ ಲೋಕಲ್ ಕಾರ್ಡ್ ಮೂಲಕ ಮಷೀನ್ ಮುಂದೆ ಹಿಡಿದು 'ಬೀಪ್' ಅನ್ನಿಸಿ ಪಾವತಿ ಮಾಡಿ ನನ್ನ ಧನ್ಯವಾದಕ್ಕೂ ನಿಲ್ಲದೇ ಏನೂ ಆಗಿಲ್ಲವೇನೂ ಎನ್ನುವಂತೆ ಹೋಗಿ ಹಿಂದಿನ ಸೀಟಿನಲ್ಲಿ ಕೂತ. ನಿಧಾನವಾಗಿ ಆತನನ್ನ ಸಮೀಪಿಸಿ ಧನ್ಯವಾದ ಹೇಳಿದೆ. ನೋ ಆಯ್ ದೆ ಕೆ (ಇದಕ್ಕೆಲ್ಲ ಧನ್ಯವಾದ ಏಕೆ ಬಿಡು) ಎಂದ. ಹತ್ತು ನಿಮಿಷದ ಹಿಂದೆ ಆತನಾರೋ ಗೊತ್ತಿರಲಿಲ್ಲ ಆದರೆ ಈಗ...?? ಬದುಕೆಂದರೆ ಇಷ್ಟೇ ಅಲ್ವಾ? ಆತನ ಇರುವಿಕೆಯ ಕಿಂಚಿತ್ತೂ ಅರಿವು ನಮಗಿರಲಿಲ್ಲ. ನಮ್ಮ ಇರುವಿಕೆಯ ಕುರುಹು ಕೂಡ ಆತನಿಗಿರಲಿಲ್ಲ. ಆದರೂ ಆತ ನಮ್ಮ ಸಹಾಯಕ್ಕೆ ಬಂದಿದ್ದ.

ನಾಲ್ಕಾರು ಸ್ಪ್ಯಾನಿಷ್ ಅಜ್ಜಿಯರು ಡ್ರೈವರ್‌ನನ್ನ ಹಿಗ್ಗಾಮುಗ್ಗಾ ತರಾಟೆಗೆ ತೆಗೆದುಕೊಂಡರು. ಅವನು ಮಾಡಿದ್ದು ತಪ್ಪು ಬೇಜಾರು ಮಾಡಿಕೊಳ್ಳಬೇಡ ಎಂದು ನನ್ನ ಬಳಿ ಬಂದು ಸಮಾಧಾನ ಹೇಳಿದರು. ಇದು ಇಲ್ಲಿನ ಸಮಾಜ. ಬಹುತೇಕ ಸ್ಪ್ಯಾನಿಶರು ಇರುವುದು ಹೀಗೆ. ಇನ್ನೊಬ್ಬರ ಕಷ್ಟವನ್ನ ತಮ್ಮದು ಎನ್ನುವ ರೀತಿಯಲ್ಲಿ ಕಾಣುತ್ತಾರೆ.

ಎರಡು ವರ್ಷದ ಹಿಂದೆ ಹೀಗೆ ನನಗೆ ಸಾಂತ್ವನ ಹೇಳಿದ ಅಜ್ಜಿಯರಲ್ಲಿ ಎಷ್ಟು ಜನರನ್ನ ಕರೋನ ಬಲಿ ಪಡೆದಿದೆಯೋ ಬಲ್ಲವರಾರು? ಇಲ್ಲಿ ನಮ್ಮ ಟೈಮ್ ಲಿಮಿಟೆಡ್. ಇದನ್ನ ಸಂಪೂರ್ಣ ಉಪಯೋಗಿಸಿಕೊಂಡು ಸಾಧ್ಯವಾದರೆ ಒಳಿತನ್ನ ಮಾಡೋಣ.

# ಗಲಿಬಿಲಿಯಾದ ಮನಸ್ಸಿನಿಂದಲೇ ಸ್ಥಿರತೆ ಹುಟ್ಟಿ ಬರುತ್ತದೆ, ಸಾವಿನ ನೆರಳಲ್ಲೇ ಬದುಕಿನ ಚಿಗುರು ಕೊನರುತ್ತದೆ!!

ಗ್ರೀಕ್ ಭಾಷೆಯಲ್ಲಿ ಸಾವಿಗೆ ಥಾನಾಟೋಸ್ ಎನ್ನುತ್ತಾರೆ. ಸ್ಪ್ಯಾನಿಷ್ ಭಾಷೆಯಲ್ಲಿ ಇದಕ್ಕೆ ಮ್ಯೂರ್ತೆ ಎನ್ನುತ್ತಾರೆ. ಇಟಾಲಿಯನ್‌ನಲ್ಲಿ ಮೊರ್ತೆ. ಹೀಗೆ ಬೇರೆ ಬೇರೆ ಭಾಷೆಯಲ್ಲಿ ಸಾವು ಎನ್ನುವ ಅರ್ಥ ಕೊಡುವ ಪದಕ್ಕೆ ಬೇರೆ ಬೇರೆ ಹೆಸರು, ಮತ್ತು ಉಚ್ಚಾರಣೆ. ಸಾವು ಎನ್ನುವುದು ಜಗತ್ತಿನೆಲ್ಲೆಡೆ ನೀಡುವ ದುಃಖ ಒಂದೇ ರೀತಿಯದು. ಆದರೆ ಅದನ್ನ ತೋರ್ಪಡಿಸುವ ವಿಧಾನದಲ್ಲಿ ಅದೆಷ್ಟು ಬದಲಾವಣೆ! ಇಲ್ಲಿಗೆ ಬಂದು ದಶಕವಾದರೂ ನಾನು ಯಾರೊಬ್ಬರ ಅಂತಿಮ ಕ್ರಿಯೆಯಲ್ಲಿ ಭಾಗವಹಿಸುವ ಅವಕಾಶವನ್ನ ಪಡೆದಿರಲಿಲ್ಲ. ಅದು 2009ರ ಒಂದು ದಿನ. ತಿಂಗಳು ಮತ್ತು ಸರಿಯಾದ ದಿನಾಂಕ ಮರೆತು ಹೋಗಿದೆ. ಸ್ನೇಹಿತ ಫ್ರಾನ್ಸಿಯ ತಾತ ಈ ಲೋಕದ ಆಟಕ್ಕೆ ಆದಿಯೋಸ್ ಹೇಳಿ ಹೊರಟಿದ್ದರು. ಫ್ರಾನ್ಸಿ ತಾತನ

ಫ್ಯೂನರಲ್‌ಗೆ ಹೋಗುವ ಬಗ್ಗೆ ಹೇಳಿದಾಗ ನಾನು ತಕ್ಷಣ ಅವನಲ್ಲಿ ನಾನು ಕೂಡ ಜೊತೆ ಬರಬಹುದೇ ಎಂದು ವಿನಂತಿಸಿದೆ. ನೀನು ಬರಬಹುದು ಆದರೆ ನಮ್ಮಲ್ಲಿ ಒಂದಷ್ಟು ಕಟ್ಟಳೆಗಳಿವೆ ಅವನ್ನ ಪಾಲಿಸಬೇಕಾಗುತ್ತದೆ ಎಂದನಾತ. ಫ್ಯೂನರಲ್‌ಗೆ ಹೋಗುವರು ಗಾಢವಾದ ಬಣ್ಣದ ಪ್ಯಾಂಟ್ ಮತ್ತು ಶರ್ಟ್ ಧರಿಸಬೇಕಾಗುತ್ತದೆ. ಟಿ ಶರ್ಟ್, ನಿಕ್ಕರು ಅಥವಾ ಜೀನ್ಸ್ ಪ್ಯಾಂಟ್ ಧರಿಸಿ ಹೋಗುವಂತಿಲ್ಲ. ಗಾಢವಾದ ಬಣ್ಣದ ಯಾವುದಾದರೂ ಬಟ್ಟೆ ಎಂದು ಹೇಳುತ್ತಾರೆ. ಆದರೆ ಇಲ್ಲಿ ನೂರಕ್ಕೆ ನೂರು ಜನ ಕಪ್ಪು ಪ್ಯಾಂಟ್ ಮತ್ತು ಕಪ್ಪು ಶರ್ಟ್ ಧರಿಸಿ ಬರುತ್ತಾರೆ. ಪರಿಚಿತರಾಗಿದ್ದರೆ ಸತ್ತವರ ಕುಟುಂಬದ ಸದಸ್ಯರ ಕೈ ಹಿಡಿದು ಒಂದೆರಡು ಸಾಂತ್ವನದ ಮಾತು ಹೇಳುತ್ತಾರೆ. ಅವರೇನು ಹೇಳಿದರು ಎನ್ನುವುದು ಪಕ್ಕದಲ್ಲಿ ನಿಂತವರಿಗೂ ಕೇಳಿಸುವುದಿಲ್ಲ ಅಷ್ಟೊಂದು ಮೆಲು ಧ್ವನಿಯಲ್ಲಿ ಮಾತನಾಡುತ್ತಾರೆ. ಪರಿಚಿತರಲ್ಲದಿದ್ದರೆ (ಉದಾಹರಣೆಗೆ ನನ್ನ ಕೇಸ್‌ನಲ್ಲಿ ನನಗೆ ಫ್ರಾನ್ಸಿಯ ಮನೆಯ ಇತರ ಸದಸ್ಯರು ಪರಿಚಯವಿರಲಿಲ್ಲ) ಕುಟುಂಬದ ಸದಸ್ಯರು ಕಂಡಾಗ ಸಣ್ಣ ನಗೆ ಬಿರಬೇಕು. ಅಚ್ಚರಿ ಅನ್ನಿಸುತ್ತದೆ ಅವರು ಸಾವಿನ ದುಃಖದಲ್ಲಿದ್ದರೆ ನಾವು ನಗುವುದು ಹೇಗೆ? ನಗು ಎಂದರೆ ಅದು ನಗುವಲ್ಲ, ಪ್ಲೀಸ್ ಟೇಕ್ ಕೇರ್ ಎನ್ನುವ ನೋಟದ ನಗು. ಇನ್ನು ಸತ್ತವರು ಯಾವುದೇ ವಯಸ್ಸಿನವರಿರಲಿ ಜೋರಾಗಿ ಅಳುವುದು ಇಲ್ಲಿನ ಜನ ಮಾಡುವುದಿಲ್ಲ. ಅದೆಲ್ಲವನ್ನ ಮೊದಲೇ ಮಾಡಿ ಮುಗಿಸಿರುತ್ತಾರೋ ಏನೋ ನನಗೆ ತಿಳಿಯದು. ಒಮ್ಮೆ ಪಬ್ಲಿಕ್ ಸೇರಿದರೆ ಅಲ್ಲಿಗೆ ಮುಗಿಯಿತು. ಬಹಳ ಗಂಭೀರವಾಗಿ ವರ್ತಿಸುತ್ತಾರೆ ವಿನಃ ಅಳುವುದು, ಕೂಗಾಟ, ಕಿರಿಚಾಟ ಇಲ್ಲವೇ ಇಲ್ಲ. ಇನ್ನು ಎಲ್ಲರೂ ಕಣ್ಣಿಗೆ ಕಪ್ಪು ಕನ್ನಡಕವನ್ನ ಸಹಿತ ಹಾಕಿರುತ್ತಾರೆ. ಹೀಗಾಗಿ ಯಾರ ಮನಸ್ಸಿನ ಭಾವನೆಯನ್ನ ಸಹ ಓದಲು ಆಗುವುದಿಲ್ಲ.

ಇಲ್ಲಿ ಸಾವು ಕೂಡ ತುಂಬಾ ಖರ್ಚಿನ ಬಾಬತ್ತು. ಬಹಳಷ್ಟು ಜನ ಬದುಕಿರುವಾಗಲೇ ಫ್ಯೂನರಲ್ ಇನ್ಶೂರೆನ್ಸ್ ಮಾಡಿಸಿ ಅದಕ್ಕೆ ಪ್ರೀಮಿಯಂ ಕೂಡ ಕಟ್ಟಲು ಶುರು ಮಾಡಿರುತ್ತಾರೆ. ಇಲ್ಲಿ ಸಾಮಾನ್ಯವಾಗಿ ಶವವನ್ನ ಮರದ ಪೆಟ್ಟಿಗೆಯಲ್ಲಿ ಇಟ್ಟು ಅದನ್ನ ನೆಲದಲ್ಲಿ ಹೂಳಲಾಗುತ್ತದೆ. ಮರದ ಶವ ಪೆಟ್ಟಿಗೆ 3ರಿಂದ ಶುರುವಾಗಿ 25–30 ಸಾವಿರ ಯುರೋ ತನಕ ಬೆಲೆ ಇರುತ್ತದೆ. ಇನ್ನು ಅದನ್ನ ಹೊಳಲು ನೆಲಕ್ಕೆ ಕೂಡ 25–50 ಸಾವಿರ ಯುರೋ ಖರ್ಚಾಗುತ್ತದೆ. ಮುಕ್ಕಾಲು ಪಾಲು ಜನ ಇಷ್ಟೊಂದು ದುಡ್ಡನ್ನ ಸಾವಿನ ನಂತರ ಖರ್ಚು ಮಾಡಲು ಇಷ್ಟಪಡುವುದಿಲ್ಲ. ಹೀಗಾಗಿ 2–3 ಸಾವಿರ ಯುರೋ ಪೆಟ್ಟಿಗೆಯಲ್ಲಿ ಇಟ್ಟು ಇನ್ನೊಂದೆರಡು ಸಾವಿರ ಕೊಟ್ಟು ನಮ್ಮ ಬ್ಯಾಂಕ್ ಲಾಕರ್‌ನಂತೆ ಕಾಣುವ ಗೋಡೆಗೆ ಅಂಟಿಕೊಂಡಿರುವ ಆರು ಅಡಿ ಉದ್ದ, ಮೂರಡಿ ಅಗಲದ ಕ್ಯಾಬಿನ್‌ನಲ್ಲಿರಿಸುತ್ತಾರೆ. ಎಲ್ಲಕ್ಕಿಂತ ಹೆಚ್ಚಿನ ಆಶ್ಚರ್ಯವಾದದ್ದು ಶವಪೆಟ್ಟಿಗೆಯನ್ನ ಹೀಗೆ

ಕ್ಯಾಬಿನ್ ಅಥವಾ ನೆಲದಲ್ಲಿ ಇರಿಸುವಾಗ ಚಪ್ಪಾಳೆ ಹೊಡೆಯುತ್ತಾರೆ. ಕೆಲವರು ಬ್ರಾವೊ (ಬ್ರೇವ್-ಧೈರ್ಯಶಾಲಿ ಎನ್ನುವ ಅರ್ಥ) ಎಂದು ಮೆಲುದನಿಯಲ್ಲಿ ಹೇಳುತ್ತಾರೆ. ಸತ್ತವರ ಆತ್ಮ ಬೇಸರಿಸಿಕೊಳ್ಳದೆ ಹೋಗಲಿ ಎನ್ನುವ ಕಾರಣದಿಂದ ಅಳುವುದು, ಕೂಗಾಡುವುದು ಮಾಡುವುದಿಲ್ಲ. ನಿನ್ನ ಬದುಕನ್ನ ನೀನು ಚೆನ್ನಾಗಿ ಸಾಗಿಸಿದೆ, ನೀನೊಬ್ಬ ಧೈರ್ಯವಂತ ಎನ್ನುವ ಅರ್ಥ ಬರುವಂತೆ ಕೆಲವೊಮ್ಮೆ ಬ್ರಾವೊ ಎನ್ನುವ ಪದದ ಉಚ್ಚಾರಣೆ ಕೂಡ ಮಾಡುತ್ತಾರೆ. ಶವಪೆಟ್ಟಿಗೆ ಇಡುವಷ್ಟು ಸಮಯ ಅಂದರೆ 2–3 ನಿಮಿಷ ಚಪ್ಪಾಳೆ ತಟ್ಟುತ್ತಲೆ ಇರುತ್ತಾರೆ.

ಇಲ್ಲಿ ಒಟ್ಟು ಮೂರು ಹಂತಗಳಿವೆ. ಮೊದಲನೆಯದು ಮೇಲೆ ಹೇಳಿದಂತೆ ನಡೆಯುತ್ತದೆ. ಪಾದ್ರಿ ಕೆಲವೊಂದು ಬೈಬಲ್‌ನ ಕೆಲವೊಂದು ಮಂತ್ರಗಳನ್ನ ಹೇಳುತ್ತಾರೆ. ಎರಡನೆಯದು ಕೆಲವೊಂದು ಮನೆತನಗಳು ಸತ್ತ ವ್ಯಕ್ತಿಯ ಬಗ್ಗೆ ಒಂದಷ್ಟು ಮಾತುಕತೆಯನ್ನ, ಸಂತಾಪ ಸೂಚಕ ಸಭೆಯನ್ನ ಇಟ್ಟುಕೊಳ್ಳುತ್ತವೆ. ಸತ್ತವರ ಕುಟುಂಬದವರು ಸತ್ತ ವ್ಯಕ್ತಿಯ ಬಗ್ಗೆ ಮಾತನಾಡುತ್ತಾರೆ. ಮುಕ್ಕಾಲು ಪಾಲು ಸತ್ತ ವ್ಯಕ್ತಿಯ ಗುಣಗಾನ ಮಾಡಲಾಗುತ್ತದೆ. ನಂತರ ಸತ್ತ ವ್ಯಕ್ತಿಯ ಸನಿಹದ ಸ್ನೇಹಿತರು ಮಾತನಾಡುತ್ತಾರೆ. ಅದೂ ಕೂಡ ಸತ್ತ ವ್ಯಕ್ತಿಯ ಹೊಗಳಿಕೆಯಾಗಿರುತ್ತದೆ. ಮೂರನೆಯದು ಫ್ಯೂನರಲ್‌ಗೆ ಬಂದವರಿಗೆ ಒಂದಷ್ಟು ಆಹಾರ ಮತ್ತು ವೈನ್ ವ್ಯವಸ್ಥೆಯನ್ನ ಮಾಡಲಾಗಿರುತ್ತದೆ. ಅದನ್ನ ಸೇವಿಸಿ ಎಲ್ಲರೂ ತಮ್ಮ ಮನೆಯತ್ತ ಹೋಗುತ್ತಾರೆ. ಮೇಲಿನ ಮೂರು ಹಂತಗಳು ಆರ್ಥಿಕವಾಗಿ ಸಬಲರಾಗಿದ್ದ ಕುಟುಂಬದಲ್ಲಿ ಮಾತ್ರ ನಡೆಯುತ್ತದೆ. ಮುಕ್ಕಾಲು ಪಾಲು ಜನ ಮೊದಲೇ ಹಂತವನ್ನ ಮಾಡಿ ಮುಗಿಸುತ್ತಾರೆ.

ಉಳಿದಂತೆ ಪ್ರತಿವರ್ಷ ನವೆಂಬರ್ 1ರಂದು 'ದಿಯಾ ದೆ ತೊದೊಸ್ ಲೋಸ್ ಸಾಂತೋಸ್' (Día de Todos los Santos) ಎನ್ನುವ ಹಬ್ಬವನ್ನ ಆಚರಿಸುತ್ತಾರೆ. ಇದು ಥೇಟ್ ನಮ್ಮಲ್ಲಿನ 'ಪಿತೃಪಕ್ಷ'ದ ಪ್ರತಿರೂಪ. ಇಲ್ಲಿ ತಿಥಿ ಎನ್ನುವುದಿಲ್ಲ; ಆದರೆ ಪ್ರತಿ ವರ್ಷ ನವೆಂಬರ್ 1ರಂದು ಸತ್ತ ತಮ್ಮ ಎಲ್ಲಾ ಪ್ರೀತಿ ಪಾತ್ರರ ಅಥವಾ ಪೂರ್ವಜರ ನೆನೆಯುತ್ತಾರೆ. ಅವರ ಸಮಾಧಿಯ ಬಳಿ ಹೂಗುಚ್ಛವನ್ನ ಇರಿಸುವುದು ಬಹಳ ಸಾಮಾನ್ಯ. ಬಹಳಷ್ಟು ಜನ ಸತ್ತವರಿಗೆ ಅತ್ಯಂತ ಪ್ರೀತಿ ಪಾತ್ರವಾದ ಊಟ, ತಿಂಡಿ ಅಥವಾ ಸಿಗರೇಟು, ವೈನ್ ಕೂಡ ಸಮಾಧಿಯ ಬಳಿ ಇಡುತ್ತಾರೆ. ಅಂದಿನ ದಿನ ಸ್ಮಶಾನಕ್ಕೆ ಸರಕಾರ ವಿಶೇಷ ಬಸ್ಸುಗಳ ಸೌಕರ್ಯವನ್ನ ಕೂಡ ಮಾಡಿಕೊಡುತ್ತದೆ. ನಮ್ಮ ಪಿತೃಪಕ್ಷದಲ್ಲಿ ಕೂಡ ನಾವು ಮಾಡುವುದು ಇದನ್ನೇ ಅಲ್ಲವೇ? ಇಲ್ಲಿ ಕೂಡ ಸಾವಿನ ನಂತರ ಮೃತ ಆತ್ಮದ ಬಗ್ಗೆ ಬಹಳಷ್ಟು ನಂಬಿಕೆ, ಮೂಢನಂಬಿಕೆಗಳು ಇವೆ. ಕರೋನ ಕಾಲಘಟ್ಟದಲ್ಲಿ ಸರಿಯಾಗಿ ಅಂತಿಮ ವಿದಾಯ ಸಿಗದ ಆತ್ಮಗಳು ತೊಳಲಾಡುತ್ತಿರುತ್ತವೆ ಎನ್ನುವುದು ಬಹಳಷ್ಟು ಜನರ ನಂಬಿಕೆ.

ಗಲಿಬಿಲಿಯಾದ ಮನಸ್ಸಿನಿಂದಲೇ ಸ್ಥಿರತೆ ಹುಟ್ಟಿ ಬರುತ್ತದೆ, ಆತಂಕದ ಬಸುರಿನಿಂದಲೇ ನಿಶ್ಚಯದ ಕೃತಿ ಬರುತ್ತದೆ, ಸಾವಿನ ನೆರಳಲ್ಲೇ ಬದುಕಿನ ಚಿಗುರು ಕೊನರುತ್ತದೆ, ನಿರಾಸೆಯ ಮಡುವಿನಿಂದಲೇ ಶ್ರದ್ಧೆಯ ಸಂದೇಶ ಉಕ್ಕಿ ಬರುತ್ತದೆ ಎನ್ನುವುದರಲ್ಲಿ ಅತೀವ ನಂಬಿಕೆ ಮತ್ತು ಶ್ರದ್ದೆಯನ್ನ ಹೊಂದಿರುವ ನನಗೆ ಮನುಷ್ಯ ಬದುಕಿದ್ದಾಗ ಅವರನ್ನ ಗೌರವ ಮತ್ತು ಘನತೆಯಿಂದ ನಡೆಸಿಕೊಂಡಿದ್ದೇ ಆದರೆ ಅವರ ಸಾವು ಅಥವಾ ಅವರ ಆತ್ಮ ನಮ್ಮನ್ನ ಎಂದೂ ಕಾಡದು ಎನ್ನುವ ವಿಶ್ವಾಸ.

ಹೆಚ್ಚು ಕಡಿಮೆ ನಾವೆಲ್ಲಾ ಒಂದೇ ಎನ್ನುವ ಮೇಲಿನ ಅನುಭವದೊಂದಿಗೆ ಇನ್ನೊಂದು ಘಟನೆಯನ್ನ ಕೂಡ ಹಂಚಿಕೊಳ್ಳುತ್ತೇನೆ. ದಿನ ಬೆಳಿಗ್ಗೆ 5.30ಕ್ಕೆ ಎದ್ದು 6 ಘಂಟೆಗೆ ಜಾಗಿಂಗ್ ಹೊರಟರೆ ಬರುವುದು 7ಕ್ಕೆ, ಬೇಸಿಗೆಯಲ್ಲಿ ಸರಿ, ಚಳಿಗಾಲದಲ್ಲಿ? ವಾತಾವರಣ ಹೇಗೆ ಇರಲಿ ನಾನು ನನ್ನ ದಿನಚರಿ ಬದಲಿಸಿದವನಲ್ಲ. ಹೀಗೆ 2010ರ ಒಂದು ದಿನ, ತಾಪಮಾನ–1, ನಿತ್ಯದಂತೆ ಎದ್ದು, ಓಡಿ, ನಂತರ ಇಲ್ಲಿನ ಸರಕಾರಿ ಕಛೇರಿಗೆ ಭೇಟಿ ಕೊಟ್ಟು, ಕೆಲಸ ಮುಗಿದ ನಂತರ ಕಾಫಿ ಬಾರ್ ಹೊಕ್ಕೆ, ಹೋಸೆ ಅಲ್ಲಿ ಕೆಲಸ ಮಾಡುವವನ ಹೆಸರು. ಅವನೊಂದಿಗೆ ಮಾತಿಗಿಳಿದೆ, ಬೇಸಿಗೆಯಿರಲಿ, ಚಳಿಗಾಲವಾಗಲಿ ಆತ ನಿತ್ಯ ಬೆಳಿಗ್ಗೆ 4 ಘಂಟೆಗೆ ಕೆಲಸಕ್ಕೆ ಹಾಜರ್. ಕಳೆದ 24 ವರ್ಷದಿಂದ ಇದೆ ಅವನ ದಿನಚರಿ!! ನನ್ನ ಖುಷಿಗೆ ನಾನು ಎದ್ದು ಓಡುವುದಕ್ಕೂ, ಕೆಲಸ ಮಾಡಲೇಬೇಕೆಂಬ ಕಟ್ಟುಪಾಡಿಗಾಗಿ ಏಳುವುದಕ್ಕೂ ತುಂಬಾನೇ ವ್ಯತ್ಯಾಸವಿದೆ. ಚಳಿಯಿರಲಿ ಬಿಸಿಲಿರಲಿ ನಾನು ಓಡುವುದು ತಪ್ಪಿಸಿಲ್ಲ ಆ ಬಗ್ಗೆ ನನಗಿದ್ದ ಹೆಮ್ಮೆ(ಅಹಂಕಾರ?)ಗೆ ಹೋಸೆಯ ಮಾತು ನಾಟಿತು. ಜಗತ್ತಿನ ಯಾವುದೇ ಭಾಗದಲ್ಲಿ ನಾವು ವಾಸಿಸಲಿ, ಆ ಭಗವಂತನ ಕರುಣೆ, ಒಂದಷ್ಟು ಅದೃಷ್ಟದ ಜೊತೆ ಇರದಿದ್ದರೆ ಬದುಕು ಪೂರ್ಣ ಹೋರಾಡುತ್ತಲೇ ಇರಬೇಕು. ವಿದೇಶ ಅದರಲ್ಲೂ ಯೂರೋಪು ಅಥವಾ ಅಮೆರಿಕಾ ಎಂದತಕ್ಷಣ ಅಲ್ಲಿನ ಎಲ್ಲರ ಬದುಕೂ ಬಹಳ ಸುಂದರ, ಅಲ್ಲಿನ ಎಲ್ಲರೂ ಸ್ಥಿತಿವಂತರು, ಹಣವಂತರು ಎನ್ನುವ ಭಾವನೆ ನಮ್ಮಲ್ಲಿ ಬಹಳಷ್ಟು ಜನರಿಗಿದೆ, ಅದು ಶುದ್ಧ ಸುಳ್ಳು ಎನ್ನುವುದನ್ನ ಹೇಳುವುದಕ್ಕೆ ಇದನ್ನ ಉಲ್ಲೇಖಿಸಬೇಕಾಯ್ತು. ಅಲ್ಲಿನವರಿಗೆ ಹಣವೇನೂ ಗಿಡದಲ್ಲಿ ಬಿಡುವುದಿಲ್ಲ. ಹಾಗೆ ನೋಡಲು ಹೋದರೆ, ಭಾರತೀಯ ಮಧ್ಯಮ ವರ್ಗ ಅನುಭವಿಸುತ್ತಿರುವ ಸವಲತ್ತುಗಳನ್ನ ಜಗತ್ತಿನ ಇತರ ಯಾವುದೇ ದೇಶದ ಜನ ಅನುಭವಿಸಲು ಸಾಧ್ಯವಿಲ್ಲ. ಮನೆಗೆಲಸವರು, ಡ್ರೈವರ್ ಇವೆಲ್ಲ ಅಲ್ಲಿ ಸಾಹುಕಾರರು ಮಾತ್ರ ಭರಿಸಬಹುದಾದ ಖರ್ಚುಗಳು.

ಇನ್ನೊಂದು ನಾವೆಲ್ಲಾ ಸೇಮ್ ಆದರೂ ನಮ್ಮ ವರ್ತನೆಯಲ್ಲಿ ಇರುವ ಬದಲಾವಣೆಯನ್ನ ಹೇಳಿ ಈ ಬರಹಕ್ಕೆ ವಿರಾಮ ಹಾಕುವೆ. ಬೆಂಗಳೂರಿನಲ್ಲಿ

ಮಕ್ಕಳು ಶಾಲೆಗೆ ಹೋಗಲು 6:30ರಿಂದ 7:30ರ ಬೆಳಿಗ್ಗೆ ಸಮಯ ಸ್ಕೂಲ್ ಬಸ್ ಕಾಯುತ್ತಾ ನಿಂತಿರುವುದು ಸಾಮಾನ್ಯ ದೃಶ್ಯ. ಬಹುಪಾಲು ಮಕ್ಕಳು ಬೆಳಿಗ್ಗೆ ತಿಂಡಿ ತಿನ್ನದೇ ಹೊರಡುತ್ತಾರೆ, ಪಕ್ಕದಲ್ಲಿ ಇರುವ ಶಾಲೆ ಸರಿಯಿಲ್ಲ ಎನ್ನುವ ಕಾರಣ ಕೊಡುವ ಪೋಷಕರು ಮಕ್ಕಳ ಕಳಿಸುವುದು 10–12 ಕಿಲೋಮೀಟರ್ ದೂರದ ಶಾಲೆಗೆ! ವಿಜಯನಗರದಲ್ಲಿ ಇರುವ ಮಗು ಅಲ್ಲೇ ಇರವ ಶಾಲೆಗೆ ಹೋಗದೆ (ಕಳಿಸದೆ) ನಾಗರಭಾವಿ ಶಾಲೆಗೆ ಬರುತ್ತೆ, ಇಲ್ಲಿನ ಮಗು ವಿಜಯನಗರ ಶಾಲೆಗೆ!!

ಯೂರೋಪಿನ ಬಹುತೇಕ ದೇಶಗಳಲ್ಲಿ ಬೆಳಗಿನ ತಿಂಡಿ ಮಿಸ್ ಮಾಡಬೇಡಿ ಎಂದು ಕೋಟ್ಯಂತರ ಯುರೋ ಖರ್ಚು ಮಾಡಿ ಜಾಹಿರಾತು ನೀಡುತ್ತಿವೆ. ಅಲ್ಲಿ ಮಕ್ಕಳು ಹೆಚ್ಚೆಂದರೆ 3 ಕಿಲೋಮೀಟರ್ ಅಂತರ(ವಾಸಿಸುವ ಮನೆಯಿಂದ)ದಲ್ಲಿ ಇರುವ ಶಾಲೆ ಸೇರಬಹುದು, ದೂರದ ಶಾಲೆ ಸೇರಲು ಬಯಸಿದರೆ ಮನೆ ಅಲ್ಲೇ ಮಾಡಬೇಕು. ನೀವು ತಿಪ್ಪರಲಾಗ ಹಾಕಿದರೂ ನಿಮ್ಮ ಮನೆಯ ಮೂರು ಕಿಲೋಮೀಟರ್ ಪರಿಧಿ ಮೀರಿದ ಶಾಲೆಯನ್ನ ಅವರು ನೀಡುವುದಿಲ್ಲ. ಇಲ್ಲಿ ಶಿಕ್ಷಣ ಉಚಿತ. 99 ಪ್ರತಿಶತ ಜನ ಉಚಿತ ಶಾಲೆಗೆ ಸೇರಿಸುತ್ತಾರೆ. ಉಳಿದೊಂದು ಪ್ರತಿಶತ ಪ್ರೈವೇಟ್ ಸ್ಕೂಲ್ ಹುಡುಕಿಕೊಳ್ಳುತ್ತಾರೆ.

ಎಲ್ಲಾ ದೇಶಗಳಲ್ಲೂ ವ್ಯವಸ್ಥೆಯಲ್ಲಿ ಒಂದಷ್ಟು ಲೋಪದೋಷಗಳು ಇದ್ದೇ ಇರುತ್ತವೆ. ಎಲ್ಲೆಲ್ಲಿ ಮನುಷ್ಯರಿದ್ದಾರೆ ಅಲ್ಲಿ ಇಂತಹ ತಪ್ಪುಗಳು ಸಹಜ. ನಾವು ಭಾರತೀಯರು ಬಹುಬೇಗ ವಿದೇಶಿಯರ ಬಗ್ಗೆ ಇಲ್ಲದ ನಂಬಿಕೆ ಬೆಳೆಸಿಕೊಂಡು ಬಿಡುತ್ತೇವೆ. ಅಲ್ಲಿನ ದೇಶ, ಜನ ಮಾಡಿದ್ದು ಬೆಸ್ಟ್ ಎನ್ನುವ ಭಾವನೆ ಬೆಳಸಿಕೊಳ್ಳುತ್ತೇವೆ. ನಮ್ಮ ದೇಶವನ್ನ ಅವರೊಂದಿಗೆ ಹೋಲಿಕೆ ಮಾಡಿಕೊಂಡು ಹಳಿಯಲು ಶುರು ಮಾಡುತ್ತೇವೆ. ನಾವು ಬದಲಾವಣೆ ಬಯಸುತ್ತೇವೆ ನಿಜ ಆದರೆ ಆ ಬದಲಾವಣೆ ಮಾತ್ರ ನನ್ನಿಂದಲೇ ಶುರುವಾಗಲಿ ಎನ್ನುವ ಮನೋಭಾವ ಮಾತ್ರ ಇನ್ನೂ ಕಾಣುತ್ತಿಲ್ಲ.

# ಕಲ್ಲೊಟ್ಸ್! ಸುಟ್ಟ ಈರುಳ್ಳಿ ತಿನ್ನುವುದೂ ಇಲ್ಲಿ ಸಡಗರ!!

ತುಮಕೂರು ಜಿಲ್ಲೆಯ ಸಿರಾ ತಾಲೂಕಿನ ಬಳಿ ಇರುವ ಪುಟಾಣಿ ಹಳ್ಳಿ ಹೊಸೂರು. ಅದು ಅಮ್ಮನ ತವರು. ಬಾಲ್ಯದ ದಿನಗಳು ಕಳೆದದ್ದು ಪ್ರಾಥಮಿಕ ಶಿಕ್ಷಣ ಪಡೆದದ್ದು ಕೂಡ ಈ ಊರಿನಲ್ಲಿ ಎನ್ನುವುದು ಇಂದಿಗೆ ಮನಸ್ಸಿಗೆ ಮುದ ನೀಡುತ್ತದೆ. ನಮ್ಮ ಮನೆಯ ಪಕ್ಕಕ್ಕೆ ಹೊಂದಿಕೊಂಡು ಹಸುಗಳನ್ನ ಕಟ್ಟಲು ಕೊಟ್ಟಿಗೆಯನ್ನ ನಿರ್ಮಿಸಲಾಗಿತ್ತು. ಕೊಟ್ಟಿಗೆಯ ಪಕ್ಕದಲ್ಲಿ ಸ್ನಾನದ ಕೋಣೆ. ದೊಡ್ಡದೊಂದು ಹಂಡೆಯನ್ನ ಸಿಮೆಂಟು ಹಾಕಿ ಕಟ್ಟಿದ್ದರು, ಕೆಳಗೆ ಕಡ್ಡಿ, ಮರದ ತುಂಡು, ತೆಂಗಿನಕಾಯಿ ಚಿಪ್ಪು ಇತ್ಯಾದಿಗಳನ್ನ ತುಂಬಲು ಜಾಗವನ್ನ ಬಿಟ್ಟಿದ್ದರು. ಅಲ್ಲಿಗೆ ಅಗ್ನಿ ಸ್ಪರ್ಶವಾದರೆ ಸಾಕು ದಿನ ಪೂರ್ತಿ ಹಂಡೆಯಲ್ಲಿ ಬಿಸಿ ನೀರು ನಮಗೆ ಸಿಗುತ್ತಿತ್ತು. ಎಲ್ಲಕ್ಕಿಂತ ಮುಖ್ಯವಾಗಿ ಕೊಟ್ಟಿಗೆಯನ್ನ ಹಾದು ಇನ್ನೂರು ಮೀಟರ್ ದೂರದಲ್ಲಿ ತಾತ

ಶಂಕುಸ್ಥಾಪನೆ ಮಾಡಿದ ಶ್ರೀ ರಂಗನಾಥ ಸ್ವಾಮಿ ದೇವಾಲಯ ಕೂಡ ನಮ್ಮ ಮನೆಯ ಪ್ರಾಂಗಣದಲ್ಲಿ, ಮನೆಗೆ ಹೊಂದಿಕೊಂಡಂತೆ ಇತ್ತು.

ಮನೆಯಲ್ಲಿ ಬೆಳಗ್ಗಿನ ಉಪಹಾರಕ್ಕೆ ಎಂದು ಇಂದಿನ ದಿನಗಳ ರೀತಿಯಲ್ಲಿ ತಿಂಡಿ ತಯಾರಾಗುತ್ತಿರಲಿಲ್ಲ. ಅಂದಿಗೆ ಅವಲಕ್ಕಿ ಬೆಲ್ಲದ ಜೊತೆಗೆ ಒಂದಷ್ಟು ಹಾಲು ಬೆರೆಸಿ ನೀಡುತ್ತಿದ್ದರು, ಇಲ್ಲದಿದ್ದರೆ ರಾಗಿ ಹುರಿಹಿಟ್ಟಿಗೆ ಕಾಯಿ ಮತ್ತು ಬೆಲ್ಲ ಸೇರಿಸಿ ಕೊಡುತ್ತಿದ್ದರು. ಉಪ್ಪಿಟ್ಟು, ಇಡ್ಲಿ ಅಥವಾ ದೋಸೆ ಮಾಡಿದ ದಿನ ಮನೆಯಲ್ಲಿ ಹಬ್ಬದ ಸಡಗರ. ಇವೆಲ್ಲವನ್ನೂ ಮೀರಿದ ಒಂದಷ್ಟು ದಿನಗಳು ಇರುತ್ತಿದ್ದವು, ಆ ದಿನಗಳಲ್ಲಿ ಮನೆಯಲ್ಲಿ ಬೆಳಿಗ್ಗೆ ತಿನ್ನಲು ಏನೂ ಸಿಗುತ್ತಿರಲಿಲ್ಲ. ಆಗೆಲ್ಲಾ ಸದ್ದಿಲ್ಲದೇ ಅಡುಗೆಮನೆಯಿಂದ ನಾಲ್ಕೈದು ಆಲೂಗೆಡ್ಡೆ, ಈರುಳ್ಳಿ, ಟೊಮೊಟೊ ತೆಗೆದುಕೊಂಡು ಹೋಗಿ ಬಿಸಿ ನೀರು ಕಾಯಿಸುವ ಒಲೆಯಲ್ಲಿ ಹಾಕುತ್ತಿದ್ದೆವು. ಒಂದೈದು ನಿಮಿಷದಲ್ಲಿ ಅವುಗಳು ಚೆನ್ನಾಗಿ ಸುಟ್ಟು ಸುತ್ತಮುತ್ತ ಪರಿಮಳವನ್ನ ಬೀರಲು ಶುರು ಮಾಡುತ್ತಿದ್ದವು. ಹಸಿ ಮೆಣಸಿನಕಾಯಿ, ಉಪ್ಪು ಹಾಕಿ ಅದಕ್ಕೆ ಒಂದಷ್ಟು ನಿಂಬೆ ಹಣ್ಣಿನ ರಸವನ್ನ ಬೆರೆಸಿ ಚೆನ್ನಾಗಿ ಅದನ್ನ ಅರೆದು ಒಂದು ರೀತಿಯ ಪೇಸ್ಟ್ ತಯಾರಿ ಮಾಡಿಕೊಂಡಿರುತ್ತಿದ್ದೆವು. ನಿಮಗೆಲ್ಲಾ ಆಶ್ಚರ್ಯ ಅನ್ನಿಸಬಹುದು ನಾವು ಆಲೂಗೆಡ್ಡೆ, ಈರುಳ್ಳಿ ಇತ್ಯಾದಿಗಳನ್ನ ತೆಗೆದು ಅದನ್ನ ಅಲ್ಲೇ ತಿನ್ನಲು ಶುರು ಮಾಡುತ್ತಿದ್ದೆವು. ಅದನ್ನ ಹೊರಗೆ ತಂದು ಸಾವಧಾನವಾಗಿ ತಿನ್ನುವ ವ್ಯವಧಾನ ಕೂಡ ನಮಗಿರುತ್ತಿರಲಿಲ್ಲ. ಅಜ್ಜಿ ಯಾವಾಗಲೂ ಅಯ್ಯೋ ಮುಂಡೇವಾ ಅದನ್ನ ಹೊರಕ್ಕೆ ತೆಗೆದುಕೊಂಡು ಹೋಗಿ ದೇವಸ್ಥಾನದ ಜಗುಲಿಯ ಮೇಲೆ ತಿನ್ನಿ ಎನ್ನುವ ಆದೇಶವನ್ನ ಹೊರಡಿಸುತ್ತಿದ್ದಳು. ಆದರೆ ಅದು ನಮ್ಮ ಕಿವಿಗೆ ಎಂದೂ ಬೀಳಲಿಲ್ಲ. ಸಮಯಕ್ಕೆ ತಕ್ಕಂತೆ ನೆಲಗಡಲೆ, ಕಡಲೇಕಾಯಿ, ಗೆಣಸು ಕೂಡ ಈ ಜಾಗವನ್ನ ಆಕ್ರಮಿಸುತ್ತಿದ್ದವು.

ಇಷ್ಟೆಲ್ಲಾ ಜ್ಞಾಪಕ ಮತ್ತೆ ಮರುಕಳಿಸಲು ಕಾರಣ ನಿನ್ನೆ ನಮ್ಮ ಮನೆಯಲ್ಲಿ ಇದೆ ರೀತಿ, ಚೀಸ್, ಪನೀರ್, ಆಲೂಗೆಡ್ಡೆ ಇತ್ಯಾದಿಗಳ ಸುಟ್ಟು ತಿಂದೆವು, ಇದರ ಜೊತೆಗೆ ಬಾರ್ಸಿಲೋನಾ ನೆನಪು ಕೂಡ ಹಸಿರಾಯ್ತು. ಕತಲೂನ್ಯ ಪ್ರಾಂತ್ಯದಲ್ಲಿನ ಆಹಾರ ಪದ್ಧತಿಯ ಪ್ರಮುಖ ಭಾಗ ಕಲ್ಸೊಟ್ಸ್. ಅತ್ಯಂತ ಚಳಿಯ ತಿಂಗಳುಗಳು ಎಂದು ಹೆಸರಾಗಿರುವ ಜನವರಿಯಿಂದ ಏಪ್ರಿಲ್ ತಿಂಗಳವರೆಗೆ ಇಲ್ಲಿನ ಜನ ಪೈರು ಸಮೇತ ಇರುವ ಈರುಳ್ಳಿಯನ್ನ ಸುಟ್ಟು ತಿನ್ನುತ್ತಾರೆ. ಇದಕ್ಕೆ ಕಲ್ಸೊಟ್ಸ್ ಎನ್ನುತ್ತಾರೆ. ನಿಮಗೆ ಗೊತ್ತಿರಲಿ ಕತಲೂನ್ಯ ಸ್ಪೇನ್ ದೇಶದ ಇತರ ರಾಜ್ಯಗಳಿಗಿಂತ ಹೆಚ್ಚು ಸಂಪತ್ಭರಿತ ರಾಜ್ಯ. ಇಲ್ಲಿನ ಭಾಷೆ ಕತಲಾನ್, ಇದು ಸ್ಪ್ಯಾನಿಷ್ ಮತ್ತು ಫ್ರೆಂಚ್ ಭಾಷೆಯನ್ನ ಬೆರೆಸಿದಂತಿದೆ, ಸ್ಪ್ಯಾನಿಷ್ ಭಾಷೆಗಿಂತ ಫ್ರೆಂಚ್ ಭಾಷೆಗೆ ಒಂದೆರಡು ಹೆಜ್ಜೆ ಹೆಚ್ಚು ಹತ್ತಿರ ಎನ್ನಬಹುದು. ಜನರು

ಕೂಡ ಸ್ಪೇನ್ ದೇಶದ ಇತರ ರಾಜ್ಯಗಳಿಗಿಂತ ಹೆಚ್ಚು ಭಿನ್ನ. ಸ್ಪೇನ್ ದೇಶದ ಜನರಲ್ಲಿ ಕಾಣುವ ಸಾಮಾನ್ಯ ಗುಣಗಳಾದ, ಕಾಂತಾರ್ (ಹಾಡುವುದು) ಕೊಮೆರ್ (ತಿನ್ನುವುದು) ಮತ್ತು ಬೈಲಾರ್ (ಕುಣಿಯುವುದು, ಡ್ಯಾನ್ಸ್) ಬೆಬೇರ್ (ಕುಡಿಯುವುದು) ಇಲ್ಲಿನ ಜನಗಳಲ್ಲಿ ಸ್ವಲ್ಪ ಕಡಿಮೆ. ಹೀಗಾಗಿ ಸ್ಪೇನ್ ದೇಶದ ಇತರ ರಾಜ್ಯದ ಜನರು ಕತಲಾನರು ಎಂದರೆ ಸ್ವಲ್ಪ ಸೀರಿಯಸ್ ಜನ, ರಿಸರ್ವ್ಡ್ ಎನ್ನುವ ಭಾವನೆಯನ್ನ ಬೆಳಸಿಕೊಂಡಿದ್ದಾರೆ.

ಕತಲಾನರು ತಮಗೆ ಅಂಟಿರುವ ಈ ಹಣೆಪಟ್ಟಿಯನ್ನ ಸುಳ್ಳು ಎಂದು ಸಿದ್ಧ ಮಾಡಲು ಹುಟ್ಟಿಕೊಂಡಿರುವ ಸೋಶಿಯಲ್ ಗ್ಯಾದರಿಂಗ್ ಈರುಳ್ಳಿ ಸುಟ್ಟು ತಿನ್ನುವ ಕಾರ್ಯಕ್ರಮ. ಸಾಮಾನ್ಯವಾಗಿ ಯಾರದಾದರೂ ಒಬ್ಬರ ತೋಟದ ಮನೆಯಲ್ಲಿ, ಅಥವಾ ಬೆಟ್ಟ ಗುಡ್ಡಗಳಲ್ಲಿ ಇಂತಹ ಒಂದು ಕಾರ್ಯಕರ್ಮವನ್ನ ಏರ್ಪಡಿಸುತ್ತಾರೆ. ಕತಲಾನರು ತಮ್ಮ ವಿದೇಶಿ ಮಿತ್ರರನ್ನ ತಪ್ಪದೇ ಈ ಕಾರ್ಯಕರ್ಮಕ್ಕೆ ಕರೆದುಕೊಂಡು ಹೋಗುತ್ತಾರೆ. ತಾವು ಕೂಡ ಜನರೊಂದಿಗೆ ಹಮ್ಮುಬಿಮ್ಮು ಇಲ್ಲದೆ ಬೆರೆಯಬಲ್ಲೆವು ಎನ್ನುವುದನ್ನ ತೋರಿಸಲು ಕತಲಾನರು ಹಾಡುತ್ತಾರೆ, ಕುಣಿಯುತ್ತಾರೆ, ಕುಡಿಯುತ್ತಾರೆ, ಆಫ್ಕೋರ್ಸ್ ಸುಟ್ಟ ಈರುಳ್ಳಿ ಜೊತೆಗೆ, ಮಾಂಸವನ್ನ ಕೂಡ ಸುಡುತ್ತಾರೆ, ಅವುಗಳನ್ನ ತರಹಾವರಿ ಸಾಸ್‌ಗಳಲ್ಲಿ ಅದ್ದಿ ತಿನ್ನುತ್ತಾರೆ. ಜೊತೆಗೆ ವೈನ್ ಮತ್ತು ಬಿಯರ್ ಸಾಥ್ ಇದ್ದೆ ಇರುತ್ತದೆ. ನಿಮಗೆ ಆಶ್ಚರ್ಯ ಅನ್ನಿಸಬಹುದು 'ನೀರು' ಕುಡಿಯುವ ನನ್ನಂತಹವರ ಸಂಖ್ಯೆ ಇಲ್ಲವೇ ಇಲ್ಲ' ಎನ್ನಬಹುದು.

ಇಲ್ಲಿಗೆ ಬಂದ ಪ್ರಥಮ ದಿನಗಳಲ್ಲಿ ಇಂತಹ ಒಂದು ಕಲ್ಸೊಟ್ಸ್ ತಿನ್ನುವ ಕಾರ್ಯಕ್ರಮಕ್ಕೆ ನಾನೂ ಹೋಗಿದ್ದೆ. ಆ ನಂತರ ಪ್ರತಿ ವರ್ಷ ಅದು ಅಲಿಖಿತ ನಿಯಮವಾಗಿ ಹೋಯ್ತು ಅದು ಬೇರೆ ವಿಷಯ, ಆದರೆ ಪ್ರಥಮ ಅನುಭವ ಎಂದಿಗೂ ಸ್ಪೆಷಲ್ ಅಲ್ವಾ? ಅವರೇನೋ ಈರುಳ್ಳಿಯ ನಂತರ ಮಾಂಸ ಇತ್ಯಾದಿಗಳನ್ನ ತಿನ್ನುತ್ತಾರೆ ನನ್ನ ಗತಿಯೇನು? ಎನ್ನುವ ಭಯವನ್ನ ಹೋಗಲಾಡಿಸಿದ್ದು ಕಾಸ ಆಸಿಯಾದಲ್ಲಿ ಪರಿಚಯವಾಗಿದ್ದ ಗೆಳತಿ-ಸಹೋದರಿ ಬೇತಿ. ಇಡೀ ಬದನೆಕಾಯಿಯನ್ನ, ಆಲೂಗೆಡ್ಡೆಯನ್ನ ಕೂಡ ಈರುಳ್ಳಿಯ ಜೊತೆಗೆ ಸುಟ್ಟು ಕೊಟ್ಟಿದ್ದರು, ಅದರ ಮೇಲೆ ಉಪ್ಪು ಮತ್ತು ಕರಿಮೆಣಸಿನ ಕಾಳು ಪುಡಿಯನ್ನ ಉದುರಿಸಿ ತಿಂದ ನೆನಪು ಅಂದು ನನ್ನ ಬಾಲ್ಯದ ನೆನಪಿಗೆ ತಳುಕು ಹಾಕುವಂತೆ ಮಾಡಿತ್ತು.

ಸ್ಪೇನ್ ತಲುಪುವುದಕ್ಕೆ ಮುಂಚೆ ನನ್ನ ಪ್ರಪಂಚದಲ್ಲಿ ನಾನಿದ್ದೆ, ನನಗೆ ಹೊರಗಿನ ಪ್ರಪಂಚದ ಕಿಂಚಿತ್ತೂ ಜ್ಞಾನವಿರಲಿಲ್ಲ. ಯಾರೋ ಟೈಮ್ ಮಷೀನ್‌ನಲ್ಲಿ ನನ್ನ ಸ್ಪೇನ್ ದೇಶಕ್ಕೆ ತಂದು ಬಿಟ್ಟ ಅನುಭವ, ಈ ರೀತಿ ಈರುಳ್ಳಿ ಇತ್ಯಾದಿಯನ್ನ ಸುಟ್ಟು ತಿನ್ನುವುದಕ್ಕೆ ಬಾರ್ಬಿಕ್ಯೂ ಎನ್ನುತ್ತಾರೆ ಎನ್ನುವುದು

ಕೂಡ ತಿಳಿಯದಷ್ಟು ಅಜ್ಞಾನ ನನ್ನದಾಗಿತ್ತು. ಅದಕ್ಕೆ ಈ ಹೆಸರು ಎನ್ನುವುದು ಗೊತ್ತಿರಲಿಲ್ಲ ಆದರೆ ಬಾಲ್ಯದಲ್ಲೇ ಈ ರೀತಿ ಸುಟ್ಟು ತಿನ್ನುವುದರ ಮಜಾ ಮಾತ್ರ ಅರಿತುಕೊಂಡಿದ್ದೆ.

ನಿಜ ಹೇಳಬೇಕೆಂದರೆ ಕತಲಾನರು ಸ್ನೇಹ ಮಾಡುವುದಕ್ಕೆ ಮುಂಚೆ ಮಾತ್ರ ಒಂದಷ್ಟು ಸೀರಿಯಸ್ ಎನ್ನಿಸುತ್ತದೆ. ಸ್ನೇಹ ಗಟ್ಟಿಯಾದಂತೆಲ್ಲ ಅವರು ಕೂಡ ಎಲ್ಲರಂತೆ ಬೇರೆಯಬಲ್ಲರು ಎನ್ನುವುದು ತಿಳುವಳಿಕೆಗೆ ಬರುತ್ತದೆ. ಇನ್ನೊಂದು ಬಹಳ ಮುಖ್ಯ ಅಂಶವೆಂದರೆ ಕತಲಾನರು ಉಳಿದ ಸ್ಪ್ಯಾನಿಷ್ ಜನರಿಗಿಂತ ಹೆಚ್ಚು ಉಳಿಕೆಯಲ್ಲಿ ನಂಬಿಕೆಯನ್ನ ಇಟ್ಟವರು, ಹೀಗಾಗಿ ಸ್ಪ್ಯಾನಿಷ್ ದೇಶದ ಇತರ ರಾಜ್ಯದ ಜನರು ಇವರನ್ನ 'ತಕಾನ್ಯೋ' ಎಂದು ಕರೆಯುತ್ತಾರೆ. ತಕಾನ್ಯೋ ಎಂದರೆ ಜಿಪುಣ ಎನ್ನುವ ಅರ್ಥವನ್ನ ಕೊಡುತ್ತದೆ.

ಇದಕ್ಕೆ ಸಂಬಂಧಿಸಿದಂತೆ ಇನ್ನೊಂದು ಪುಟ್ಟ ಕಥೆಯಿದೆ. ಯಾರಾದರೂ ವಿದೇಶಿಯರು ಸ್ಪೇನ್ ದೇಶಕ್ಕೆ ಪ್ರವಾಸಕ್ಕೆ ಎಂದು ಬಂದರೆ ಮತ್ತು ಅವರು ಸ್ಪೇನ್ ದೇಶದ ದಕ್ಷಿಣದ ದೊಡ್ಡ ರಾಜ್ಯ ಅಂದಲುಸಿಯಾ ರಾಜ್ಯಕ್ಕೆ ಭೇಟಿಯನ್ನ ನೀಡಿದ್ದರೆ ಮತ್ತು ರಸ್ತೆಯಲ್ಲಿ ಯಾರನ್ನಾದರೂ ವಿಳಾಸ ಕೇಳಿದರೆ ಅಲ್ಲಿನ ಜನ ಕೈ ಹಿಡಿದು ವಿಳಾಸಕ್ಕೆ ತಲುಪಿಸಿ ಬರುತ್ತಾರೆ, ಇದೆ ಕೆಲಸವನ್ನ ನೀವು ದೇಶದ ರಾಜಧಾನಿ ಮಾಡ್ರಿಡ್‌ನಲ್ಲಿ ಮಾಡಿದರೆ, ಅಲ್ಲಿನ ಜನ ಒಂದೆರಡು ಹೆಜ್ಜೆ ನಿಮ್ಮೊಂದಿಗೆ ಹಾಕಿ ಇತ್ತ ಹೋಗಬೇಕು ಎನ್ನುವುದನ್ನ ನಿಮಗೆ ತೋರಿಸಿ ಹೋಗುತ್ತಾರೆ, ಇದೆ ಕೆಲಸವನ್ನ ನೀವು ಕತಲೂನ್ಯದಲ್ಲಿ ಮಾಡಿದರೆ, ಗೊತ್ತಿಲ್ಲವೆಂದೂ ಅಥವಾ ಹೆಚ್ಚೆಂದರೆ ಎಡಕ್ಕೋ ಅಥವಾ ಬಲಕ್ಕೋ ತಿರುಗಿ ಎಂದು ಹೇಳಿ ಹೋಗಿಬಿಡುತ್ತಾರೆ ಎನ್ನುವುದು ಕೂಡ ಇಲ್ಲಿನ ಜನರಲ್ಲಿ ಕತಲಾನರು ಎಂದರೆ ಅಷ್ಟೊಂದು ಸ್ನೇಹ ಜೀವಿಗಳಲ್ಲ ಎನ್ನುವುದನ್ನ ತಿಳಿಸಲು ಸೃಷ್ಟಿಸಿದ ಕಥೆ. ಕತಲಾನರು ಸ್ನೇಹಜೀವಿಗಳೇ ಅದರಲ್ಲಿ ಸಂಶಯವಿಲ್ಲ, ಆದರೆ ಅಂದಲೂಸಿಯನ್ನರು ಮಾತ್ರ ಅತ್ಯಂತ ಮೃದು ಸ್ವಭಾವದ, ಭಾವುಕ ಜೀವಿಗಳು ಎನ್ನುವುದನ್ನ ಕಣ್ಣಾರೆ ಕಂಡು ಅನುಭವಿಸಿದ್ದೇನೆ. ಆ ಅನುಭವದ ಆಧಾರದ ಮೇಲೆ ಮೇಲಿನ ಕಥೆಗೆ ಇನ್ನೊಂದು ಸಾಲು ಸೇರಿಸಲು ಇಚ್ಛೆ ಪಡುತ್ತೇನೆ. ಅಂದಲೂಸಿಯನ್ನರು ಯಾರಾದರೂ ವಿಳಾಸ ಕೇಳಿದರೆ ಅವರನ್ನ ತಮ್ಮ ಕಾರಿನಲ್ಲಿ ಕೂರಿಸಿಕೊಂಡು ಹೋಗಿ ಅವರು ತಲುಪಬೇಕಾದ ಜಾಗಕ್ಕೆ ತಲುಪಿಸಿ ಬರುವಂತಹವರು! ಕಂಡು ಕೇಳರಿಯದ ಅಪರಿಚಿತನನ್ನ ಹೀಗೆ ನಡೆಸಿಕೊಳ್ಳುವ ಇವರು ಅವರಲ್ಲಿ ಒಬ್ಬನಾದವನನ್ನ ಹೇಗೆ ನಡೆಸಿಕೊಳ್ಳಬಹುದು? ಎನ್ನುವ ಊಹೆಯನ್ನ ನಿಮಗೆ ಮಾಡಿಕೊಳ್ಳಲು ಬಿಡುತ್ತೇನೆ. ಕತಲಾನ್ ಮತ್ತು ಅಂದಲೂಸಿಯ ಎರಡೂ ರಾಜ್ಯಗಳಲ್ಲಿ ಸಾಕಷ್ಟು ಸ್ನೇಹಿತರನ್ನ ಹೊಂದಿದ್ದೇನೆ. ಅಂದಲೂಸಿಯನ್ನರು ಅತ್ಯಂತ ಭೋಳೆ ಸ್ವಭಾವದವರು, ಸ್ವಭಾವತಃ

ಸೋಷಿಯಲಿಸ್ಟ್‌ಗಳು, ಸಮಾಜವಾದದಲ್ಲಿ ಅತ್ಯಂತ ಹೆಚ್ಚು ನಂಬಿಕೆಯನ್ನ ಹೊಂದಿದವರು. ಇವರಿಗೆ ಹೋಲಿಸಿ ನೋಡಿದರೆ ಕತಲಾನ್‌ಗಳು ಕ್ಯಾಪಿಟಲಿಸ್ಟ್‌ಗಳು, ವಿಚಾರವಂತರು, ಅಳೆದು ತೂಗಿ ನಿರ್ಧಾರವನ್ನ ತೆಗೆದುಕೊಳ್ಳುವ ಜನ, ಅಂದಲೂಸಿಗಳಷ್ಟು ಭಾವುಕರಲ್ಲ.

ಜನವರಿ 2021ರಲ್ಲಿ ಕತಲೂನ್ಯ ರಾಜ್ಯದ ಜನಸಂಖ್ಯೆ 75 ಲಕ್ಷ 22 ಸಾವಿರದ 596. ಇದು ಸ್ಪೇನ್ ದೇಶದ ಜನಸಂಖ್ಯೆಯ 16 ಪ್ರತಿಶತ. ಇಷ್ಟೊಂದು ಪುಟಾಣಿ ಜನಸಂಖ್ಯೆ ಹೊಂದಿರುವ ರಾಜ್ಯ ದಶಕಗಳಿಂದ ಸ್ವತಂತ್ರವಾಗುವ ಕನಸನ್ನ ಕಾಣುತ್ತ ಬಂದಿದೆ. ಕತಲೂನ್ಯ ಇಸ್ ನಾಟ್ ಸ್ಪೇನ್ ಎನ್ನುವುದು ಇವರ ಘೋಷಣೆ. ಸ್ಪೇನ್ ದೇಶದ ರೀತಿ ರಿವಾಜುಗಳನ್ನ ತಿರಸ್ಕರಿಸಿ ಎಲ್ಲದಕ್ಕೂ ತಮ್ಮದೇ ರೀತಿ ರಿವಾಜುಗಳನ್ನ ಕೂಡ ಇವರು ಸೃಷ್ಟಿಸಿಕೊಂಡಿದ್ದಾರೆ. ಇಲ್ಲಿನ ರಾಜ್ಯದ ಸರಹದ್ದಿನಲ್ಲಿ ಹುಟ್ಟಿದ ಮಕ್ಕಳೆಲ್ಲಾ ಕತಲೂನ್ಯರು ಎನ್ನುವುದು ಕೂಡ ಇವರ ಪರಿಪಾಠ. ಅನನ್ಯ 2009ರಲ್ಲಿ ಬಾರ್ಸಿಲೋನಾ ನಗರದ ಕಾನ್ರುತಿ ಎನ್ನುವ ಆಸ್ಪತ್ರೆಯಲ್ಲಿ ಹುಟ್ಟಿದಾಗ, ಪ್ರಸೂತಿ ಮಾಡಿದ ವೈದ್ಯರು ನನ್ನ ಕೈಗೆ ಅನ್ನಿಯನ್ನ ಇಟ್ಟು, ಇನ್ನೊಬ್ಬಳು 'ಕತಲಾನ' ಹುಟ್ಟಿದ್ದಳು, 74 ಲಕ್ಷದ 29 ಸಾವಿರದ 418ನೇ ಪ್ರಜೆ ಇವಳು ಎನ್ನುವಾಗ ಅವರ ಕಣ್ಣಲ್ಲಿ ಕಂಡ ತಮ್ಮ ರಾಜ್ಯದ (ಅವರ ಪ್ರಕಾರ ದೇಶದ) ಬಗೆಗಿನ ಅಪರಿಮಿತ ಅಭಿಮಾನ ವರ್ಣಿಸುವುದು ಅಸಾಧ್ಯ. ಇಲ್ಲಿನ ಎಲ್ಲಾ ಪ್ರಜೆಗಳ ಒಟ್ಟು ಅಭಿಮಾನ ಈ ರಾಜ್ಯವನ್ನ ಬೇರೆ ರಾಜ್ಯಕ್ಕಿಂತ ವಿಶಿಷ್ಟವಾಗಿಸಿದೆ.

## ನಾಯಿ ಸಾಕುವುದು ಶೋಕಿಯಲ್ಲ! ಅದರ ಕಕ್ಕವನ್ನ ಎತ್ತುವುದು ಇಲ್ಲಿ ಶಿಷ್ಟಾಚಾರ!!

ಮೈಸೂರಿಗೆ ಬಂದು ನೆಲಸಿ ಎರಡು ತಿಂಗಳಾಗುತ್ತಾ ಬಂದಿತು. ಬೆಂಗಳೂರಿಗರಲ್ಲಿ ಮತ್ತು ಮೈಸೂರಿಗರಲ್ಲಿ ಒಂದು ಸಾಮ್ಯತೆಯನ್ನ ಕಂಡು ಹಿಡಿಯುವಲ್ಲಿ ಸಫಲನಾಗಿದ್ದೇನೆ. ಕೋಟಿ ಕೋಟಿ ಬೆಲೆ ಬಾಳುವ ಮನೆಯ ಮಾಲೀಕರು ಬೆಳಿಗ್ಗೆ ಮತ್ತು ಸಾಯಂಕಾಲ ಕೈಯಲ್ಲಿ ತಾವು ಸಾಕಿರುವ ವಿದೇಶಿ ತಳಿಯ ನಾಯಿಯನ್ನ ಹಿಡಿದುಕೊಂಡು ಬೀದಿಗೆ ಬರುತ್ತಾರೆ. ಹಾಗೆ ಅವರು ಬೀದಿಗೆ ಬರುವುದು ಏಕೆ ಗೊತ್ತೇ? ಆ ನಾಯಿಯ ಮಲ ಮೂತ್ರ ವಿಸರ್ಜನೆಗೆ ಅನುವು ಮಾಡಿಕೊಡುವುದಕ್ಕೆ! ರಸ್ತೆಯಲ್ಲಿ ಆ ನಾಯಿ ವಿಸರ್ಜಿಸಿದ ನಂತರ ಆ ನಾಯಿಯ ಮಾಲೀಕರು ಕೆಲಸ ಮುಗಿಯಿತು ಎನ್ನುವಂತೆ ಹೊರಟು ಹೋಗುತ್ತಾರೆ. ಈ ಖಾಯಿಲೆ ಬೆಂಗಳೂರಿಗೆ ಮಾತ್ರ ಎಂದುಕೊಂಡಿದ್ದ ನನಗೆ ನಿನ್ನೆ ಆಘಾತವಾಯ್ತು.

ಮೈಸೂರಿಗರು ಕೂಡ ಈ ವಿಷಯದಲ್ಲಿ ಬೆಗಳೂರಿಗರಿಗಿಂತ ಕಡಿಮೆಯೇನಿಲ್ಲ. ನಮ್ಮ ಮನೆಯ ಮುಂದಿನ ಮನೆಯವರು ರಾಕಿಯನ್ನ ಸಾಕಿದ್ದಾರೆ. ಆ ನಾಯಿಯ ಹೆಸರು ರಾಕಿ ಎನ್ನುವುದು ನಮ್ಮ ರೋಡ್ನಲ್ಲಿರುವ ಎಲ್ಲರಿಗೂ ಗೊತ್ತು. ಇಂತಿಪ್ಪ ರಾಕಿಯ ಅವರು ಹೊರಗೆ ಕರೆದುಕೊಂಡು ಬರುವುದು ಮಲ ಅಥವಾ ಮೂತ್ರ ವಿಸರ್ಜನೆಗೆ ಮಾತ್ರ. ಆಮೇಲೆ ಕೆಲಸವಾಯ್ತು ಎಂದು ಅದನ್ನ ಕಟ್ಟಿ ಹಾಕುತ್ತಾರೆ. ಹೀಗಾಗಿ ರಸ್ತೆಯ ತುಂಬಾ ರಾಕಿಯ ಮಲ, ಮೂತ್ರದ್ದೇ ಸಾಮ್ರಾಜ್ಯ. ಅತ್ಯಂತ ಸಂಭಾವಿತರೂ, ಸಂಸ್ಕೃತವಂತರಂತೆ ಕಾಣುವ ಎಲ್ಲಾ ವಿದೇಶಿ ತಳಿಯ ಮಾಲೀಕರ ಈ ವರ್ತನೆ ಬೇಡವೆಂದರೂ ನನ್ನ ಬಾರ್ಸಿಲೋನಾ ದಿನಗಳ ನೆನಪನ್ನ ಕೆದಕುತ್ತದೆ.

ಇಲ್ಲಿನ ಜನರು ಬಹಳ ಶ್ವಾನಪ್ರಿಯರು. ಮುಕ್ಕಾಲು ಪಾಲು ಜನ ನಾಯಿಯನ್ನ ಸಾಕುತ್ತಾರೆ. ಕೆಲವರಂತೂ ಐದು, ಆರು ನಾಯಿಗಳನ್ನ ಹಿಡಿದು ರಸ್ತೆಯಲ್ಲಿ ಶೀಘ್ರ ನಡಿಗೆ ಅಥವಾ ಓಟದಲ್ಲಿ ತೊಡಗಿಸಿಕೊಂಡಿರುವ ದೃಶ್ಯ ಇಲ್ಲಿ ಸಾಮಾನ್ಯ. ಇಲ್ಲಿನ ಜನ ಸದಾ ತಮ್ಮ ಬ್ಯಾಗಿನಲ್ಲಿ ಒಂದು ಪ್ಲಾಸ್ಟಿಕ್ ಚೀಲವನ್ನ ಮತ್ತು ಪ್ಲಾಸ್ಟಿಕ್ ಕೈಚೀಲವನ್ನ ಇಟ್ಟು ಕೊಂಡಿರುತ್ತಾರೆ. ತಮ್ಮ ನಾಯಿ ವಿಸರ್ಜಿಸಿದ ಮಲವನ್ನ ಎತ್ತಿ ಅದನ್ನ ಪ್ಲಾಸ್ಟಿಕ್ ಚೀಲಕ್ಕೆ ತುಂಬಿಸಿ ಮತ್ತೆ ಅದನ್ನ ಹತ್ತಿರವಿರುವ ಕಸದ ಬುಟ್ಟಿಗೆ ಬಿಸಾಡಿ ಬರುತ್ತಾರೆ. ನಿಮಗೆಲ್ಲಾ ನೆನಪಿರಲಿ. ಇಲ್ಲಿ ಇದನ್ನ ಕುರಿತು ಯಾವುದೇ ಕಾನೂನು ಇಲ್ಲ. ನಾಯಿಯ ಮಲವನ್ನ ಎತ್ತುವುದು ಕಡ್ಡಾಯವಲ್ಲ. ಆದರೂ ಇಲ್ಲಿನ ಜನ ಮಾತ್ರ ಚಾಚೂ ತಪ್ಪದೆ ಶಿಷ್ಟಾಚಾರವನ್ನ ಪಾಲಿಸುತ್ತಾರೆ. ಕತಲೂನ್ಯ ರಾಜ್ಯದ ಜನ ಈ ವಿಷಯದಲ್ಲಿ ಬಹಳ ಕಟ್ಟುನಿಟ್ಟು. ಹೀಗಾಗಿ ಇಲ್ಲಿ ನಾಯಿ ಸಾಕುವುದು ಶೋಕಿಗಾಗಿ ಅಲ್ಲ, ಅದೊಂದು ಬದ್ಧತೆಯನ್ನ ಬೇಡುತ್ತದೆ. ನಿಮ್ಮ ನಾಯಿ ಮಾಡುವ ಮಲದಿಂದ ಮತ್ಯಾವುದೇ ವಿಷಯವಿರಲಿ ಸಮಾಜಕ್ಕೆ ನೀವು ಜವಾಬ್ದಾರರು.

ಇದೆ ಮಾತನ್ನ ಸ್ಪೇನ್ ದೇಶದ ರಾಜಧಾನಿ ಮ್ಯಾಡ್ರಿಡ್‌ನಲ್ಲಿ ಹೇಳಲು ಬರುವುದಿಲ್ಲ. ಇದರರ್ಥ ಇಲ್ಲಿ ನಾಯಿಯ ಹೊಲಸನ್ನ ರಸ್ತೆಯಲ್ಲಿ ಬಿಟ್ಟು ಹೋಗಬಹದು ಎಂದಲ್ಲ. ಒಬ್ಬರೋ ಇಬ್ಬರೋ ಅದನ್ನ ಎತ್ತಿ ಕಸದ ಬುಟ್ಟಿಗೆ ಹಾಕದೆ ಹೋಗುತ್ತಾರೆ. ಕೆಲವರಂತೂ ಬೆಳಿಗ್ಗೆ ಬೇಗ ನಾಯಿಯನ್ನ ಕರೆದುಕೊಂಡು ಅದರ ಕ್ರಿಯೆ ಮುಗಿಸಿಕೊಂಡು ಹೋಗುತ್ತಾರೆ. ಜನರಿಲ್ಲದ ವೇಳೆಯಲ್ಲಿ ಬಂದರೆ ಅದರ ಹೊಲಸನ್ನ ಎತ್ತುವ ಕೆಲಸವಿರುವುದಿಲ್ಲ ಎನ್ನುವುದು ಇವರ ಭಾವನೆ. ಹೀಗಾಗಿ ಒಂದೆರಡು ಪ್ರತಿಶತ ಜನ ಶಿಷ್ಟಾಚಾರವನ್ನ ಮರೆಯುತ್ತಾರೆ.

ಮ್ಯಾಡ್ರಿಡ್ ನಗರದಿಂದ 27 ಕಿಲೋಮೀಟರ್ ದೂರದಲ್ಲಿರುವ ಬ್ರುನೆತ್ತೆ ಎನ್ನುವ ಪುಟ್ಟ ನಗರದಲ್ಲಿ ಹೀಗೆ ನಾಯಿಯ ಮಲವನ್ನ ಎತ್ತದೆ ರಸ್ತೆಯಲ್ಲಿ

ಬಿಟ್ಟುಹೋಗುವವರ ಸಂಖ್ಯೆ ಹೆಚ್ಚಾಯ್ತು. ಇದು ಅಲ್ಲಿನ ನಗರ ಸಭೆಗೆ ತಲೆನೋವು ತರುವ ವಿಷಯವಾಯ್ತು. ಅದಕ್ಕೆ ಅವರು ಹೀಗೆ ನಾಯಿಯ ಮಲವನ್ನ ಎತ್ತದೆ ಬಿಟ್ಟು ಹೋದವರನ್ನ ಸಿಸಿ ಟಿವಿ ಕ್ಯಾಮೆರಾಗಳ ಮೂಲಕ ಪತ್ತೆ ಹಚ್ಚಿ ನಾಯಿಯ ಮಲವನ್ನ ಅವರ ಮನೆಗೆ ಕೋರಿಯರ್ ಮಾಡುವ ಹೊಸ ಪರಿಪಾಠ ಶುರು ಮಾಡಿದರು. ಅದು ಅವರಿಗೆ ಎಚ್ಚರಿಕೆಯ ನೋಟಿಸ್. ಎರಡನೇ ಬಾರಿ ಅದೇ ವ್ಯಕ್ತಿ ಮತ್ತೆ ಅದೇ ತಪ್ಪನ್ನ ಮಾಡಿದ್ದರೆ ಮತ್ತೆ ಕೋರಿಯರ್ ಕಳಿಸುತ್ತಾರೆ. ಜೊತೆಗೆ ಜೇಬಿಗೆ ಕತ್ತರಿಹಾಕುವ ದಂಡವನ್ನ ಕೂಡ ವಿಧಿಸಲು ಶುರು ಮಾಡಿದ್ದರು. ಎರಡು ವಾರದಲ್ಲಿ ಬ್ರುನೆತ್ತೆ ರಸ್ತೆಗಳಲ್ಲಿ ಕುಳಿತು ಊಟ ಮಾಡುವಷ್ಟು ಸ್ವಚ್ಛವಾಗಿದ್ದವು. ರೆಪ್ಸೊಲ್ ಸಂಸ್ಥೆಯ ಸೆಂಟ್ರೋ ದೆ ಟೆಕ್ನಾಲಜಿ ಯಲ್ಲಿ ಕೆಲಸ ಮಾಡುತ್ತಿದ್ದ ತಮ್ಮ ಲಕ್ಷ್ಮೀಕಾಂತ ಅಂದಿನ ದಿನದಲ್ಲಿ ಬ್ರುನೆತ್ತೆ ನಗರದ ನಿವಾಸಿಯಾಗಿದ್ದ. ಅವನನ್ನ ನೋಡಲು ಆಗತಾನೇ ಹೊಸದಾಗಿ ಶುರುವಾಗಿದ್ದ ಬುಲೆಟ್ ಟ್ರೈನ್‌ನಲ್ಲಿ ಬಾರ್ಸಿಲೋನಾದಿಂದ ಮ್ಯಾಡ್ರಿಡ್‌ಗೆ ಪ್ರಯಾಣ ಮಾಡಿದ ಅನುಭವವನ್ನ ಮತ್ತೊಮ್ಮೆ ಹಂಚಿಕೊಳ್ಳುವೆ.

ನಮ್ಮಲ್ಲಿ ಮಾತ್ರ ರಸ್ತೆಯಿರುವುದೇ ಇಂತಹ ಕ್ರಿಯೆಗೆ ಎನ್ನುವಂತೆ ಹಕ್ಕಿನಿಂದ ಬಂದು ನಾಯಿಯ ಸಕಲ ಕ್ರಿಯೆಗಳನ್ನೂ ಅಲ್ಲಿ ತೀರಿಸಿಕೊಂಡು ಹೋಗುವ ನಾಯಿಯ ಮಾಲೀಕರಿಗೆ ಇದು ಸ್ವಲ್ಪವಾದರೂ ಅರ್ಥವಾದರೆ ಅಷ್ಟು ಸಾಕು. ಆಶ್ಚರ್ಯವೆಂದರೆ ಇಲ್ಲಿನ ಬಹುತೇಕ ನಾಯಿಯ ಮಾಲೀಕರಿಗೆ ಇದು ತಪ್ಪು ಎನ್ನುವ ಅರಿವು ಕೂಡ ಇಲ್ಲದಿರುವುದು! ಭೂಮಿಯ ಈ ಭಾಗದಲ್ಲಿ ಇದೊಂದು ಸಹಜ ಕ್ರಿಯೆ. ಯಾರಿಗೂ ಅಪರಾಧಿ ಭಾವ ಅಥವಾ ತಪ್ಪಾಯಿತು ಎನ್ನುವ ಭಾವನೆ ಕಾಡದಿರುವುದು ಸೋಜಿಗ ಮತ್ತು ನಮ್ಮ ಸಮಾಜದ ದುರಂತ.

ನಾವೇಕೆ ಹೀಗೆ ಎನ್ನುವುದನ್ನ ನಾನು ಹಲವು ಬಾರಿ ಚಿಂತಿಸುತ್ತಿರುತ್ತೇನೆ. ಇಂತಹ ಘಟನೆಗಳನ್ನ ಇಲ್ಲಿ ಬರೆಯುವ ಮತ್ತು ಹಂಚಿಕೊಳ್ಳುವ ಉದ್ದೇಶ ಯಾರು ಸರಿ ಅಥವಾ ಯಾರು ತಪ್ಪು ಎನ್ನುವುದಕ್ಕಲ್ಲ, ಅಥವಾ ಶ್ರೇಷ್ಠ, ನಿಕೃಷ್ಟದ ತೀರ್ಮಾನಕ್ಕೂ ಅಲ್ಲ. ಅವರೇಕೆ ಹಾಗೆ? ನಾವೇಕೆ ಹೀಗೆ? ಎನ್ನುವ ಸಹಜ ಕುತೂಹಲ, ಜೊತೆಗೆ ಒಳ್ಳೆಯ ವಿಷಯವಿದ್ದಲ್ಲಿ, ಸಾಧ್ಯವಾದಲ್ಲಿ ನಾವು ಸ್ವಲ್ಪ ಕಲಿಯಬಹುದಲ್ಲ ಎನ್ನುವುದು ಉದ್ದೇಶ. ಇದಕ್ಕೆ ಪೂರಕವಾಗಿ ಇನ್ನೊಂದು ಘಟನೆಯನ್ನ ನಿಮ್ಮೊಂದಿಗೆ ಹಂಚಿಕೊಳ್ಳುವೆ.

ಸ್ಪೇನ್‌ನಲ್ಲಿ ಪಾಯಿಸ್ ಬಾಸ್ಕೋ (ಬಾಸ್ಕೊ ದೇಶ) ಎನ್ನುವ ರಾಜ್ಯವಿದೆ. ಈ ರಾಜ್ಯ ಕೂಡ ಸ್ಪೇನ್‌ನಿಂದ ಹೊರಹೋಗಿ ಸ್ವಾತಂತ್ರ್ಯ ದೇಶವಾಗಿ ಗುರುತಿಸಿಕೊಳ್ಳಬೇಕು ಎಂದು ಬಹಳ ವರ್ಷಗಳಿಂದ ಸೆಣಸಾಡುತ್ತಾ ಬಂದಿದೆ. ಕತಲಾನರು ಮಾತುಕತೆ ಮತ್ತು ಶಾಂತಿಯ ದಾರಿಯಲ್ಲಿ ನಡೆದರೆ

ವಾಸ್ಕೋ ಜನರಲ್ಲಿ ಕೆಲವರು 'ಏತಾ' ಎನ್ನುವ ಒಂದು ಸಂಘಟನೆಯನ್ನ ಹುಟ್ಟುಹಾಕಿಕೊಂಡು ಆ ಮೂಲಕ ರಕ್ತದ ಹಾದಿಯನ್ನ ತುಳಿದಿದ್ದರು. ಹೀಗೆ ಈ ಸಂಘಟನೆಯ ಸದಸ್ಯರನ್ನೂ ಅಥವಾ ಇನ್ಯಾವುದೇ ಕ್ರಿಮಿನಲ್‌ಗಳನ್ನ ಹಿಡಿದರೆ ಅವರ ಮುಖವನ್ನ ಪೂರ್ಣವಾಗಿ ಜನರಿಗೆ ಮತ್ತು ಕ್ಯಾಮೆರಾ ಕಣ್ಣಿಗೆ ತೆರೆದು ಹಿಡುತ್ತಾರೆ. ಅವರ ಅಕ್ಕಪಕ್ಕ ನಿಂತ ಪೋಲೀಸರ ಮುಖವನ್ನ ಮಾತ್ರ ಪೂರ್ಣವಾಗಿ ಮುಚ್ಚಿರುತ್ತಾರೆ. ಕಣ್ಣಿನ ಬಳಿ ಸಣ್ಣ ರಂಧ್ರ ಬಿಟ್ಟರೆ ಬೇರೇನೂ ಕಾಣಿಸದ ಹಾಗೆ ಟೋಪಿಯಿಂದ ಪೋಲೀಸರ ಮುಖವನ್ನ ಮುಚ್ಚುತ್ತಾರೆ. ನಿರ್ಭಯ ಕೇಸು ವಿಶ್ವದಾದ್ಯಂತ ಸುದ್ದಿ ಮಾಡಿತು. ಆಗೆಲ್ಲಾ ನನ್ನ ಸ್ಪ್ಯಾನಿಷ್ ಗೆಳೆಯರು ಅದೇಕೆ ನಿಮ್ಮ ದೇಶದಲ್ಲಿ ಅಪರಾಧಿಯ ಮುಖ ಮುಚ್ಚುತ್ತೀರ? ಅಪರಾಧಿ ಯಾರು ಎನ್ನುವುದು ಜನಕ್ಕೆ ತಿಳಿಯಬೇಕು. ನೀವು ಮುಖ ಮುಚ್ಚುವುದಿದ್ದರೆ ಪೋಲೀಸರ ಮುಖ ಮುಚ್ಚಿ ಏಕೆಂದರೆ ಇಂದಲ್ಲ ನಾಳೆ ಆ ಪೊಲೀಸರಿಗೆ ಕಿಡಿಗೇಡಿಗಳು ಅಪಾಯ ತಂದೊಡ್ಡುವ ಸಾಧ್ಯತೆ ಇರುತ್ತದೆ ಎನ್ನುವ ಮಾತುಗಳನ್ನ ಆಡುತ್ತಿದ್ದರು. ಅದೆಷ್ಟು ನಿಜವಲ್ಲವೇ? ಮುಖ ಕಾಣದ ಅಪರಾಧಿ ನಂತರ ವಶೀಲಿಬಾಜಿಯ ಪರಿಣಾಮವಾಗಿ ಹೊರಗೆ ಬಂದು ಅಡ್ಡಾಡುತ್ತಿದ್ದರೂ ಜನಸಾಮಾನ್ಯನಿಗೆ ತಿಳಿಯುವುದಿಲ್ಲ ಅಲ್ಲವೇ?

ಇನ್ನು ಭ್ರಷ್ಟಾಚಾರದ ವಿಷಯದಲ್ಲೂ ಅಷ್ಟೇ, ಸಾಮಾನ್ಯ ಜನರಿಗೆ ಯಾವುದೇ ರೀತಿಯ ನೋವು ತಟ್ಟುವುದಿಲ್ಲ. ಅಂದರೆ ಬರ್ತ್ ಸರ್ಟಿಫಿಕೇಟ್ ಇರಲಿ ಅಥವಾ ಡೆತ್, ಹೊಸದಾಗಿ ಅಂಗಡಿಯನ್ನ ತೆಗೆಯಲು ಪರವಾನಗಿ, ಹೀಗೆ ವಿಷಯ ಯಾವುದೇ ಇರಲಿ, ಎಲ್ಲಾ ಕೆಲಸಗಳೂ ಯಾವುದೇ ತೊಂದರೆಯಿಲ್ಲದೇ ತಕ್ಷಣ ಆಗಿ ಹೋಗುತ್ತದೆ. ಅಂದ ಮಾತ್ರಕ್ಕೆ ಇಲ್ಲಿ ಭ್ರಷ್ಟಾಚಾರ ಇಲ್ಲವೆಂದಲ್ಲ, ಇಲ್ಲಿ ರಾಜನ ಮಗಳು ಮತ್ತು ಅಳಿಯನನ್ನ ದೇಶದಿಂದ ಉಚ್ಚಾಟನೆ ಮಾಡುವ ಆದೇಶವನ್ನ ಕೂಡ ಇಲ್ಲಿನ ಕೋರ್ಟ್ ಹೊರಡಿಸಿತ್ತು. ಕಾರಣ ರಾಜನ ಮಗಳು ಮತ್ತು ಅಳಿಯ ಬ್ಯಾಂಕಿನ ಅವ್ಯವಹಾರದಲ್ಲಿ ಪಾಲುದಾರರು ಎನ್ನುವುದಾಗಿತ್ತು. ಜನ ಸಾಮಾನ್ಯ ಇತರ ನಾಗರೀಕನ ನೋವಿಗೆ ಸ್ಪಂದಿಸುತ್ತಾನೆ. ಸಾಮಾನ್ಯ ಮಟ್ಟದಲ್ಲಿ ಇಲ್ಲಿ ಭ್ರಷ್ಟಾಚಾರ ಇಲ್ಲವೆನ್ನಿಸುವಷ್ಟು ಕಡಿಮೆ. ನಾವು ಮಾತ್ರ ಹಾಗಲ್ಲ, ನಮ್ಮದು ಅತಿ ಸಣ್ಣ ಮಟ್ಟದಿಂದ ಕೂಡ ಭ್ರಷ್ಟಾಚಾರದ ಮನಸ್ಥಿತಿ. ಅಲ್ಲಿ ಮ್ಯಾಕ್ರೋ ಲೆವೆಲ್‌ನಲ್ಲಿರುವುದು ಇಲ್ಲಿ ಎಲ್ಲಾ ದರ್ಜೆಗಳಲ್ಲೂ ಉಂಟು. ಕೂತರೂ, ನಿಂತರೂ ಭ್ರಷ್ಟಾಚಾರದ ನಾವು ಅವರ ದೇಶದಂತೆ ಮುಂದುವರೆದ ದೇಶವಾಗುವುದು ಯಾವಾಗ?

ಸ್ಪ್ಯಾನಿಷ್ ಸಮಾಜದ ಹಲವು ರೀತಿ ರಿವಾಜುಗಳಿಗೆ ತದ್ವಿರುದ್ಧವಾಗಿ ನಮ್ಮ ಸಮಾಜದ ನಡವಳಿಕೆಯಿದೆ. ಗಮನಿಸಿ ನೋಡಿ ನಮ್ಮಲ್ಲಿ ಮದುವೆಯಾದ ಮೇಲೆ ಹೆಣ್ಣು ಮಕ್ಕಳು ಗಂಡನ ಮನೆಗೆ ಹೋಗುತ್ತಾರೆ, ಇದು ಇಲ್ಲಿ ಅತ್ಯಂತ

ಸಹಜವಾದ ಕ್ರಿಯೆ. ಸ್ಪೇನ್ ದೇಶದಲ್ಲಿ ಹೆಣ್ಣು ಮಕ್ಕಳಾಗಲಿ ಅಥವಾ ಗಂಡು, ಅವರ ಸಂಗತಿಯನ್ನ ಅವರೇ ಹುಡುಕಿಕೊಳ್ಳಬೇಕು. ನಮ್ಮಲ್ಲಿರುವಂತೆ ಇಲ್ಲಿ ಕುಟುಂಬದ ಅನುಮತಿಯೊಂದಿಗೆ ವ್ಯವಸ್ಥಿತ (ಅರೇಂಜ್ಡ್) ಮದುವೆಯ ಪದ್ಧತಿ ಇಲ್ಲ. ಹೀಗೆ ಮದುವೆಯಾದ ನಂತರ ಇಬ್ಬರೂ ಸೇರಿ ತಮ್ಮದೇ ಆದ ಹೊಸ ಮನೆಯನ್ನ ಮಾಡಿಕೊಳ್ಳುತ್ತಾರೆ. ಇದು ಸಾಮಾನ್ಯವಾಗಿ ಹುಡುಗಿಯ ಪೋಷಕರ ಮನೆಗೆ ಅತ್ಯಂತ ಸನಿಹದಲ್ಲಿರುತ್ತದೆ. ಕಾರಣ ಮುಂದೆ ಮಕ್ಕಳಾದಾಗ ಅವರನ್ನ ಹುಡುಗಿಯ ಪೋಷಕರ ಬಳಿ ಪೋಷಣೆಗೆ ಬಿಡುವುದು ಇಲ್ಲಿ ಸಾಮಾನ್ಯ. ಬೆಳಿಗ್ಗೆ ಕೆಲಸಕ್ಕೆ ಹೋಗುವಾಗ ಬಿಟ್ಟು, ಕೆಲಸದ ನಂತರ ಅಮ್ಮನ ಮನೆಯಿಂದ ಮಕ್ಕಳನ್ನ ಕರೆದುಕೊಂಡು ಹೋಗುವುದು ಇಲ್ಲಿ ವಾಡಿಕೆ.

18 ಅಥವಾ 20 ವರ್ಷದ ಹುಡುಗ ಅಥವಾ ಹುಡುಗಿ ಇನ್ನೂ ಸಂಗಾತಿಯನ್ನ ಹುಡಕಿಕೊಂಡಿಲ್ಲ ಎನ್ನುವುದು ಇಲ್ಲಿನ ಹೆತ್ತವರಿಗೆ ಚಿಂತೆಯ ವಿಷಯವಾಗುತ್ತದೆ. ಮದುವೆ ಎನ್ನುವುದು ಬಹಳ ವೈಯಕ್ತಿಕ ವಿಚಾರ. ಮದುವೆಯಾಗುವುದು ಬಿಡುವುದು ಇಲ್ಲಿ ಮುಖ್ಯವಾಗುವುದಿಲ್ಲ. ಸಂಗಾತಿಯನ್ನ ಹೊಂದುವುದು ಮಾತ್ರ ಇಲ್ಲಿ ಅತಿ ಮುಖ್ಯ. ಇಲ್ಲಿ ಒಂಟಿಯಾಗಿರುವ ಹುಡುಗನನ್ನ 'ನೋ ತಿಯನೆಸ್ ನೋವಿಯ?' (ನಿನಗೆ ಗರ್ಲ್ ಫ್ರೆಂಡ್ ಇಲ್ಲವೇ?) ಎಂದು ಕೇಳುವುದು ಸಾಮಾನ್ಯ. ಹಾಗೆಯೇ ಹುಡುಗಿಯನ್ನ 'ನೋ ತಿಯನೆಸ್ ನೋವಿಯೋ?' (ಬಾಯ್ ಫ್ರೆಂಡ್ ಇಲ್ಲವೇ) ಎಂದು ಪ್ರಶ್ನಿಸುವುದು ಕೂಡ ಅಷ್ಟೇ ಸಾಮಾನ್ಯ. 2005ರಲ್ಲಿ ರಮ್ಯ ನನ್ನ ಬಾಳಿಗೆ ಬರುವವರೆಗೆ ನೂರಾರು ಬಾರಿ ನಿನಗೆ ಸಂಗಾತಿಯಿಲ್ಲವೇ ಎನ್ನುವ ಪ್ರಶ್ನೆಯನ್ನ ಕೇಳಿಸಿಕೊಂಡಿದ್ದೇನೆ. ಐದಾರು ವರ್ಷದ ಬ್ಯಾಚುಲರ್ ಜೀವನದಲ್ಲಿ ಗರ್ಲ್ ಫ್ರೆಂಡ್ ಇಲ್ಲದೆ ಇವನು ಇಷ್ಟು ವರ್ಷ ಹೇಗಿದ್ದಾನೆ? ಎನ್ನುವುದು ನನ್ನ ಹಲವಾರು ಸ್ಪ್ಯಾನಿಷ್ ಮಿತ್ರರಿಗೆ ಅರಗಿಸಿಕೊಳ್ಳಲಾಗದ, ಮತ್ತು ಅವರ ಅರಿವಿಗೆ ಮೀರಿದ ವಿಷಯವಾಗಿತ್ತು. ಎಷ್ಟೋ ಜನ ನೀನು 'ಗೇ' ಇರಬಹುದು ಅಂದುಕೊಂಡಿದ್ದೆವು ಎಂದಿದ್ದಾರೆ, ಇನ್ನು ಕೆಲವರು ನೀನು ಅಸೆಕ್ಸುಯಲ್ ಇರಬಹುದುದೆಂದು ಭಾವಿಸಿದ್ದೆವು ಎನ್ನುವ ಮಾತನ್ನ ಕೂಡ ಆಡಿದ್ದಾರೆ.

ಒಂದೊಂದು ನೆಲದ ಭಾವನೆ, ರೀತಿ ನೀತಿಗಳು ಬದಲಾಗುತ್ತ ಹೋಗುತ್ತವೆ. ನಮ್ಮ ಜೀವನ ಶೈಲಿಗೆ ಹೊಂದುವ, ಸಮಾಜಕ್ಕೆ ಮತ್ತು ಇತರ ಸಹಜೀವಿಗಳಿಗೆ ಅನುಕೂಲವಾಗುವ ಒಳ್ಳೆಯ ವಿಷಯಗಳಿದ್ದರೆ ಅದನ್ನ ನಾವು ಕೂಡ ಅಳವಡಿಸಿಕೊಳ್ಳುವುದರಲ್ಲಿ ಸುಖವಿದೆ. ಉಳಿದದ್ದು ಅನುಭವದ ಮೊತ್ತವನ್ನ ಹೆಚ್ಚಿಸುತ್ತವೆ.

# ಕಣ್ಣಿಗೆ ಕಾಣುವ ಆನೆಯೇ ಲೆಕ್ಕವಿಲ್ಲ, ಇನ್ನು ಪಾದದಡಿಯ ಕಾಣದ ಇರುವೆ ಯಾವ ಲೆಕ್ಕ?

ನನ್ನಜ್ಜಿ ಬದುಕಿರುವವರೆಗೆ ಇರುವೆ ಗೂಡಿನ ಸುತ್ತ ರವೆ–ಸಕ್ಕರೆ ಮಿಶ್ರಣವನ್ನ ಹಾಕುವುದು ತಪ್ಪಿಸಲಿಲ್ಲ. ಬಾಲ್ಯದಲ್ಲಿ ಬೆಳಿಗ್ಗೆ ಎದ್ದು ಅಜ್ಜಿ ಜೊತೆ ಹೊರಟು ಆಕೆಗೆ ಇರುವೆ ಗೂಡು ಹುಡುಕಿ ಕೊಡುವುದು ಮನಸ್ಸಿಗೆ ಬಹಳ ಇಷ್ಟವಾದ ಕೆಲಸವಾಗಿತ್ತು. ನನ್ನಜ್ಜಿ ಒಬ್ಬರೇ ಹಾಗೆ ಮಾಡುತ್ತಿದ್ದದು ಅಂತಲ್ಲ ಹಲವಾರು ಅಜ್ಜಿಯರು ಹೀಗೆ ಮಾಡುತ್ತಿದ್ದರು. ಬೇಸಿಗೆ ಬಂತೆಂದರೆ ಸಣ್ಣ ಪಾತ್ರೆಯಲ್ಲಿ ನೀರಿಡುವುದಿರಬಹುದು, ಹಸುವಿಗೆ ಬಾಳೆಹಣ್ಣು ನೀಡುವುದಿರಬಹುದು. ಅವರ ಬದುಕು ಪರಿಸರಕ್ಕೆ ಬಹಳ ಹತ್ತಿರವಾಗಿತ್ತು.

ನಾನು ಅಜ್ಜಿಯನ್ನ ಬಹಳಷ್ಟು ಪ್ರಶ್ನೆ ಕೇಳುತ್ತಿದ್ದೆ. ನೀನು ಊಟ ಹಾಕದಿದ್ದರೆ ಈ ಇರುವೆಗಳು ಸತ್ತು ಹೋಗುತ್ತವಾ? ಎನ್ನುವುದು ಸದಾ ನೆನಪಲ್ಲಿರುವ ಪ್ರಶ್ನೆ. ಅಜ್ಜಿ ನಕ್ಕು ಇಲ್ಲ ಕಣೋ ಸೃಷ್ಟಿಯಲ್ಲಿ ನಾವೆಲ್ಲಾ ನಿಮಿತ್ತ

ಮಾತ್ರ! ಇರುವೆಗೆ ನಾನು ರವೆ ಸಕ್ಕರೆ ಹಾಕದಿದ್ದರೂ ಅದಕ್ಕೆ ಊಟ ಸಿಗುತ್ತೆ. ಈ ಪ್ರಪಂಚ ಸೃಷ್ಟಿಯಾಗಿರುವುದೇ ಅವಲಂಬನೆಯಲ್ಲೂ ಸ್ವಾವಲಂಬಿಯಾಗಿ ಬದುಕಬೇಕು ಆ ಆಧಾರದ ಮೇಲೆ, ಹೀಗಿದ್ದೂ ನಾನು, ನನ್ನಿಂದ ಅನ್ನುವುದು ಮಾತ್ರ ನಾವು ಬಿಡುವುದಿಲ್ಲ. ಇದಕ್ಕೆಲ್ಲ 'ಕಲಿ' ಕಾರಣ.

ಸತ್ಯಯುಗ ಅಥವಾ ಕೃತಯುಗದಲ್ಲಿ ಸತ್ಯ, ಅಹಿಂಸೆ, ಮಾನವತೆಯೇ ಧರ್ಮವಾಗಿ ಸುಖ ಶಾಂತಿ ನೆಲೆಸಿದ್ದ ಕಾಲ. ಜೀವಿಗಳ ವಿಕಾಸವಾದದ ಕಾಲ. ವೇದ ಉದಯಿಸಿತು.

ತ್ರೇತಾಯುಗದಲ್ಲಿ ರಾಜ್ಯ, ಸಾಮ್ರಾಜ್ಯ, ರಾಜ, ಸಾಮ್ರಾಟರು ಉದಯಿಸಿದ ಕಾಲ. ಕೃಷಿ, ಅಸ್ತ್ರ–ಶಸ್ತ್ರ ತಯಾರಿಕೆ, ಗಣಿಗಾರಿಕೆ ಮುಂತಾದ ಶ್ರಮವಿರುವ ಕಾರ್ಯಗಳು ನಡೆದವು.

ದ್ವಾಪರಯುಗದಲ್ಲಿ ಸಾಮ್ರಾಜ್ಯಶಾಹೀ ಮನಸ್ಥಿತಿ ಉನ್ನತವಾಗಿ ರಾಜ್ಯ–ಸಾಮ್ರಾಜ್ಯಗಳ ನಡುವೆ ಕದನ ನಡೆದ ಕಾಲ. ವಿಜ್ಞಾನ ಮತ್ತು ತಂತ್ರಜ್ಞಾನ ಉತ್ತುಂಗದಲ್ಲಿತ್ತು. ಇಂದು ನಾವು ಇನ್ನೂ ಅನ್ವೇಷಿಸಲು ಆಗದ ಎಷ್ಟೋ ತಂತ್ರಜ್ಞಾನ ಈ ಕಾಲದಲ್ಲಿತ್ತು.

ಕಲಿಯುಗ ನಾವಿರುವ ಕಾಲ. ಸ್ವಾರ್ಥ, ಲಾಲಸೆ, ಅತ್ಯಾಚಾರ ಮಿತಿ ಮೀರಿ ಅಧರ್ಮ ತಾಂಡವವಾಡುತ್ತಿದೆ ಧರ್ಮ ತೆವಳುತ್ತಿದೆ. ಇದರಲ್ಲಿ ಕೂಡ ಹಲವು ಪಾದಗಳಿವೆ. ಕಲಿ ಸದ್ಯಕ್ಕೆ ಇನ್ನೂ ಮೂರನೇ ಪಾದದಲ್ಲಿದ್ದಾನೆ. ನಾಲ್ಕನೇ ಪಾದದಲ್ಲಿ ಮನುಷ್ಯ ಮನುಷ್ಯನ ಕೊಂದು ತಿನ್ನುವ ಕಾಲ ಬರುತ್ತದೆ.

ಹೀಗೆ ಅಜ್ಜಿ ಹೇಳುತ್ತಾ ಗರುಡಪುರಾಣದ ಕತೆಗಳನ್ನ ರಸವತ್ತಾಗಿ ವಿವರಿಸುತ್ತಿದ್ದರು. ಆಗ ನನಗೆ ಅದು ಕತೆಯಷ್ಟೇ ಆಗಿತ್ತು. ಇಂದು ಅಜ್ಜಿಯ ಮಾತುಗಳನ್ನ ಮೆಲುಕು ಹಾಕಿದರೆ ಅಜ್ಜಿ ಹೇಳುತ್ತಿದ್ದ ಕಲಿಯ ನಾಲ್ಕನೇ ಪಾದದ ಕತೆಗಳು ನೆನಪಾಗುತ್ತದೆ. ಇಂದಿನ ಸಮಾಜದಲ್ಲಿ ಆಗುತ್ತಿರುವ ಘಟನೆಗಳ ನೋಡುವಾಗ ಕಲ್ಕಿ ನಾಲ್ಕನೇ ಪಾದವನ್ನ ಊರಿಬಿಟ್ಟನೋ ಏನೋ ಎನ್ನುವ ಆತಂಕ ಕಾಡುತ್ತದೆ. ಇವತ್ತು ಕಣ್ಣಿಗೆ ಕಾಣುವ ಆನೆಯೇ ನಮಗೆ ಲೆಕ್ಕವಿಲ್ಲ ಇನ್ನು ಕಾಣದ ಪಾದದಡಿಯ ಇರುವೆ ಯಾವ ಲೆಕ್ಕ? ರವೆ–ಸಕ್ಕರೆ ಮಿಶ್ರಣ ಹಾಕುವರ ಸಂತತಿ ನಶಿಸಿ ಹೋಗಿದೆ. ಇನ್ನೂ ಅದನ್ನ ನೆನಪಿಸಿಕೊಳ್ಳುವ ಮಂದಿ ಉಳಿದುಕೊಂಡಿದ್ದೇವೆ. ಮುಂದಿನ ಎರಡು ಅಥವಾ ಮೂರು ದಶಕದಲ್ಲಿ ಅದೂ ಮಾಯ.

ದೇಶ ಭಾಷೆ ಬದಲಾಗಬಹುದು ಮನುಷ್ಯನ ಮೂಲ ಗುಣವೊಂದೆ! ಸ್ಪೇನ್‌ನಲ್ಲಿ ಕೂಡ ಅಜ್ಜಿಯರು ಪಾರಿವಾಳಕ್ಕೆ ಗೋಧಿ ಅಥವಾ ಇನ್ನಿತರ ಕಾಳು ಅಥವಾ ಒಣಗಿದ ಬ್ರೆಡ್ ತುಂಡು ಹಾಕುವುದು ಸಂಪ್ರದಾಯ. ನಮ್ಮಲ್ಲಿ ಇರುವೆ ಗೂಡಿಗೆ ಆಹಾರ ಹಾಕುವುದು ಅಜ್ಜಿಯೊಂದಿಗೆ ಮಾಯವಾದ ಹಾಗೆ ಸ್ಪೇನ್

ನಲ್ಲೂ ನಿಧಾನವಾಗಿ ಪರಿವಾಳಕ್ಕೆ ಆಹಾರ ನೀಡುವುದು ನಶಿಸುತ್ತಿದೆ. ಇಲ್ಲಿಯ ಯುವ ಜನತೆ ಮಾದಕ ಪದಾರ್ಥಗಳಿಗೆ ಹೆಚ್ಚು ಮನಸೋಲುತ್ತಿದ್ದಾರೆ. ತಮ್ಮ ಅಜ್ಜನ ಕಾಲದ ಮೌಲ್ಯಗಳು ಇಲ್ಲಿಯ ಯುವ ಜನತೆಗೂ ರುಚಿಸುತ್ತಿಲ್ಲ ಎನ್ನುವುದು ಸತ್ಯ. ಈ ವಿಷಯದಲ್ಲಿ ಮಾತ್ರ ಜಗತ್ತು ಪೂರ್ಣ ಒಂದು ಎನ್ನಬಹದು ನೋಡಿ.

ಊಟ ತಿಂಡಿಯ ವಿಚಾರದಲ್ಲೂ ಜಗತ್ತು ಒಂದು ಕಡೆಗೆ ವಾಲುತ್ತಿದೆ ಎನ್ನಿಸುತ್ತದೆ. ಸ್ಪೇನ್‌ನಲ್ಲಿ ಕಾಳು ಮತ್ತು ಬೆಳೆಗಳ ಜೊತೆಯಲ್ಲಿ ಮಾಂಸವನ್ನ ಬೇಯಿಸಿ ಅದನ್ನ ಬ್ರೆಡ್ಡಿನ ತುಂಡಿನ ಜೊತೆಗೆ ತಿನ್ನುವುದು ಸಂಪ್ರದಾಯ. ಕೆಎಫ್‌ಸಿ ಮತ್ತು ಮ್ಯಾಕ್ ಡೊನಾಲ್ಡ್ ಜಗತ್ತು ತಿನ್ನುವ ಪರಿಯನ್ನ ಬದಲಾಯಿಸಿ ಬಿಟ್ಟಿದೆ. ಕೆಲ ಮಧ್ಯಮವರ್ಗದ ಜನ ಇಲ್ಲಿ ತಿನ್ನಲು ಬಯಸುತ್ತಾರೆ. ಆದರೆ ಒಂದು ವರ್ಗದ ಜನ ಇಂದಿಗೂ ಮ್ಯಾಕ್ ಡೊನಾಲ್ಡ್‌ನಲ್ಲಿ ತಿನ್ನುವುದನ್ನ ಕೆಳಮಟ್ಟದ್ದು ಎನ್ನುವಂತೆ ನೋಡುತ್ತಾರೆ. ಭಾರತದಲ್ಲಿ ಮ್ಯಾಕ್‌ನಲ್ಲಿ ಹುಟ್ಟು ಹಬ್ಬ ಆಚರಿಸಿಕೊಳ್ಳುವುದು, ಅಲ್ಲಿ ಹೋಗಿ ತಿನ್ನುವುದು ಪ್ರತಿಷ್ಠೆ ಎನ್ನುವಂತಾಗಿದೆ, ಆದರೆ ಸ್ಪೇನ್‌ನಲ್ಲಿ ಇದು ಕೇವಲ ಬಡವರ ತಾಣವಾಗಿದೆ.

ಮೂಲದಲ್ಲಿ ನಾವೆಲ್ಲಾ ಒಂದೇ ಆಗಿದ್ದರೂ ನಿತ್ಯವೂ ನಾವು ನಮ್ಮ ನಡುವೆ ಇರುವ ಅವಗುಣಗಳ ಪಟ್ಟಿ ಮಾಡುತ್ತಾ ಛಿದ್ರವಾಗಿ ಹೋಗುತ್ತಿದ್ದೇವೆ. ನಮ್ಮಲ್ಲಿ ಉಳ್ಳಾಗಡ್ಡಿ, ಮೆಣಸಿನಕಾಯಿ, ಚಮ್ಮಾರ... ಹೀಗೆ ಹಲವು ಹತ್ತು ಸರ್ ನೇಮು ಗಳಿವೆ ಅಲ್ವಾ... ಇಲ್ಲಿ ನಮಗಿಂತ ಭಿನ್ನವೇನಿಲ್ಲ!! Zapatero (ಸಪಾತೆರೋ) ಅಂದರೆ ಚಪ್ಪಲಿ ಹೊಲೆಯುವನು, ಕಾರ್ಬೋನೆರೋ (carbanero) ಕಲ್ಲಿದ್ದಿನಲ್ಲಿ ಕೆಲಸ ಮಾಡುವವ, ಹೀಗೇ ಪಟ್ಟಿ ಬೆಳೆಯುತ್ತದೆ.

ಗಂಗಕ್ಕ, ಗಂಗಣ್ಣ. ರಾಮಕ್ಕ, ರಾಮಣ್ಣ... ಇವುಗಳ ಪಟ್ಟಿ ದೊಡ್ಡದೇ... ಇಲ್ಲೂ ಅಷ್ಟೇ; antonio–ಗಂಡು, antonia–ಹೆಣ್ಣು. fernando–ಗಂಡು, fernanda–ಹೆಣ್ಣು.

ಭಾಷೆ ಕಲಿಯುತ್ತಾ ಹೋದಂತೆ, ಅರೆರೇ ಅನ್ನಿಸದೆ ಇರುವುದಿಲ್ಲ... ಪ್ರಕೃತಿ ಒಂದಲ್ಲ ನೂರಾರು ಉದಾಹರಣೆ ಕೊಟ್ಟು ನಿತ್ಯ ಸಾರುತ್ತದೆ... ನಾವೆಲ್ಲಾ ಒಂದೇ... ಎಂದು. ಕೇಳುವ ತಾಳ್ಮೆ, ಮನಸ್ಥಿತಿ ನಮಗಿರಬೇಕು ಅಷ್ಟೇ.

ನಮ್ಮ ತುಳು, ನಮ್ಮ ಕೊಂಕಣಿ, ನಮ್ಮ ತಮಿಳು, ನಮ್ಮ ಕನ್ನಡ, ನಮ್ಮ ಮಲಯಾಳಂ, ನಮ್ಮ ತೆಲುಗು ಭಾಷೆಗಳ ನಡುವೆ ಎಷ್ಟೊಂದು ಸಾಮ್ಯತೆ ಇದೆ ಅಲ್ವಾ, ಹಾಗೆ... ಸ್ಪ್ಯಾನಿಷ್, ಕಾತಲನ್, ಫ್ರೆಂಚ್, ಇಟಾಲಿಯನ್, ಗಯೇಗೋ, ವಾಸ್ಕೋ, ಪೋರ್ಚಗೀಸ್‌ಗಳ ನಡುವೆ ಬಹಳ ಸಾಮ್ಯತೆ ಇದೆ. ನಾವೆಲ್ಲ ಒಂದಲ್ಲ ಒಂದು ರೀತಿ ನೆಂಟರೆ! ಕೇವಲ ಐವತ್ತು, ಅರವತ್ತು ವರ್ಷಗಳ ಹಿಂದಿನ ತಲೆಮಾರಿನವರ ಜೀವನ ಪದ್ಧತಿಯನ್ನ ನೋಡಿ ಸಾಕು, ನಾನು ಹೇಳಿದಕ್ಕೆ

ಪುರಾವೆ ಸಿಗುತ್ತದೆ. ಪುಣ್ಯಕ್ಕೆ ಇನ್ನು ಸ್ಪೇನ್‌ನಲ್ಲಿ ಹಳೆಯ ಕಥೆಗಳನ್ನ ಹೇಳುವ ಹಲವಾರು ಹಿರಿಯ ಜೀವಗಳು ಉಳಿದುಕೊಂಡಿವೆ. ಇನ್ನೊಂದು ವಿಷಯವನ್ನ ಕೂಡ ಇಲ್ಲಿ ಪ್ರಸ್ತಾಪಿಸುವೆ, ಅದು ಇಲ್ಲಿನ ಓಘಕ್ಕೆ ಹೊಂದಿಕೊಳ್ಳುವುದು ಎಂದು ಭಾವಿಸುವೆ. ಹಳೆಯ ಸ್ಪ್ಯಾನಿಷ್ ಚಿತ್ರಗಳನ್ನ ನೋಡಿದರೆ, ಅಲ್ಲಿ ಹಾಡುಗಳಿವೆ. ಥೇಟ್ ನಮ್ಮ ರಾಜಕುಮಾರ್ ಚಿತ್ರದ ಹಾಡುಗಳಂತೆ ಅನ್ನಿಸುತ್ತದೆ. ಯೂರೋಪಿಯನ್ ಚಿತ್ರಗಳಲ್ಲಿ ಹಾಡುಗಳನ್ನ ಇಂದು ನೆನಪಿಸಿಕೊಳ್ಳುವುದು ಕೂಡ ಸಾಧ್ಯವಿಲ್ಲ ಎನ್ನವಂತಾಗಿದೆ. ಆದರೆ ಕೇವಲ 40–50 ವರ್ಷದ ಹಿಂದಿನ ಚಿತ್ರಗಳಲ್ಲಿ ಹಾಡುಗಳಿದ್ದವು. ಅವುಗಳಲ್ಲಿ ನಮ್ಮ ಹಾಡುಗಳಂತೆ ಜೀವನ ಪಾಠ ಹೇಳುವ ಅರ್ಥಗಳು ಕೂಡ ತುಂಬಿರುತ್ತಿದ್ದವು.

ಹಿಂದೆಲ್ಲಾ ಶಿಕ್ಷಕ ವೃತ್ತಿಗೆ ಬಹಳ ಮರ್ಯಾದೆಯನ್ನ ನೀಡುತ್ತಿದ್ದರು. ವೈದ್ಯರಿಗೆ, ಸೈನಿಕರಿಗೆ, ಸಾರ್ವಜನಿಕ ಹುದ್ದೆಗಳಲ್ಲಿ ಕೆಲಸ ಮಾಡುವವರಿಗೆ ಬಹಳ ಗೌರವವನ್ನ ಸಮಾಜ ನೀಡುತ್ತಿತ್ತು. ಅವರಲ್ಲೂ ಆ ಬದ್ಧತೆ ಇರುತ್ತಿತ್ತು, ಇಂದು ಎಲ್ಲವೂ ತದ್ವಿರುದ್ಧವಾಗಿದೆ. ಸೈನಿಕರಿಗೆ ಇಲ್ಲಿ ಬಹಳಷ್ಟು ಗೌರವವನ್ನ ನೀಡುತ್ತಾರೆ. ಉಳಿದಂತೆ ನಮ್ಮಲ್ಲಿ ಕ್ರಿಕೆಟಿಗರಿಗೆ ಸಿಗುವ ಮರ್ಯಾದೆಯನ್ನ ಇಲ್ಲಿ ಫುಟ್ಬಾಲ್ ಆಟಗಾರರು ಪಡೆದುಕೊಳ್ಳುತ್ತಿದ್ದಾರೆ. ಒಂದು ಸೀಸನ್‌ನಲ್ಲಿ ಇವರು ಗಳಿಸುವ ಹಣವನ್ನ ಸಾಮಾನ್ಯ ಮನುಷ್ಯ ಜೀವಿತಾವಧಿಯಲ್ಲಿ ಕೂಡ ಗಳಿಸಲಾಗದು. ಅಷ್ಟರಮಟ್ಟಿಗೆ ಇಲ್ಲಿ ಕೂಡ ಮನುಷ್ಯ ಮತ್ತು ಮನುಷ್ಯರ ನಡುವಿನ ಅಂತರ ಹೆಚ್ಚಿದೆ. ಇಲ್ಲಿನ ಸಮಾಜ ಕೂಡ ಇಂದಿನ ಹಣದ ಹಿಂದಿನ ಓಟದಲ್ಲಿ ಎಷ್ಟರ ಮಟ್ಟಿಗೆ ಬದಲಾಗಿದೆ ಎಂದರೆ, ಅದಕ್ಕೆ ಒಂದು ಸಣ್ಣ ಉದಾಹರಣೆಯನ್ನ ಹೇಳುತ್ತೇನೆ. ಒಬ್ಬ ಕರಿಯ, ಅಥವಾ ಕಂದು ಬಣ್ಣದ ವಲಸಿಗ ಹಣವಿಲ್ಲದಿದ್ದರೆ ಅವನು ಕರಿಯ ಅಥವಾ ಬ್ರೌನ್ ಮನುಷ್ಯ. ಅದೇ ಅವನ ಬಳಿ ಹಣವಿದ್ದು ಆತ ಹತ್ತಾರು ಜನರಿಗೆ ಕೆಲಸ ನೀಡಲು ಒಂದು ಸಂಸ್ಥೆಯನ್ನ ತೆಗೆಯಲು ತೈಲಿಯ ಸಮೇತ ಇಲ್ಲಿಗೆ ಬಂದರೆ ಅವನು 'ಸಿನ್ಯೂರ್' (ಅಂದರೆ ಸರ್ ಎನ್ನುವ ಅರ್ಥ.)

ಉಳಿದಂತೆ ಇಂದು ಜಗತ್ತು ಕೆಲವೊಂದು ವಿಷಯದಲ್ಲಿ ಪೋಲರೈಸ್ ಆಗುತ್ತಿರುವುದನ್ನ ನಾವು ಕಾಣಬಹುದು. ಹಣ ಮತ್ತು ಅಧಿಕಾರ ಕೇವಲ ಕೆಲವೇ ಕೆಲವು ಜನರ ಕೈಯಲ್ಲಿ ಕೇಂದ್ರೀಕೃತವಾಗುತ್ತಿದೆ. ಇದಕ್ಕೆ ಸ್ಪೇನ್ ಕೂಡ ಹೊರತಲ್ಲ. ಆದರೆ ಇಲ್ಲಿ ಕೂಡ ಒಂದು ವಿಷಯದಲ್ಲಿ ಇವರು ಬೇರ್ಪಟ್ಟು ನಿಲ್ಲುತ್ತಾರೆ. ಹೆಚ್ಚು ಹಣವಂತರು ಅಥವಾ ಸ್ಥಿತಿವಂತರು ಇಲ್ಲಿ ಸಣ್ಣಗಿರುತ್ತಾರೆ, ಅಂದರೆ ಹೆಚ್ಚು ಹಣವಂತರು ತಮ್ಮ ದೇಹದ ಬಗ್ಗೆ ತಮ್ಮ ಲುಕ್ಸ್ ಬಗ್ಗೆ ಹೆಚ್ಚು ಗಮನ ಕೊಡುತ್ತಾರೆ. ನಮ್ಮಲ್ಲಿ ಮಾತ್ರ ಒಂದಷ್ಟು ಹಣ ಸಂಗ್ರಹವಾದರೆ ಸಾಕು, ಜೊತೆ ಜೊತೆಯಲ್ಲಿ ದೇಹದಲ್ಲಿ ಕೊಬ್ಬು ಕೂಡ ಸಂಗ್ರಹವಾಗುತ್ತಾ ಹೋಗುತ್ತದೆ.

ಜಗತ್ತಿನ ಮುಕ್ಕಾಲು ಪಾಲು ಜನ ಮದ್ಯ ಸೇವಿಸುತ್ತಾರೆ. ಆದರೆ ಇಲ್ಲಿ ಕುಡಿದು ರಸ್ತೆಗೆ ಬೀಳುವರ ಸಂಖ್ಯೆ ಕಡಿಮೆ. ಇನ್ನೊಂದು ಆಶ್ಚರ್ಯಗೊಳಿಸುವ ಸಂಗತಿಯೆಂದರೆ ಇಲ್ಲಿ ಬಡವರು ಹೆಚ್ಚು ದಪ್ಪಗಿರುತ್ತಾರೆ, ಮತ್ತು ಅವರು ತಮ್ಮ ಸಂತಾನದ ಸಂಖ್ಯೆಯನ್ನ ಒಂದಕ್ಕೆ ಸೀಮಿತಗೊಳಿಸಿಕೊಳ್ಳುತ್ತಾರೆ. ಶ್ರೀಮಂತರು ಎರಡು ಅಥವಾ ಮೂರು, ಕೆಲವೊಮ್ಮೆ ನಾಲ್ಕು ಮಕ್ಕಳನ್ನ ಹೊಂದಿರುತ್ತಾರೆ. ಭಾರತದಲ್ಲಿ ಎಲ್ಲವೂ ವಿರುದ್ಧ.

ಡೆವಲಪ್‌ಮೆಂಟ್ ತರಾತುರಿಯಲ್ಲಿ ನಶಿಸಿ ಹೋದ ನಮ್ಮ ಒಳ್ಳೆಯ ಸಂಸ್ಕಾರಗಳ ಪಟ್ಟಿ ಮಾಡುತ್ತಾ ಹೋದಂತೆ ನಾವೆಷ್ಟು ಈ ಭೂಮಿಯ ಮೇಲೆ ಭಂಡ ಬಾಳು ಬಾಳುತ್ತಿದ್ದೇವೆ ಅನ್ನಿಸುತ್ತೆ. ಆದರೆ..? ಇಷ್ಟೆಲ್ಲಾ ಚಿಂತಿಸಲು, ಹಳೆಯ ಸಂಸ್ಕಾರವನ್ನ ಮತ್ತೆ ಎತ್ತಿಹಿಡಿಯಲು ವೇಳೆ ಎಲ್ಲಿದೆ? ನಾವು ಇಷ್ಟಪಟ್ಟು ಭಾಗಿಯಾಗಿರುವ ಹಣಕಾಸು ಆಟದಲ್ಲಿ ಗೆಲ್ಲಬೇಡವೇ? ನಾವು ಸುಮ್ಮನೆ ಕೂತರೆ ಉಳಿದವರು ಮುಂದೆ ಹೋಗುವುದಿಲ್ಲವೇ?

ಪ್ರಶ್ನೆಗಳು ಹಲವು ಉತ್ತರ ಮಾತ್ರ ಸೊನ್ನೆ. ನಿಮಗಾರಿಗಾದರೂ ಉತ್ತರ ಸಿಕ್ಕರೆ ನನಗೂ ಸ್ವಲ್ಪ ತಲುಪಿಸಿ.

# ಕಾಫಿ ಎನ್ನುವ ನಾಲ್ಕು ದಶಕದ ಸಂಗಾತಿಯ ಪುರಾಣ!

ಈ ಕಾಫಿ ಎನ್ನುವ ದ್ರಾವಣ ಇರದಿದ್ದರೆ? ಇಂತಹ ಪ್ರಶ್ನೆ ಕೇಳಿಕೊಳ್ಳುವುದು ಕೂಡ ಬಹಳ ಕಷ್ಟದ ಕೆಲಸ ನನಗೆ ಮತ್ತು ನನ್ನಂತಾ ಹಲವರಿಗೆ. ಇದಕ್ಕೆ ಮುಖ್ಯ ಕಾರಣ ನಾನು ಅಷ್ಟೊಂದು ಕಾಫಿ ಪ್ರಿಯ. ನಾನು ಮೂರು ವರ್ಷದ ಮಗುವಾಗಿದ್ದಾಗ ನಮ್ಮಜ್ಜಿ ತನ್ನ ಕಾಫಿಯ ಲೋಟದಲ್ಲಿ ಅವರ ಹೆಬ್ಬೆರಳ ಅದ್ದಿ ಅದನ್ನ ನನ್ನ ಬಾಯಿಗೆ ಇಡುತ್ತಿದ್ದರಂತೆ. ನಾನು ಅದನ್ನ ಚಪ್ಪರಿಸಿ ಇನ್ನಷ್ಟು ನೀಡು ಎನ್ನುವಂತೆ ಕುಣಿಯುತ್ತಿದ್ದೆನಂತೆ. ಅಮ್ಮನಿಗೆ, ಮಕ್ಕಳಿಗೆ ಅಷ್ಟು ಬೇಗ ಕಾಫಿ ಕೊಡಬಾರದು ಎನ್ನುವ ಭಾವನೆ. ಅಜ್ಜಿಗೂ ಕುಡಿಯಲು ಬಿಡು ಏನಾಗುತ್ತೆ? ಎನ್ನುವ ಧೋರಣೆ. ಕೊನೆಗೂ ಗೆದ್ದದ್ದು ಅಜ್ಜಿಯ ಧೋರಣೆ!! ಒಳ್ಳೆಯದೋ ಅಥವಾ ಕೆಟ್ಟದ್ದೋ ಎಂದು ವಾದ ಮಾಡುವುದು ಈ ಬರಹದ ಉದ್ದೇಶವಲ್ಲ. ಸೋ ಐದಾರು ವರ್ಷದ

ವಯಸ್ಸಿಗೆ ದೊಡ್ಡವರಂತೆ ಕಾಫಿ ಹೀರಲು ಶುರು ಮಾಡಿದ್ದೆ. ಹೀಗಾಗಿ ಈ ಅಭ್ಯಾಸ ಅಥವಾ ಚಟ ಬರೋಬ್ಬರಿ ನಾಲ್ಕು ದಶಕದ ಸಂಗಾತಿ. ನೀರು ಬಿಟ್ಟರೆ ನಾನು ಹೆಚ್ಚು ಕುಡಿದಿರುವುದು ಕಾಫಿಯನ್ನ ಅಂತ ಯಾವ ಸಂಕೋಚವಿಲ್ಲದೇ ಹೇಳಬಹುದು.

ಸ್ಪೇನ್ ಸೇರಿದ ಮೊದಲ ದಿನಗಳಲ್ಲಿ ನನ್ನ ಸಹೋದ್ಯೋಗಿಗಳು ನಾವು ನೋಡುತ್ತೇವೆ ಅದೆಷ್ಟು ದಿನ ನೀನು ಸಸ್ಯಹಾರಿಯಾಗಿ ಮತ್ತು ಬಿಯರ್ ಅಥವಾ ಆಲ್ಕೋಹಾಲ್ ಮುಟ್ಟದೆ ಜೀವನ ನಡೆಸುತ್ತೀಯ ಎನ್ನುವ ನೇರಾನೇರ ಸವಾಲನ್ನ ಹಾಕಿದ್ದರು. ಅವರ ಸವಾಲನ್ನ ಸ್ವೀಕರಿಸಿ ಒಂದೂವರೆ ದಶಕಕ್ಕೂ ಹೆಚ್ಚು ಅಲ್ಲಿನ ವಾಸದಲ್ಲಿ ಒಂದು ಹನಿ ಬಿಯರ್ ಕೂಡ ಸೇವಿಸದೇ ಮೊಟ್ಟೆಯನ್ನ ಕೂಡ ತಿನ್ನದೇ ಇದ್ದದ್ದು ಅವರ ಕಣ್ಣಲ್ಲಿ ನನ್ನ ಬಗ್ಗೆ ಹೆಚ್ಚಿನ ಹೆಮ್ಮೆ. ನಮ್ಮತನ ಬಿಡದಿದ್ದರೆ ಗೌರವ ತಾನಾಗೇ ಬರುತ್ತದೆ. ಊಟ ತಿಂಡಿ ವಿಚಾರದಲ್ಲಿ ಬದಲಾವಣೆ ಮಾಡಿಕೊಳ್ಳದ ನಾನು ಅವರ ಭಾಷೆ ಮತ್ತಿರರ ಒಳ್ಳೆಯ ಜೀವನ ಶೈಲಿಯನ್ನ ಬೇಗನೆ ಅಡಾಪ್ಟ್ ಮಾಡಿಕೊಂಡೆ.

ಬಾರ್ಸಿಲೋನಾದಲ್ಲಿ ಹೆಜ್ಜೆ ಹೆಜ್ಜೆಗೂ ಬಾರ್‌ಗಳು ಕಾಣಸಿಗುತ್ತವೆ. ಅವೆಲ್ಲಾ ಸ್ಪ್ಯಾನಿಷ್ 'ತಾಪಸ್ ಬಾರ್'ಗಳು. ಇಲ್ಲಿ ಕಾಫಿ ಕೂಡ ಸಿಗುತ್ತದೆ. ಸ್ಪೇನ್‌ನಲ್ಲಿ ಕೆಫೆ ಕೋನ್ ಲೇಚೆ ಅಂದರೆ ಹಾಲಿನೊಂದಿಗೆ ಕಾಫಿ ಕೊಡಿ ಎಂದರೆ ಕೊಡುವುದು 250–300 ಮಿಲಿ ಲೀಟರ್ ಕಾಫಿ. ಇಲ್ಲಿನ ಕಾಫಿ ಅತ್ಯಂತ ರುಚಿಕರ. ನಮ್ಮ ಫಿಲ್ಟರ್ ಕಾಫಿಯನ್ನ ಹೋಲುತ್ತದೆ. ಎಲ್ಲವೂ ಫ್ರೆಶ್. ಮಷೀನ್ ಮೇಲೆ ಕಾಫಿ ಬೀಜವಿರುತ್ತದೆ. ಅದು ಪುಡಿಯಾಗಿ ಇನ್ನೊಂದು ಡಬ್ಬದಲ್ಲಿ ಶೇಖರವಾಗಿರುತ್ತದೆ. ಅದನ್ನ ತೆಗೆದು ನಮ್ಮ ಕಣ್ಣ ಮುಂದೆ ಡಿಕಾಕ್ಷನ್ ಆಗಿ ಪರಿವರ್ತಿಸಿ ಬಿಸಿ ಬಿಸಿ ಹಾಲನ್ನ ಬೆರೆಸಿ ಕೊಡುತ್ತಾರೆ. ಭಾರತದಲ್ಲಿ ಕಾಫಿ ಅಷ್ಟೊಂದು ಕೊಡುವುದಿಲ್ಲ. ಹೆಚ್ಚೆಂದರೆ 150 ಅಥವಾ 200 ಮಿಲಿ ಲೀಟರ್ ಕೊಡುತ್ತಾರೆ. ಹೋಟೆಲ್‌ಗಳಲ್ಲಿ 100 ಮಿಲಿ ಲೀಟರ್ ಇಲ್ಲಿ ಸಾಮಾನ್ಯ. ಇದು ಸ್ಪೇನ್‌ನಲ್ಲಿ 300 ಮಿಲಿ ಲೀಟರ್!

ಪ್ರಾರಂಭದಲ್ಲಿ ಇದೇನು ಇಷ್ಟೊಂದು ಕಾಫಿ ಎನ್ನಿಸುತ್ತಿತ್ತು. ಆಮೇಲೆ ಅದು ಅಭ್ಯಾಸವಾಗಿ ಹೋಯ್ತು. ಹೀಗೆ ಬಾರ್ಸಿಲೋನಾದಲ್ಲಿನ ಪ್ರಥಮ ದಿನಗಳಲ್ಲಿ ಆಹಾರವಿಲ್ಲದೆ ಒದ್ದಾಡಿದ ದಿನಗಳಲ್ಲಿ ಒಂದಷ್ಟು ನೆಮ್ಮದಿ ಕೊಟ್ಟದ್ದು ಕಾಫಿ. ಭಾರತಕ್ಕೆ ಸನಿಹವಾದ ನಾನೂ ಯಾವುದೇ ಚಿಂತೆ ಇಲ್ಲದೆ ಸೇವಿಸಬಹುದಾಗಿದ್ದ ಏಕೈಕ ದ್ರಾವಣ ಕಾಫಿಯಾಗಿತ್ತು.

ಶಾಲೆಗೆ ಹೋಗದೆ ಸ್ಪ್ಯಾನಿಷ್ ಕಲಿಕೆಯನ್ನ ಸರಾಗ ಮಾಡಿದ್ದು ಕೂಡ ಅಪರೋಕ್ಷವಾಗಿ ಕಾಫಿ. ಕಾಫಿ ಬಾರ್‌ಗಳಲ್ಲಿ ವಾರಾಂತ್ಯಗಳಲ್ಲಿ ಗಂಟೆಗಟ್ಟಲೆ ಕೂತು ಅಲ್ಲಿನ ಸ್ಥಳೀಯರೊಂದಿಗೆ ಮಾತನಾಡಿ ಕಲಿತದ್ದು. ಈ ಕಾರಣಕ್ಕೆ

ನನಗೆ ಸ್ಪ್ಯಾನಿಷ್ ಲೋಕಲ್ ಅಕ್ಸೆಂಟ್ ಬರುತ್ತದೆ ಎನ್ನುವ ಹೆಮ್ಮೆ ನನ್ನದು. ಹೇಗೆ ಬ್ರಿಟನ್ ಇಂಗ್ಲಿಷ್ ಮಾತನಾಡುವುದು ಬೇರೆ ರೀತಿ ಇರುತ್ತದೆ, ಹೇಗೆ ಅಮೆರಿಕನ್ ಉಚ್ಚಾರಣೆ ಬೇರೆ ಇರುತ್ತದೆ, ಹಾಗೆ ಸ್ಪ್ಯಾನಿಷ್ ಕೂಡ ದೇಶದಿಂದ ದೇಶಕ್ಕೆ ಮಾತನಾಡುವ ರೀತಿ ಬೇರೆಯಿದೆ. ಸ್ಪೇನ್ ಸ್ಪ್ಯಾನಿಷ್ ಭಾಷೆಯ ಉಗಮ ಸ್ಥಾನ. ನನ್ನದು ಸ್ಪೇನ್ ಶೈಲಿಯ ಮಾತು. ನಿಮಗೆ ಗೊತ್ತಿರಲಿ ಇಂದಿಗೆ ಸ್ಪ್ಯಾನಿಷ್ ಜಗತ್ತಿನ 27 ದೇಶಗಳಲ್ಲಿ ಆಡಳಿತ ಭಾಷೆಯಾಗಿದೆ.

ಕಾಫಿ ವಿಷಯದಲ್ಲಿ ಯೂರೋಪಿನ ದೇಶಗಳು ಸೇಫ್ ಹೇವೆನ್. ಮುಕ್ಕಾಲು ಪಾಲು ಯೂರೋಪಿಯನ್ನರು ಕಾಫಿ ಪ್ರಿಯರು. ಇತ್ತೀಚಿಗೆ ಗ್ರೀನ್ ಟೀ ಹಾವಳಿ ಸ್ವಲ್ಪ ಹೆಚ್ಚಾಗಿದೆ. ಅದು ಬೇರೆ ವಿಷಯ. ಕಾಫಿ ಬೆಲೆಯೂ ಅಷ್ಟೇ ದೇಶದಿಂದ ದೇಶಕ್ಕೆ ಒಂದಷ್ಟು ಬದಲಾವಣೆ ಇದ್ದೇ ಇದೆ. ಇದರ ಜೊತೆಗೆ ಕಾಫಿ ನೀಡುವ ವಿಧಾನದಲ್ಲೂ ಕೂಡ ಬದಲಾವಣೆ ಇದೆ. ಬಾರ್ಸಿಲೋನಾದಲ್ಲಿ ಕಾಫಿ ಮಾತ್ರ ಕೊಡುತ್ತಾರೆ. ಅಂದಲೂಸಿಯಾ ಎನ್ನುವ ರಾಜ್ಯಕ್ಕೆ ಹೋದರೆ ಅಲ್ಲಿ ಕಾಫಿ ಜೊತೆಗೆ ಒಂದೆರಡು ಬಿಸ್ಕತ್ ನೀವು ಕೇಳದೆ ಡಿಫಾಲ್ಟ್ ನೀಡುತ್ತಾರೆ. ಪೋರ್ಚುಗಲ್ ಕಥೆಯೂ ಸೇಮ್. ಕೇಳದೆ ಬಿಸ್ಕತ್ ಕಾಫಿಗೆ ಜೊತೆಯಾಗುತ್ತೆ. ಇನ್ನು ಫ್ರಾನ್ಸ್ ಕಥೆ ಬೇರೆ. ಇಲ್ಲಿ ಕಾಫಿಗಿಂತ ಕೆಫೆಚಿನೋ ಜಾಸ್ತಿ ಸೇವಿಸುತ್ತಾರೆ. ಕಾಫಿಯ ಜೊತೆ ಲೈಟಾಗಿ ಚಾಕೋಲೇಟ್ ಬೆರೆಸಿರುತ್ತಾರೆ. ಜರ್ಮನಿ, ಸ್ವಿಸ್ ಹೀಗೆ ದೇಶ ಯಾವುದೇ ಇರಲಿ ಕಾಫಿಯಂತೂ ಸಿಗುತ್ತದೆ. ಅದು ಚೆನ್ನಾಗಿ ಕೂಡ ಇರುತ್ತದೆ.

ಸ್ವಿಸ್ ದೇಶದ್ದು ಸ್ವಲ್ಪ ವಿಚಿತ್ರ ಕಥೆ. ಇಲ್ಲಿ ಸ್ಟಾರ್ ಬಕ್ಸ್ ಸಾಮಾನ್ಯ ಕಾಫಿ ಬಾರ್‌ನಂತೆ ಎಲ್ಲೆಡೆ ಇದೆ. ಲೋಕಲ್ ಬಾರ್‌ನಲ್ಲಿ ಸಿಗುವ ಕಾಫಿಗಿಂತ ಕಡಿಮೆ ಬೆಲೆಯಲ್ಲಿ ಸ್ಟಾರ್ ಬಕ್ಸ್‌ನಲ್ಲಿ ಕಡಿಮೆ ಬೆಲೆಗೆ ಸಿಗುತ್ತದೆ. ಜಗತ್ತಿನೆಲ್ಲೆಡೆ ಇದು ಉಲ್ಟಾ! ಲೋಕಲ್ ಬಾರ್‌ಗಳಲ್ಲಿ ಕಡಿಮೆ ಇರುತ್ತದೆ. ಇಲ್ಲಿ ಮಾತ್ರ ಲೋಕಲ್ ಬಾರ್‌ಗಳು ಹೆಚ್ಚು ಪ್ರಸಿದ್ಧ.

ಕಾಫಿಯ ರುಚಿಯಲ್ಲೂ ಒಂದಷ್ಟು ಬದಲಾವಣೆ ಅಲ್ಲಿನ ಜನರ ಟೇಸ್ಟ್ ಪ್ರಿಫೆರನ್ಸ್ ಮೇಲೆ ಬದಲಾಗುತ್ತದೆ. ಹೀಗಾಗಿ ಬಾರ್ ಹೊಕ್ಕು ಕಾಫಿ ಕೊಡಿ ಎನ್ನುವ ನಿವೇದನೆ ಇಟ್ಟರೆ ಮರುಕ್ಷಣದಲ್ಲಿ ಹಾಲು ಬಿಸಿ ಎಷ್ಟಿರಬೇಕು? ಸ್ಟ್ರಾಂಗ್ ಅಥವಾ ಲೈಟ್? ವಿಥ್ ಕೆಫೆಯಿನ್ ಅಥವಾ ವಿಥೌಟ್? ಹೀಗೆ ಹಲವಾರು ಪ್ರಶ್ನೆ ಕೇಳುತ್ತಾರೆ. ಎರಡು ದಿನ ಅಲ್ಲಿಗೆ ಹೋದರೆ ಸಾಕು ಪ್ರಶ್ನೆಗಳು ಇರುವುದಿಲ್ಲ! ನಿಮ್ಮ ಅಭಿರುಚಿ ಅವರಿಗೆ ಗೊತ್ತಾಗಿರುತ್ತದೆ. ಕುಳಿತೆಡೆಗೆ ಕಾಫಿ ತಂದಿಟ್ಟು, ಆಸ್ವಾದಿಸಿ ಎನ್ನುವ ಮಾತನ್ನ ತಪ್ಪದೆ ಹೇಳಿ ಹೋಗುತ್ತಾರೆ.

ಹೀಗೆ ಬಾರ್ಸಿಲೋನಾದ ಬಾರ್ ಒಂದರಲ್ಲಿ ಕಾಫಿ ಜೊತೆ ಸಮೋಸದಂತೆ ಕಾಣುವ ಒಂದು ಖಾದ್ಯವನ್ನ ತರಿಸಿ ಬೇಸ್ತು ಬಿದ್ದಿದ್ದೆ!

ಥೇಟ್ ನಮ್ಮ ಸಮೋಸದಂತೆ ಕಂಡು ನನಗೆ ಮೋಸ ಮಾಡಿದ ಖಾದ್ಯದ ಹೆಸರು 'ಎಂಪಾನದಿಯ.' ಹಲವಾರು ಕಡೆಗಳಲ್ಲಿ ಇದು ನಮ್ಮ ಕಡುಬಿನ ಅಣ್ಣ ತಮ್ಮನೇನೂ ಎನ್ನುವ ಸಂಶಯ ಬರುವಂತೆ ಕೂಡ ಮಾಡಿ ಇಟ್ಟಿರುತ್ತಾರೆ. ಹೊರ ನೋಟಕ್ಕಷ್ಟೆ ಹೀಗೆ ಕಾಣುತ್ತದೆ. ಅದರ ಹೊಟ್ಟೆಯೊಳಗೆ ತುಂಬಿರುವುದು ಮಾಂಸ. ನನ್ನಂತಹ ಪುಳಚಾರಿಗರಿಗೆ ಇದರಿಂದ ನಯಾಪೈಸಾ ಪ್ರಯೋಜನವಿಲ್ಲ. ಅದೊಂದು ದಿನ ಬೆಳಿಗ್ಗೆ ಹೊಟ್ಟೆ ಬೇರೆ ಚುರ್ ಎನ್ನುತ್ತಿತ್ತು, ಜೊತೆಗೆ ನಿತ್ಯವೂ ಬೊಕತ್ತಾ ತಿಂದು ಬೇಸರ ಕೂಡ ಆಗಿತ್ತು, ಕಾಫಿಯ ಜೊತೆಗೆ ಹೊಸ ಸಂಗಾತಿ ಇರಲಿ ಎಂದು ತರಿಸಿದ್ದು ಸಮೋಸದಂತೆ ಕಾಣುವ ಎಂಪಾನದಿಯ ಎನ್ನುವ ಖಾದ್ಯ. ಆಸೆಯಿಂದ ಬಾಯಿಗಿಡುವ ಮೊದಲು ಅದನ್ನ ಪ್ಲೇಟಿನಲ್ಲಿ ಮುರಿದಾಗ ಅದು ತನ್ನ ರಹಸ್ಯವನ್ನ ಬಿಟ್ಟು ಕೊಟ್ಟಿತು. ಅದರ ಜೊತೆಯಲ್ಲೇ ಅಯ್ಯೋ ಮಂಕೆ ಸಮುದ್ರದ ನೀರು ಸಿಹಿಯಿರಬಹದು ಎಂದು ಭಾವಿಸುವ ಮಟ್ಟದ ಮೂರ್ಖತನ ನಿನ್ನದು ಎಂದು ಮನಸ್ಸು ಚುಚ್ಚಿತು. ಇದು ಹೇಳಿಕೇಳಿ ಮಾಂಸಾಹಾರಿ ದೇಶ, ಕೇಳಿದರೂ ಪೂರ್ಣ ವೆಜೆಟೇರಿಯನ್ ಸಿಗದು, ಇನ್ನು ಕೇಳದ ನನಗಾಗಿ ಸಮೋಸ ತಯಾರಿಸಿ ಇಟ್ಟಿರುತ್ತಾರೆ ಎಂದು ನಂಬಿದ ನನ್ನ ಬಗ್ಗೆ ನನಗೆ ನಗು ಬಂದಿತ್ತು.

ಬಾರ್ಸಿಲೋನಾ ನಗರದಲ್ಲಿ ನೆಲೆ ನಿಂತು ಒಂದಷ್ಟು ವರ್ಷಗಳಾದ ಮೇಲೆ ಆರ್ಥಿಕವಾಗಿ ಒಂದಷ್ಟು ಶಕ್ತಿ ಬಂದ ಮೇಲೆ ಯೂರೋಪಿನ ಇತರೆ ನಗರಗಳನ್ನ ಸುತ್ತಲು ಶುರು ಮಾಡಿದೆ. ಹೀಗೆ ಒಬ್ಬಂಟಿ ಹೋಗುವಾಗ ಕಾಣದ ಊರುಗಳಲ್ಲಿ ನನ್ನ ಹೊಟ್ಟೆಯ ಹಸಿವನ್ನ ತಣಿಸಿ, ಬದುಕಿಸಿದ್ದು ಕಾಫಿ ಮತ್ತು ಬ್ರೆಡ್ಡು. ಇವುಗಳ ಜೊತೆಗೆ ಹಣ್ಣುಗಳನ್ನ ಕೂಡ ಮರೆಯುವಂತಿಲ್ಲ. ಯೂರೋಪಿನ ಎಲ್ಲೆಡೆ ಸಿಗುವ ಸ್ಟ್ರಾಬೆರ್ರಿ ನನಗಿಷ್ಟವಾದ ಹಣ್ಣು. ಅದೆಷ್ಟು ಕೆಜಿ ಸ್ಟ್ರಾಬೆರಿಯನ್ನ ಸ್ವಾಹಾ ಮಾಡಿದ್ದೇನೆ ಎನ್ನುವ ಲೆಕ್ಕವನ್ನ ಇಡಲಾಗಲಿಲ್ಲ. ಸ್ಟ್ರಾಬೆರ್ರಿ ಜೊತೆಗೆ ಒಂದಷ್ಟು ಸಲಾಡ್‌ಗೆ ಬಳಸುವ ಟೊಮೊಟೊ ಹಣ್ಣು ಮತ್ತು ಫ್ರೆಶ್ ಚೀಸ್ ಬೆರೆಸಿ ಅದರ ಮೇಲೆ ಒಂದಷ್ಟು ಉಪ್ಪು ಮತ್ತು ಆಲಿವ್ ಆಯಿಲ್ ಹಾಕಿ ಬೆರೆಸಿ ತಿಂದರೆ ಸ್ವರ್ಗಕ್ಕೆ ಮೂರೇ ಗೇಣು!! ಅಂದಹಾಗೆ ಫ್ರೆಶ್ ಚೀಸ್‌ಗೆ ಸ್ಪ್ಯಾನಿಷ್‌ನಲ್ಲಿ ಕೇಸೊ ಫ್ರೆಸ್ಕೋ ಎನ್ನುತ್ತಾರೆ. ಸ್ಟಾಬ್ರೆರ್ರಿಗೆ ಫ್ರೆಸಾ ಎನ್ನುವ ಹೆಸರನ್ನ ದಯಪಾಲಿಸಿದ್ದಾರೆ.

ಯೂರೋಪಿನ ಯಾವುದೇ ನಗರವಿರಲಿ, ಅಲ್ಲೆಲ್ಲ ಹಣ್ಣು, ಹಾಲು ಮತ್ತು ಫ್ರೆಶ್ ಚೀಸ್ ಹೇರಳವಾಗಿ ಮತ್ತು ಇದ್ದುದರಲ್ಲಿ ಕೈಗೆಟುಕುವ ಬೆಲೆಯಲ್ಲಿ ಸಿಗುತ್ತವೆ. ನಿತ್ಯ ಜೀವನವನ್ನ ಈ ನಗರಗಳಲ್ಲಿ ಮಾಡುವವರು ತಮಗೆ ಬೇಕಾದ ಆಹಾರ ಪದಾರ್ಥಗಳನ್ನ ಹುಡುಕಿಕೊಳ್ಳುವುದು ಲೇಸು, ಉಳಿದಂತೆ ಪ್ರವಾಸಿಯಾಗಿ ಬಂದವರು ಅದರಲ್ಲೂ ಸಸ್ಯಾಹಾರಿಗಳು ಊಟಕ್ಕೆ ಹೆಚ್ಚಿನ

ಮಹತ್ವ ನೀಡದೆ ಕೈಗೆಟುವ ಹಣ್ಣು, ಚೀಸ್ ಮತ್ತು ಬ್ರೆಡ್ಡುಗಳನ್ನ ತಿಂದು ಆರಾಮಾಗಿ ಜೀವಿಸಬಹದು. ಫ್ರೆಶ್ ಚೀಸ್ ಜೊತೆಗೆ ಒಂದಷ್ಟು ಜೇನುತುಪ್ಪ ಕೂಡ ಸೇರಿಸಿ ಅದನ್ನ ಸುಟ್ಟ ಬ್ರೆಡ್ ಮೇಲೆ ಹಾಕಿಕೊಂಡು ತಿನ್ನುವುದರ ಮಜಾ ಬಲ್ಲವನೇ ಬಲ್ಲ. ಆಹಾರ ಎನ್ನುವುದು ಬಹಳ ಮುಖ್ಯ ಆದರೆ ವಾರ, ಹದಿನೈದು ದಿನದ ಪ್ರವಾಸದ ಸಮಯದಲ್ಲಿ ಆದಷ್ಟೂ ಕಡಿಮೆ ತಿನ್ನವುದು, ದೇಹವನ್ನ ಹಗುರವಾಗಿ ಇಟ್ಟುಕೊಳ್ಳುವುದು, ಆರೋಗ್ಯ ಕಾಪಾಡಿಕೊಳ್ಳುವುದು ಅತ್ಯಂತ ಮುಖ್ಯ. ಆರೋಗ್ಯ ತಪ್ಪಿದರೆ ಎಲ್ಲಾ ಪ್ಲಾನ್‌ಗಳು ಕೂಡ ಬಿಲ ಸೇರುತ್ತವೆ.

ನನ್ನ ಮಟ್ಟಿಗೆ ನನ್ನ ಮೊದಲ ದಿನಗಳಲ್ಲಿ ಕಾಫಿ ಲೈಫ್ ಲೈನ್ ಆಗಿತ್ತು. ಇಂದಿಗೂ ಒಳ್ಳೆಯ ಕಾಫಿ ಹುಡುಕಿಕೊಂಡು ಒಳ್ಳೆಯ ಹೋಟೆಲ್ ಬೇಟೆ ನಿಲ್ಲದೆ ನಡೆದಿದೆ. ಟೀ-ಕಾಫಿ ಪ್ರಿಯರಲ್ಲಿ ಶೈವ ಮತ್ತು ವೈಷ್ಣವರ ನಡುವಿನ ಮಟ್ಟದ ಜಟಾಪಟಿ ಇದೆ ಎನ್ನುವುದು ಕೂಡ ನನಗೆ ತಿಳಿದದ್ದು ಇತ್ತೀಚಿಗೆ. ನಮ್ಮ ಮನೆಯ ಹೋಮ್ ಮಿನಿಸ್ಟರ್ ಟೀ ಪ್ರಿಯೆ. ಹೀಗಾಗಿ ದಿನದಲ್ಲಿ ಒಂದು ಬಾರಿಯಾದರೂ ಟೀ ಸಮಾರಾಧನೆ ಕೂಡ ಮನೆಯಲ್ಲಿ ಆಗುತ್ತದೆ. ಟೀ ಕೂಡ ಬದುಕಿನಲ್ಲಿ ಸ್ಥಾನ ಪಡೆದುಕೊಂಡಿದೆ. ಅಲ್ಲಾರಿ ನೀವೇ ಹೇಳಿ ಹೆಂಡತಿಯನ್ನ ಎದುರು ಹಾಕಿಕೊಂಡು ಖುಷಿಯಾಗಿ ಬದುಕಿರುವ ಒಂದು ಗಂಡು ಪ್ರಾಣಿ ಈ ಭೂಮಿಯ ಮೇಲೆ ಇರುವ ಉದಾಹರಣೆ ಇದೆಯಾ? ಹೀಗಾಗಿ ಕಟ್ಟಾ ಕಾಫಿ ಅಭಿಮಾನಿಯಾಗಿದ್ದ ನಾನು ಮೇಲೊಡೌನ್ ಆಗಿದ್ದೇನೆ.

# ಮರಳಿ ಬಾರದ ದಿನಗಳು–'ಜಾನೆ ಕಹಾ ಗಯೇ ವೊ ದೀನ್'!

ಸಮಾಜ ಎಷ್ಟೇ ಪುರುಷ ಪ್ರಧಾನವಾಗಿರಲಿ. ಅಮ್ಮನಿಗೆ ಸಿಕ್ಕ ಗೌರವ ಅಪ್ಪನಿಗೆ ಸಿಕ್ಕಿಲ್ಲ. ಇದು ಭಾರತ ಅಂತ ಅಲ್ಲ ಜಗತ್ತಿನ ಬಹುಪಾಲು ದೇಶಗಳ ಕತೆ. ನನಗನ್ನಿಸುತ್ತೆ ಜಗತ್ತಿನಲ್ಲಿ ಏನಿಲ್ಲದೆಯೂ ಜೀವನ ಕಳೆದುಬಿಡಬಹುದು ಅಮ್ಮನ ಹೊರತುಪಡಿಸಿ. ಬಹಳ ಹಿಂದಿನಿಂದ ಕ್ಯಾಥೊಲಿಕ್ ದೇಶಗಳಲ್ಲಿ ಅಪ್ಪನ ದಿನ ಆಚರಣೆ ಮಾಡುತ್ತಾ ಬಂದಿದ್ದಾರೆ. ಸ್ಪ್ಯಾನಿಷ್ ಮತ್ತು ಪೋರ್ಚುಗೀಸರು ತಮ್ಮ ಈ ವಾಡಿಕೆಯನ್ನ ಲ್ಯಾಟಿನ್ ಅಮೇರಿಕಾಕ್ಕೆ ಕೂಡ ಕಲಿಸುತ್ತಾರೆ. ಯೂರೋಪಿನ ದೇಶಗಳಲ್ಲಿ ಇದು ಬಹಳ ಹಳೆಯ ಸಂಪ್ರದಾಯ. ಪ್ರತಿ ವರ್ಷ ಮಾರ್ಚ್ 19 ಅನ್ನು ಸಂತ ಜೋಸೆಫರ ದಿನ ಎಂದು ಆಚರಿಸಲಾಗುತ್ತದೆ. ಆ ದಿನವನ್ನೇ ಫಾದರ್ಸ್ ಡೇ ಎಂದು ಆಚರಿಸಲಾಗುತ್ತದೆ. ಇದು ಯೂರೋಪಿನ ಕಥೆ.

ಅಮೇರಿಕಾದ ಕತೆ ಬೇರೆಯೇ ಇದೆ. 1907ರ ಡಿಸೆಂಬರ್‌ನಲ್ಲಿ ಮನೋಂಗ ಎನ್ನುವ ವೆಸ್ಟ್ ವರ್ಜೀನಿಯದ ಊರಿನಲ್ಲಿ ಗಣಿ ಅವಘಡದಿಂದ 300ಕ್ಕೂ ಹೆಚ್ಚು ಜನ ಸಾಯುತ್ತಾರೆ, ಅವರಲ್ಲಿ 250 ಜನ ಅಪ್ಪಂದಿರು. ಇವರನ್ನ ಗೌರವಿಸಲು ಇವರ ನೆನಪಿಗಾಗಿ ಜುಲೈ 4, 1908 ಪ್ರಥಮ ಬಾರಿಗೆ ಈ ದಿನವನ್ನ ಆಚರಿಸುತ್ತಾರೆ. ಅದರ ನಂತರ ಬಹಳ ವರ್ಷ ಇದು ನೆನೆಗುದಿಗೆ ಬೀಳುತ್ತದೆ. ಅಂದಿನಿಂದ 1966ರ ವರೆಗೆ ಫಾದರ್ಸ್ ಡೇ ಆಚರಣೆ ಮಾಡಬೇಕೆನ್ನುವ ಕೂಗು ವಿಫಲವಾಗುತ್ತದೆ. ಕೊನೆಗೆ 1966ರಲ್ಲಿ ಜೂನ್ ತಿಂಗಳ 3ನೇ ಭಾನುವಾರವನ್ನ ಅಪ್ಪನ ದಿನವನ್ನಾಗಿ ಆಚರಿಸುವುದಾಗಿ ಅಮೇರಿಕಾ ಘೋಷಣೆ ಮಾಡುತ್ತೆ. ಇದಾಗಿ ಆರು ವರ್ಷದ ಬಳಿಕ ಅಂದರೆ 1972ರಲ್ಲಿ ಇದು ಕಾನೂನಿನ ಅಧಿಕೃತ ಮನ್ನಣೆ ಪಡೆಯುತ್ತೆ. ಹೀಗಾಗಿ ಬಾರ್ಸಿಲೋನಾ ನೆನಪುಗಳಲ್ಲಿ ಕೂಡ ಅಣ್ಣ(ಅಪ್ಪ)ನ ನೆನಪನ್ನ ಮೆಲುಕು ಹಾಕುವ ಪ್ರಯತ್ನ ಮಾಡಿದ್ದೇನೆ.

ಅಣ್ಣನಿಗೆ ಹಿಂದಿ ಚಿತ್ರಗಳ ಗೀತೆಯೆಂದರೆ ಪಂಚಪ್ರಾಣ. ಮುಖೇಶ್, ಮಹಮದ್ ರಫಿ ಮತ್ತು ಕಿಶೋರ್ ಕುಮಾರನ ಗೀತೆಗಳೆಂದರೆ ಹುಚ್ಚು. ಅವರಿಗೆ ಅದೆಷ್ಟು ಈ ಗೀತೆಗಳ ಮೇಲೆ ಹುಚ್ಚು ಎಂದರೆ ಆಗಿನ ಕಾಲದಲ್ಲಿ ಹೆಚ್.ಎಂ.ವಿ. ರೆಕಾರ್ಡ್ ಪ್ಲೇಯರ್ ತಂದು ಮನೆಯಲ್ಲಿ ಇಟ್ಟುಕೊಂಡಿದ್ದರು. ಅಂದಿನ ಸಮಯದಲ್ಲಿ ಕ್ಯಾಸೆಟ್ ಅವಿಷ್ಕಾರವಾಗಿರಲಿಲ್ಲ. ಆಗೇನಿದ್ದರೂ ಗುಂಡಾಕಾರದ ಕಪ್ಪು ತಟ್ಟೆಗಳು!! ಅದನ್ನ ರೆಕಾರ್ಡ್ ಪ್ಲೇಯರ್ ಮೇಲಿಟ್ಟು ಸಣ್ಣ ಮುಳ್ಳು ತಂತಿಯಂತಹ ವಸ್ತುವನ್ನ ಅದರ ಮೇಲೆ ನಾಜೂಕಾಗಿ ಇಡಬೇಕಾಗಿತ್ತು. ಅಲ್ಲೆಲ್ಲೂ ಅವಿತಿದ್ದ ಶಬ್ದಗಳು ಹೊರಬರುತ್ತಿದ್ದವು. ಅಪ್ಪನ ಈ ಹುಚ್ಚಾಟ ನೋಡಿ ಅಜ್ಜಿ ಇಷ್ಟು ದುಡ್ಡಿನಲ್ಲಿ ಇಪ್ಪತ್ತು ತೊಲ ಬಂಗಾರ ಖರೀದಿ ಮಾಡಬಹುದಿತ್ತು ಅಂತ ಗೊಣಗಿದ್ದರಂತೆ. ಇರಲಿ. ಇದೊಂದು ಉದಾಹರಣೆಯಷ್ಟೇ ಅಣ್ಣ ಹಣವಿರಲಿ ಬಿಡಲಿ ತನ್ನ ಇಚ್ಛೆಯನ್ನ ಪೂರ್ಣಗೊಳಿಸಿಕೊಂಡು ಬ್ಯಾಗೇಜ್ ಇಲ್ಲದೆ ತನ್ನ ರೀತಿ ನೀತಿಯಲ್ಲಿ ಬದುಕಿದ ವ್ಯಕ್ತಿ. ಅದು ಸರಿಯೋ ತಪ್ಪೋ ಅದು ಚರ್ಚಾಸ್ಪದ ವಿಷಯ.

99ರಲ್ಲಿ ಅಣ್ಣನಿಗೆ ಸ್ಟ್ರೋಕ್ ಜೊತೆಗೆ ಹಾರ್ಟ್ ಕೂಡ ಅಟ್ಯಾಕ್‌ಗೆ ಒಳಗಾಗಿತ್ತು. ರಾಮ ಔರಂಗಾಬಾದ್‌ನಲ್ಲಿ ವಿಡಿಯೋಕಾನ್ ಕಂಪನಿಯಲ್ಲಿ ಆಗತಾನೇ ಕೆಲಸಕ್ಕೆ ಸೇರಿದ್ದ. ಹೀಗಾಗಿ ಅವನಿಗೆ ರಜಾ ಸಿಗಲಿಲ್ಲ. ಕಾಂತ ಸುರತ್ಕಲ್‌ನಲ್ಲಿ ಎಂಟೆಕ್‌ಗೆ ಸೇರಿದ್ದ ಹೊಸತು ಕೂಡ, ಒಂದುವಾರ ಇದ್ದು ಹೊರಟುಹೋಗಿದ್ದ. ನಾನು ಅಮ್ಮ ಇಬ್ಬರೂ ಅಣ್ಣನಿಗೆ ಬಹಳಷ್ಟು ತೈಲಗಳ ತಿಕ್ಕಿ ಮಸಾಜ್ ಮಾಡುತ್ತಿದ್ದೆವು. ಮೂರು ತಿಂಗಳಲ್ಲಿ ಅಣ್ಣ ಇನ್ನು ಚೆನ್ನಾಗಿ ನಡೆಯಲು ಬಾರದ ಸಮಯದಲ್ಲಿ ನಾನು ದುಬೈ ಪಾಲಾದೆ. ಮುಂದಿನ ಐದಾರು ವರ್ಷದಲ್ಲಿ ಅಣ್ಣನಿಗೆ ಸ್ಟ್ರೋಕ್ ಆಗಿತ್ತು ಅಂತ ನಾವು ಹೇಳಿದರೆ ಮಾತ್ರ ಬೇರೆಯವರಿಗೆ ತಿಳಿಯುತ್ತಿತ್ತು, ಅಷ್ಟರಮಟ್ಟಿಗೆ ಅಣ್ಣ ಚೇತರಿಸಿಕೊಂಡರು.

2007ರ ವೇಳೆಗೆ ಬಾರ್ಸಿಲೋನಾ ಸೇರಿ ಎಂಟು ವರ್ಷವಾಗಿತ್ತು. ಜೀವನ ಮಟ್ಟ ಬದಲಾಗಿತ್ತು. ನಿಜವಾದ ಕ್ವಾಲಿಟಿ ಆಫ್ ಲೈಫ್ ಎಂದರೇನು ಎನ್ನುವುದನ್ನ ಹತ್ತಿರದಿಂದ ಕಂಡ ನನಗೆ ಅಮ್ಮ-ಅಣ್ಣ ನನ್ನ ಹತ್ತಾರು ದೇಶ ಸುತ್ತಿಸಬೇಕು ಎನ್ನುವ ಬಯಕೆ. ಅಮ್ಮ, ಅಣ್ಣನನ್ನ ಬಿಟ್ಟು ಬರುವುದಿಲ್ಲ ಎಂದಳು. ಹೀಗಾಗಿ 2007ರ ವರೆಗೆ ಕಾಯಬೇಕಾಯ್ತು. ಅಣ್ಣ ಫಿಟ್ ಆಗಿದ್ದಾರೆ ಅನ್ನಿಸಿದ ಮೇಲೆ ಅಮ್ಮ-ಅಣ್ಣನನ್ನ ಬಾರ್ಸಿಲೋನಾಗೆ ಕರೆಸಿಕೊಂಡೆವು. ಸ್ಪೇನ್‌ನ ವಿವಿಧ ನಗರಗಳನ್ನ ತೋರಿಸಿ, ನಂತರ ಫ್ರಾನ್ಸ್, ಇಟಲಿ ಮತ್ತು ಪೋರ್ಚುಗಲ್ ದೇಶಗಳನ್ನ ಸುತ್ತಾಡಿಸಿ, ಬೆಂಗಳೂರಿಗೆ ಹೊರಡುವ ಮುನ್ನ ಹದಿನೈದು ದಿನ ಬೇರೇನೂ ಪ್ಲಾನ್ ಮಾಡದೆ ಮನೆಯಲ್ಲಿ ಸುಧಾರಿಸಿಕೊಳ್ಳಿ ಎಂದಿದ್ದೆವು. ಅಂದಿನ ದಿನದಲ್ಲಿ ನಾನಿದ್ದ ಜಾಗ ಬಾರ್ಸಿಲೋನಾ ಸಿಟಿ ಸೆಂಟರ್‌ನಿಂದ 9 ಕಿಲೋಮೀಟರ್ ದೂರದಲ್ಲಿದ್ದ ಬಾದಲೋನಾ ಎನ್ನುವ ನಗರದಲ್ಲಿ, ಅದು ಸ್ಯಾನ್ ಜರೋಮಿ ದೆ ಲಾ ಮೊರ್ತ್ರಾ ಎನ್ನುವ ಬೆಟ್ಟಕ್ಕೆ ಬಹಳ ಹತ್ತಿರ. ಮಜಾ ಎಂದರೆ ಒಂದು ಭಾಗದಲ್ಲಿ ಬೆಟ್ಟ, ಇನ್ನೊಂದು ಭಾಗದಲ್ಲಿ ಮೆಡಿಟೇರಿಯನ್ ಸಮುದ್ರ! ಅಲ್ಲಿ ಬದುಕಿದ ಪ್ರತಿ ದಿನವೂ ರೆಸಾರ್ಟ್‌ನಲ್ಲಿ ಬದುಕಿದ ಅನುಭವ.

ಅಣ್ಣ-ಅಮ್ಮ ಬಹಳ ಖುಷಿಯಿಂದ ಓಡಾಡಿಕೊಂಡಿದ್ದರು. ಅಮ್ಮ ಸೀರೆ ಉಡುತ್ತಿದ್ದರಿಂದ ಸ್ಥಳೀಯರಿಗೆ ಆಕೆ ಆಕರ್ಷಣೆಯ ವಸ್ತುವಾಗಿದ್ದಳು.ಅಮ್ಮನಿಗೆ ಭಾಷೆ ಬರದಿದ್ದರೂ ಸನ್ನೆಯಲ್ಲಿ ಮಾತುಕತೆ ನಡೆಯುತ್ತಿತ್ತು. ಇಂತಹ ಒಂದು ಮಧ್ಯಾಹ್ನ ಊಟ ಮಾಡಿ ಮಲಗಿದ್ದೆವು. ಸ್ಪೇನ್‌ನಲ್ಲಿ ಮಧ್ಯಾಹ್ನದ ನಿದ್ದೆ ಬಹಳ ಸಹಜ. ಇದಕ್ಕೆ ಇಲ್ಲಿ ಸಿಯಾಸ್ತ ಎನ್ನುತ್ತಾರೆ. ಅಣ್ಣ ಚಡಪಡಿಸಿ ಎದ್ದು ಮನೆಯಿಂದ ಹೊರಗೆ ಹೋದರು. ನಮಗೆಲ್ಲಾ ಆಶ್ಚರ್ಯ ಜೊತೆಗೆ ಇದೇನಿದು ಅಣ್ಣ ಎಲ್ಲಿಗೆ ಹೋದರು ಎನ್ನುವ ಧಾವಂತ. ಹದಿನೈದು ನಿಮಿಷ ಅಣ್ಣ ಮತ್ತೆ ಮನೆಗೆ ಬಂದರು. ರಮ್ಯಳ ಕುರಿತು 'ನಮ್ಮ ಬಿಲ್ಡಿಂಗ್‌ನಲ್ಲಿ ಯಾರಾದರೂ ಇಂಡಿಯನ್ಸ್ ಇದ್ದಾರಾ?' ಎಂದು ಪ್ರಶ್ನಿಸಿದ್ದಾರೆ. ರಮ್ಯ ಇಲ್ಲವೆಂದಾಗ. ಅಣ್ಣನಿಗೆ ನಂಬಿಕೆ ಬಂದಿಲ್ಲ. ನಾನು ಈಗಷ್ಟೆ 'ಜಾನೆ ಕಹಾ ಗಯೇ ವೊ ದೀನ್ 'ಹಾಡನ್ನ ಕೇಳಿದೆ. ನನ್ನ ರೂಮಿಗೆ ಬಹಳ ಕ್ಷೀಣವಾಗಿ ಕೇಳಿಸುತ್ತಿತ್ತು ಅದಕ್ಕೆ ಎದ್ದು ಹೋಗಿ ಮನೆಯ ಕೆಳಗೆ ನಿಂತಿದ್ದೆ... ಬಹಳ ಚೆನ್ನಾಗಿ ಕೇಳಿಸಿತು. ಖಂಡಿತ ನಮ್ಮ ಬಿಲ್ಡಿಂಗ್‌ನಲ್ಲಿ ಇಂಡಿಯನ್ಸ್ ಇದ್ದಾರೆ, ನಿಮಗೆ ಗೊತ್ತಿಲ್ಲ ಅಂದರು. ಅಣ್ಣ ಅಷ್ಟೊಂದು ಧಾವಂತದಿಂದ ಎದ್ದು ಹೋದ ಹಿಂದಿನ ರಹಸ್ಯ ತಿಳಿಯಿತು. ರಮ್ಯ ಆ ಹಾಡನ್ನ ನಾನೇ ಹಾಕಿದ್ದು ಎಂದು ಹೇಳಿ, ಮುಂದಿನ ಹದಿನೈದು ದಿನ ಅಣ್ಣನ ಇಷ್ಟದ ಹಾಡುಗಳನ್ನ ಕೇಳಿಸಿದಳು. ಸಾಮಾನ್ಯವಾಗಿ ತನ್ನ ಭಾವನೆಗಳನ್ನ ಹೆಚ್ಚು ವ್ಯಕ್ತಪಡಿಸದ ಅಣ್ಣನ ಮುಖದಲ್ಲಿ ಮಂದಹಾಸ ಕಾಣಿಸುತ್ತಿತ್ತು.

ಅಣ್ಣನಿಗೆ ಹುರಳಿಕಾಯಿ ಟೊಮೊಟೊ ಮತ್ತು ಆಲೂಗೆಡ್ಡೆ ಹಾಕಿ ಹೋಟೆಲ್ ಶೈಲಿಯಲ್ಲಿ ಹೆಚ್ಚು ದಪ್ಪವಿಲ್ಲದ ಸಾಂಬಾರು ಬಹಳ ಇಷ್ಟ. ಹೀಗಾಗಿ

ಅಣ್ಣ ಬದುಕಿರುವವರೆಗೆ ವಾರಕ್ಕೆರಡು ಬಾರಿ ಹುರಳಿಕಾಯಿ ಹುಳಿ ತಪ್ಪುತ್ತಿರಲಿಲ್ಲ. ಪುಣ್ಯಕ್ಕೆ ಬಾರ್ಸಿಲೋನಾದಲ್ಲಿ ಹುರಳಿಕಾಯಿ ಹೇರಳವಾಗಿ ಸಿಗುತ್ತಿತ್ತು. ಹುರಳಿಕಾಯಿಗೆ ಸ್ಪ್ಯಾನಿಷ್ ಭಾಷೆಯಲ್ಲಿ ಹೂದಿಯಾಸ್ ಎನ್ನುತ್ತಾರೆ. ಇದೊಂದು ಬಿಟ್ಟರೆ ಮಿಕ್ಕ ಯಾವುದನ್ನೂ ಅಣ್ಣ ಹೆಚ್ಚು ಇಷ್ಟ ಅಂತ ಹೇಳಿಕೊಂಡು ತಿರುಗಿದ ವ್ಯಕ್ತಿಯಲ್ಲ, ಆದರೆ ಉಪ್ಪಿಟ್ಟನ್ನ ಮಾತ್ರ ನಖಶಿಖಾಂತ ದ್ವೇಷಿಸುತ್ತಿದ್ದರು. ಅದನ್ನ ಎಂದೂ ಹೆಸರು ಹಿಡಿದು ಕರೆದವರಲ್ಲ ಅದಕ್ಕೆ ಅವರಿಟ್ಟ ಹೆಸರು 'ಕಾಂಕ್ರೀಟ್.' ಬದುಕು ಅದೆಷ್ಟು ವಿಚಿತ್ರ ನೋಡಿ! ಬದುಕು ವಾಹ್ ಅನ್ನಿಸಿಕೊಳ್ಳುವುದೇ ವೈಚಿತ್ರ್ಯಗಳಿಂದ, ಎಲ್ಲರೂ ಎಲ್ಲವೂ ಒಂದೇ ತೆರನಾಗಿದ್ದಿದ್ದರೆ? ಬದುಕು ಬೋರ್ ಆಗಿ ಹೋಗುತ್ತಿತ್ತು ಅಲ್ವಾ? ನನಗೆ ಉಪ್ಪಿಟ್ಟು ಅಂದರೆ ಪಂಚ ಪ್ರಾಣ!! 99ರಿಂದ 2005 ರಮ್ಯ ಬಾರ್ಸಿಲೋನಾಗೆ ಬಂದು ನನ್ನ ಸೇರುವವರೆಗೆ ಕಳೆದ ಬ್ಯಾಚುಲರ್ ಲೈಫ್‌ನಲ್ಲಿ ಉಪ್ಪಿಟ್ಟು ಇಲ್ಲದೇ ಒಂದು ದಿನ ಕಳೆದಿಲ್ಲ ಎಂದರೆ ನೀವು ನಂಬಬೇಕು. ಉಪ್ಪಿಟ್ಟು ಇವತ್ತಿಗೂ ನನಗೆ ಪಂಚಪ್ರಾಣ.

ಮುಂದಿನ ಆರೆಂಟು ವರ್ಷ ಒಂದೇ ಸಮನೆ ಪ್ರತಿ ವರ್ಷ ಅಣ್ಣ–ಅಮ್ಮ ಸ್ಪೇನ್‌ಗೆ ಬಂದರು. ಹತ್ತಾರು ದೇಶ ಸುತ್ತಿದರು. ಐಪೋಡ್ ಬಂದ ತಕ್ಷಣ ಅದರಲ್ಲಿ ಮುಖೇಶ್, ಮಹಮದ್ ರಫಿ, ಕಿಶೋರ್ ಜೊತೆಗೆ ಅನೇಕ ಗಜಲ್‌ಗಳನ್ನ ಕೂಡ ಸ್ಟೋರ್ ಮಾಡಿ ಕೊಟ್ಟೆವು. ಟೆಕ್ನಾಲಜಿ ಜೀವನದಲ್ಲಿ ಮಾಡಿದ ಬದಲಾವಣೆಯನ್ನ ಅಣ್ಣ ಬಹಳಷ್ಟು ಖುಷಿ ಪಟ್ಟು ಆಸ್ವಾದಿಸಿದರು. ವಿಡಿಯೋ ಗೇಮ್ ಕೂಡ ಮೊಬೈಲ್‌ಗೆ ಹಾಕಿ ಕೊಟ್ಟಿದ್ದೆವು. ವಿಡಿಯೋ ಗೇಮ್ ಆಡುವುದು ಅಣ್ಣನಿಗೆ ಇನ್ನೊಂದು ಇಷ್ಟದ ವಿಷಯವಾಗಿತ್ತು.

ಏಷ್ಯಾ ಮತ್ತು ಯೂರೋಪು ಸುತ್ತಿದ್ದ ಅಣ್ಣನಿಗೆ ಅಮೇರಿಕಾ ನೋಡಬೇಕು ಎನ್ನುವ ಬಯಕೆಯಿತ್ತು. ಅದನ್ನ ಅವರು ಎಂದೂ ನನ್ನ ಬಳಿ ಹೇಳಿಕೊಳ್ಳಲಿಲ್ಲ. ಅದು ಬಹಳ ದೂರ, ಪ್ರಯಾಣದಲ್ಲಿ ಅಣ್ಣನಿಗೆ ಹೆಚ್ಚು ಕಡಿಮೆಯಾದರೆ ಎಂದು ನಾನು 'ಬೇಡ' ಎಂದಿದ್ದೆ. ಕಾಂತ ಹುಸ್ಟೋನ್‌ನ ತನ್ನ ಮನೆಯ ಮುಂದಿನ ಕೊಳದಲ್ಲಿ ಈಜುವ ಹಂಸಗಳನ್ನ ತೋರಿಸಿದಾಗೆಲ್ಲ ಅಣ್ಣನಿಗೆ ಅಲ್ಲಿಗೆ ಹೋಗಬೇಕು ಅಂತ ಅನ್ನಿಸುತ್ತಿತ್ತಂತೆ. ಅದು ನನಗೆ ತಿಳಿಯಲಿಲ್ಲ. ಅಣ್ಣ ಅಮೇರಿಕಾ ನೋಡದೆ ಇಲ್ಲಿನ ಆಟಕ್ಕೆ ಬಾಯ್ ಹೇಳಿ ಹೊರಟೇಬಿಟ್ಟರು ಪಾಪ...! ಅಣ್ಣ ಇಂದು ನಮ್ಮೊಡನೆ ದೈಹಿಕವಾಗಿ ಇಲ್ಲ, ಆದರೆ ಅಣ್ಣನ ಇಷ್ಟವಾದ ಹಾಡು 'ಜಾನೆ ಕಹಾ ಗಯೇ ವೊ ದೀನ್' ಹಾಡು ಪ್ಲೇ ಆಗುತ್ತಿದೆ.

# ಖಂಡಾಂತರ ಮಾಡುವುದರಿಂದ ಕತ್ತೆ ಕುದುರೆಯಾಗದೆ ಇರಬಹುದು... ಆದರೆ ಜೀವನಶೈಲಿ?

ಬಾರ್ಸಿಲೋನಾದಲ್ಲಿ ಬಹುಪಾಲು ಜನರು ಶ್ವಾನಪ್ರಿಯರು. ಒಂದು ನಾಯಿ ಇರುವುದು, ಸಾಕುವುದು ಅತಿ ಸಾಮಾನ್ಯ ಎನ್ನಬಹುದು. ಉಳಿದಂತೆ ಕೆಲವರು ತಮ್ಮ ಮನೆಯಲ್ಲಿ ಐದಾರು ನಾಯಿಗಳನ್ನ ಸಾಕುವುದು ಕೂಡ ಕಾಣಸಿಗುತ್ತದೆ. ಇಲ್ಲಿನ ಅತಿ ದೊಡ್ಡ ಸಮಸ್ಯೆ ಒಂಟಿತನ. ಇದರಿಂದ ಹೊರಬರಲು ಬಹುತೇಕರು ನಾಯಿಯನ್ನ ಸಾಕುತ್ತಾರೆ. ಹಿರಿಯ ನಾಗರಿಕರಲ್ಲಿ ಒಂದಕ್ಕಿಂತ ಹೆಚ್ಚಿನ ನಾಯಿಯನ್ನ ಸಾಕುವ ಅಭ್ಯಾಸ ಸ್ವಲ್ಪ ಹೆಚ್ಚು ಎಂದು ಹೇಳಬಹುದು. ಇಲ್ಲಿ ಇನ್ನೊಂದು ವಿಚಿತ್ರ ಗೀಳಿನ ಜನರನ್ನ ಕೂಡ ನಾವು ಕಾಣಬಹುದು. ನಾಯಿಗಳ ಜೊತೆಗೆ ಮನೆಯಲ್ಲಿ ಕಸವನ್ನ ಸಂಗ್ರಹಿಸಿಡುವ ಗೀಳು ಇವರದ್ದು. ಎಷ್ಟೋ ಬಾರಿ ಅವರ ಮನೆಯಿಂದ ಬರುವ ಕೆಟ್ಟ ವಾಸನೆಯನ್ನ ಸಹಿಸಲಾಗದೆ ಅಕ್ಕಪಕ್ಕದವರು ದೂರು ನೀಡಿದ

ಉದಾಹರಣೆಗಳು ಮತ್ತು ಈ ವಿಷಯಗಳು ನ್ಯಾಷನಲ್ ನ್ಯೂಸ್ ಆದದ್ದು ಕೂಡ ನೋಡಿದಕ್ಕೆ ನಾನು ಸಾಕ್ಷಿಯಾಗಿದ್ದೇನೆ.

ಇಲ್ಲಿ ನಾಯಿ ಸಾಕಲು ಅನುಮತಿ ಪತ್ರದ ಅಗತ್ಯವಿದೆ. ಯಾವ ನಾಯಿಗಳ ತೂಕ 9 ಕೆಜಿಗಿಂತ ಕಡಿಮೆಯಿರುತ್ತದೆ ಅಂತಹ ನಾಯಿಗಳನ್ನ ಸಾಕಲು ಅನುಮತಿ ಪತ್ರದ ಅಗತ್ಯವಿಲ್ಲ. 9 ಕೆಜಿ ದೇಹ ತೂಕ ಮೀರಿದ ಎಲ್ಲಾ ನಾಯಿಗಳನ್ನ ಸಾಕಲು ಅನುಮತಿ ಪತ್ರದ ಅಗತ್ಯವಿರುತ್ತದೆ. ಉಳಿದಂತೆ ಇಲ್ಲಿನ ಸರಕಾರ ಕೆಲವು ತಳಿಗಳ ನಾಯಿಗಳನ್ನ ಡೇಂಜರಸ್ ಅಥವಾ ಅಪಾಯಕಾರಿ ಎನ್ನುವ ವರ್ಗೀಕರಣಕ್ಕೆ ಸೇರಿಸಿದೆ. ಹೀಗಾಗಿ ಈ ಪಟ್ಟಿಯಲ್ಲಿರುವ ನಾಯಿಗಳನ್ನ ಸಾಕಲು ವಿಶೇಷ ಅನುಮತಿ ಪತ್ರದ ಅಗತ್ಯ ಕೂಡ ಇರುತ್ತದೆ. ನಾಯಿಗಳಿಗೆ ನಿಗದಿತ ಲಸಿಕೆಗಳನ್ನ ಹಾಕಿಸುವುದು ಮತ್ತು ಅದನ್ನ ಆರೋಗ್ಯವಾಗಿ ಇಟ್ಟುಕೊಳ್ಳುವುದು ಕೂಡ ಮಾಲೀಕರ ಕೆಲಸ. ಹೀಗೆ ಅಪಾಯಕಾರಿ ಹಣೆಪಟ್ಟಿ ಹೊತ್ತ ನಾಯಿಗಳನ್ನ ಬೀದಿಯಲ್ಲಿ ಅಥವಾ ಪಾರ್ಕ್‌ನಲ್ಲಿ ಬೀಡಾಡಿ ಓಡಾಡಲು ಬಿಡುವಂತಿಲ್ಲ. ಹಾಗೊಮ್ಮೆ ಬಿಟ್ಟು ಅದರಿಂದ ಹೆದರಿದ ಅಥವಾ ಅದರಿಂದ ತೊಂದರೆಗೆ ಒಳಗಾದ ವ್ಯಕ್ತಿ ಕೇಸು ದರ್ಜು ಮಾಡುವುದು ಕೂಡ ಸಾಮಾನ್ಯ. ಇಷ್ಟೆಲ್ಲಾ ಕಟ್ಟುಪಾಡುಗಳು ಇದ್ದರೂ ಕೆಲವರು ಲೈಸೆನ್ಸ್ ಪಡೆಯುವುದಿಲ್ಲ. ಅನುಮತಿ ಪತ್ರದ ಪಡೆಯಲಿಲ್ಲ ಎನ್ನುವುದು ಏಕೆ ಮುಖ್ಯವಾಗುತ್ತದೆ ಎಂದರೆ ಹೀಗೆ ಅನುಮತಿ ಪತ್ರ ಪಡೆಯದ ಎಷ್ಟೋ ಜನ ತಮ್ಮ ನಾಯಿ ಸಾಕುವ ಷೋಕಿ ಇಳಿದ ನಂತರ ಅವುಗಳನ್ನ ದೂರದಲ್ಲೆಲ್ಲೋ ಬಿಟ್ಟು ಬರುತ್ತಾರೆ. ಹೀಗೆ ನಾಯಿಯನ್ನ ಅನಾಥ ಮಾಡಿದವರು ಯಾರು? ಎಂದು ಹುಡುಕಲು ಸಾಧ್ಯವಾಗುವುದಿಲ್ಲ. ಪರವಾನಗಿ ಇದ್ದವರು ಕೆಲವೊಮ್ಮೆ ನಾಯಿಯ ಪೋಷಣೆ ಮಾಡುವುದು ಸಾಧ್ಯವಿಲ್ಲ ಎಂದಾಗ ಬೇರೆ ಯಾರಿಗಾದರೂ ದತ್ತು ಕೊಟ್ಟು ಬಿಡುತ್ತಾರೆ.

ನಿಮಗೆಲ್ಲಾ ತಿಳಿದಿರಲಿ, ಸ್ಪೇನ್‌ನಲ್ಲಿ ನಮ್ಮ ಭಾರತದಂತೆ ಬೀದಿ ನಾಯಿಗಳಿಲ್ಲ! ಎಲ್ಲೋ ಅಲ್ಲೊಬ್ಬರು ಇಲ್ಲೊಬ್ಬರು ತಮ್ಮ ನಾಯಿಯನ್ನ ಬೀದಿಗೆ ಬಿಡುತ್ತಾರೆ. ಅವುಗಳು ಕೂಡ ಬಹುಬೇಗ ರೆಸ್ಕ್ಯೂ ಟೀಮ್ ಅವರಿಂದ ಉಪಚರಿಸಲ್ಪಟ್ಟು ಯಾವುದಾದರೂ ಎನ್.ಜಿ.ಓ. ಮೂಲಕ ಶ್ವಾನಪ್ರೇಮಿಗಳ ಮನೆಗೆ ದತ್ತು ನೀಡಲಾಗುತ್ತದೆ. ಹೀಗೆ ತನ್ನ ಮಾಲೀಕನಿಂದ ಬೀದಿಗೆ ದೂಡಲ್ಪಟ್ಟ ನಾಯಿಗಳು ಮತ್ತೊಮ್ಮೆ ಇನ್ನೊಬ್ಬ ಮನುಷ್ಯನನ್ನ ನಂಬುವುದಕ್ಕೆ ಕಷ್ಟವಾಗುತ್ತದೆಯಂತೆ, ಹೀಗಾಗಿ ಅವಕ್ಕೆ ಸಾಮಾನ್ಯ ನಾಯಿಗಿಂತ ಹೆಚ್ಚಿನ ಪ್ರೀತಿ ಮತ್ತು ವಿಶ್ವಾಸದ ಆವಶ್ಯಕತೆ ಇರುತ್ತದೆ. ಹೀಗಾಗಿ ಮೊದಲು ಇವುಗಳನ್ನ ನಾಯಿ ಸಂರಕ್ಷಣಾ ಕೇಂದ್ರದಲ್ಲಿ ಇರಿಸಿಕೊಂಡು ಅವಕ್ಕೆ ಬೇಕಾದ ಪ್ರೀತಿಯನ್ನ ಮತ್ತು ವಿಶ್ವಾಸವನ್ನ ಧಾರೆಯೆರೆಯಲಾಗುತ್ತದೆ. ಅಲ್ಲದೆ ಇಂತಹ ನಾಯಿಗಳನ್ನ ದತ್ತು

ಪಡೆಯುವರಿಗೆ ನಾಯಿಯ ಮನಸ್ಥಿತಿ ಮತ್ತು ಅದಕ್ಕೆ ನೀಡಬೇಕಾಗಿರುವ ಪ್ರೀತಿ, ಗಮನ ಎಲ್ಲವನ್ನೂ ತಿಳಿಸಿ ಹೇಳಲಾಗುತ್ತದೆ. ದತ್ತು ಪಡೆಯುವರ ಸಾಚಾತನದ ಪ್ರಮಾಣ ಸಿದ್ಧವಾದರೆ ನಾಯಿ ಅವರದಾಗುತ್ತದೆ.

ನಾಯಿ ಬೀದಿಬದಿಯಲ್ಲಿ ಯಾವ ಸ್ಥಿತಿಯಲ್ಲಿ ಸಿಕ್ಕಿತು ಮತ್ತು ಅದನ್ನ ಹೇಗೆ ಪುನರ್ಜೀವನಗೊಳಿಸಿದೆವು ಎನ್ನುವುದನ್ನ ಒಂದೆರಡು ನಿಮಿಷದ ವಿಡಿಯೋ ಮಾಡಿ ಜಾಹಿರಾತಿನಂತೆ ಹರಿಬಿಡುತ್ತಾರೆ. ಈ ನಾಯಿಗೆ ಸರಿಯಾದ ಸೂರಿನ ಆವಶ್ಯಕತೆಯಿದೆ ಎನ್ನುವ ಒಕ್ಕಣೆಯನ್ನ ಕೊನೆಯಲ್ಲಿ ಹಾಕುತ್ತಾರೆ. ಮನೆಯಲ್ಲಿ ಮೊದಲೇ ನಾಯಿ ಇದ್ದವರು, ಮೊದಲ ನಾಯಿಯ ಮಾಲೀಕರಾಗಲು ಇಚ್ಛೆ ಪಟ್ಟವರು, ಇತರ ಸಂವೇದನಾಶೀಲ ಸಹೃದಯರು ನಾಯಿಯನ್ನ ತಮ್ಮದಾಗಿಸಿಕೊಂಡು ಅದಕ್ಕೊಂದು ಉತ್ತಮ ಜೀವನವನ್ನ ನೀಡುತ್ತಾರೆ.

ಇಲ್ಲಿಗೆ ಬಂದ ಪ್ರಥಮ ದಿನಗಳಲ್ಲಿ ಕಾರಿನ ಹಿಂಬದಿಯನ್ನ ಪೂರ್ಣ ತಮ್ಮ ಆಸನವನ್ನಾಗಿಸಿಕೊಂಡು ಪವಡಿಸುವ ನಾಯಿಗಳನ್ನ ಕಂಡಾಗೆಲ್ಲ 'ಇವುಗಳು ಅದೃಷ್ಟ ಮಾಡಿ ಇಲ್ಲಿ ಹುಟ್ಟಿವೆ' ಎಂದುಕೊಳ್ಳುತ್ತಿದ್ದೆ. ಅದರ ಜೊತೆಗೆ ನಾವು ಭಾರತದಲ್ಲಿ ಯಾರೊಬ್ಬರ ಜೀವನದಲ್ಲಿ ಅತಿ ಹೆಚ್ಚು ಕಷ್ಟ ಬಂದು ಬದುಕಲು ತಿಣುಕುತ್ತಿದ್ದರೆ 'ಅವನ ಜೀವನ ನಾಯಿ ಬಾಳಾಗಿದೆ' ಎನ್ನುವುದು ನೆನಪಿಗೆ ಬಂದು, ಸಮಾಜದಲ್ಲಿನ ವ್ಯತ್ಯಾಸಗಳನ್ನ ನೆನಪಿಸುತ್ತಿದ್ದವು.

ಇವತ್ತಿಗೆ ಭಾರತದಲ್ಲೂ ಬಹಳಷ್ಟು ಬದಲಾವಣೆಯಾಗಿದೆ. ವಿವಿಧ ದೇಶಗಳ ವಿವಿಧ ತಳಿಯ ನಾಯಿಗಳು ನಮ್ಮ ಮನೆಯನ್ನ ತುಂಬಿವೆ. ಆ ನಾಯಿಗಳು ಬದುಕುತ್ತಿದ್ದ ವಾತಾವರಣ ಇಲ್ಲಿನ ವಾತಾವರಣದಲ್ಲಿ ಸಾಮ್ಯತೆಯಿಲ್ಲ. ಆದರೇನು? ನಮ್ಮ ಜನಕ್ಕೆ ವಿದೇಶಿ ತಳಿಯ ನಾಯಿಗಳನ್ನ ಸಾಕುವುದರಲ್ಲಿ ಹೆಚ್ಚಿನ ಮಮಕಾರ. ಮನುಷ್ಯ ಅಥವಾ ನಾಯಿ ವಿದೇಶಿ ಅದರಲ್ಲೂ ಅದು ಯೂರೋಪು ಅಥವಾ ಅಮೆರಿಕಾದ್ದು ಆದರೆ ಕೇಳುವುದಿನ್ನೇನು? ಬಹಳಷ್ಟು ಬದಲಾವಣೆ ಕಂಡಿರುವ ಭಾರತ ವಿದೇಶಿ ವ್ಯಾಮೋಹದಿಂದ ಹೊರಬರುವುದು ಬಾಕಿಯಿದೆ. ನೀವೇನಂತೀರಾ?

ನಾಯಿ ಸಾಕಬೇಕು ಅಂತ ನನಗೆಂದೂ ಅನ್ನಿಸಲಿಲ್ಲ. ಪೀಣ್ಯದಲ್ಲಿ ಇರುವಾಗ ನಮಗೆ ಎಲ್ಲವೂ ಕೈ ಬಾಯಿ ಎನ್ನುವ ಸ್ಥಿತಿಯಲ್ಲಿರುವಾಗ ನಾಯಿ ಬೇರೆ ಎಲ್ಲಿಂದ ಸಾಕುವುದು? ಬಾರ್ಸಿಲೋನಾಗೆ ಬಂದು ಆರ್ಥಿಕವಾಗಿ ಸಬಲವಾದ ಮೇಲೂ ಕೂಡ ನನಗೆ ನಾಯಿ ಸಾಕಬೇಕು ಅಂತ ಮಾತ್ರ ಅನ್ನಿಸಲಿಲ್ಲ. ಆದರೆ ನನ್ನ ಸಹೋದರ ರಾಮನಿಗೆ ನಾಯಿ ಸಾಕಬೇಕು ಎನ್ನುವ ಹುಚ್ಚು. ಅಣ್ಣನ ಬಳಿ ನಾಯಿ ಸಾಕಲು ಒಂದಲ್ಲ ಹತ್ತಾರು ಬಾರಿ ಒಪ್ಪಿಗೆಯನ್ನ ಪಡೆಯಲು ಯತ್ನಿಸಿ ವಿಫಲನಾಗಿದ್ದ. ಒಂದು ದಿನ ಅವನಿಗೆಲ್ಲಿ ಸಿಕ್ಕಿತೋ ಭಗವಂತ ಬಲ್ಲ, ಒಂದು ನಾಯಿ ಮರಿಯನ್ನ ಹಿಡಿದು ತಂದಿದ್ದ. ಅದರ ವಿಶೇಷತೆಯೇನೆಂದರೆ ಅದು

ಎತ್ತರವಿರಲಿಲ್ಲ ಅದೊಂದು ಕುಬ್ಜ ನಾಯಿ ಅದರ ಉದ್ದ ಮಾತ್ರ ಸಾಮಾನ್ಯ ನಾಯಿಗಿಂತ ಬಹಳ ಹೆಚ್ಚು. ಅದ್ಯಾವ ತಳಿಯ ನಾಯಿ ಎನ್ನುವುದು ಗೊತ್ತಿರಲಿಲ್ಲ. ಎಲ್ಲಕ್ಕಿಂತ ಹೆಚ್ಚಾಗಿ ರಾಮನಿಗೆ ಆ ನಾಯಿ ಮರಿ ಎಲ್ಲಿ ಸಿಕ್ಕಿತು? ಎನ್ನುವುದು ನಾಯಿಯ ತಳಿಗಿಂತ ದೊಡ್ಡ ಪ್ರಶ್ನೆಯಾಗಿತ್ತು. ರಾಮ ದಿನಕ್ಕೊಂದು ಕತೆಯನ್ನ ಕಟ್ಟಿ ಹೇಳುತ್ತಿದ್ದ. ಒಂದು ದಿನ ಸ್ನೇಹಿತನ ಮನೆಯಲ್ಲಿ ಮರಿ ಹಾಕಿತ್ತು, ಅವನು ಕೊಟ್ಟ ಎಂದರೆ, ಇನ್ನೊಂದು ದಿನ ರಸ್ತೆಯಲ್ಲಿ ಒಂಟಿಯಾಗಿತ್ತು, ಅಯ್ಯೋ ಪಾಪ ಎನ್ನಿಸಿತು ಅದಕ್ಕೆ ತೆಗೆದುಕೊಂಡು ಬಂದೆ ಎನ್ನುತ್ತಿದ್ದ. ವಿಷಯ ಯಾವುದೇ ಇರಲಿ ಅವನು ಎಂದೂ ನಿಖರವಾಗಿ ಇದ್ದದ್ದು ಇದ್ದ ಹಾಗೆ ಹೇಳಿದವನಲ್ಲ. ಅದು ಅವನು ಬೇಕೆಂದು ಮಾಡುತ್ತಿರಲಿಲ್ಲ, ಅದು ಅವನ ನೇಚರ್. ಇವತ್ತಿಗೂ ಅವನು ಬದಲಾಗಿಲ್ಲ. ಇರಲಿ

ಮೊದಲ ದಿನ ನಾಯಿಯನ್ನ ನೋಡಿದ ಅಣ್ಣ ಅಂದ ಮಾತು ಇಂದಿಗೂ ಕಿವಿಯಲ್ಲಿ ಗುಯ್ಯ್ ಎನ್ನುತ್ತಿದೆ. ನೀವು ಮೂರು ಜನರಿದ್ದೀರಿ ಇದನ್ನ ಬೇರೆ ಎಲ್ಲಿಂದ ಸಾಕುವುದು? ಅಣ್ಣನಿಗೆ ನಾಯಿಯನ್ನ ಸಾಕುವುದು ಇಷ್ಟವಿರಲಿಲ್ಲ. ಆದರೆ ರಾಮನಿಗೆ ನಾಯಿಯೆಂದರೆ ಪಂಚಪ್ರಾಣ. ಕೊನೆಗೆ ಅಣ್ಣನಿಗೆ ಏನನ್ನಿಸಿತೋ ಸುಮ್ಮನಾದರು. ರಾಮ ಅಣ್ಣನ ಮೌನವನ್ನ ಒಪ್ಪಿಗೆಯೆಂದು ಭಾವಿಸಿದ. ನಾಯಿಗೆ ನಾಮಕರಣವನ್ನ ಕೂಡ ಮಾಡಿದ. ನಾಯಿಯ ಹೆಸರು 'ಡೋರಾ' ಎಂದಿಟ್ಟಿದ್ದ. ಪುಟಾಣಿ ಮರಿಯಂತಿದ್ದ ಡೋರಾ ವರ್ಷದಲ್ಲಿ ಸಾಕಷ್ಟು ಉದ್ದವಾಗಿ ಬೆಳೆಯಿತು. ಎತ್ತರ ಮಾತ್ರ ಅಷ್ಟಕಷ್ಟೇ. ರಾಮ ನಾಯಿಯನ್ನ ಬಹಳವಾಗಿ ಹಚ್ಚಿಕೊಂಡಿದ್ದ. ರಾತ್ರಿ ಅದನ್ನ ಮನೆಯ ಹೊರಗೆ ಕಟ್ಟಿ ಹಾಕಲಾಗುತ್ತಿತ್ತು. ನಮ್ಮ ಕಿಷ್ಕಿಂದೆ ಮನೆಯಲ್ಲಿ ಅದಕ್ಕೆಲ್ಲಿ ಜಾಗ ಹೊಂಚುವುದು? ಇತರ ನಾಯಿಗಳ ಕಾಟಕ್ಕೋ ಅಥವಾ ಹೊರಗಿನ ವಾತಾವರಣದ ಭಯವೋ ತಿಳಿಯದು ಡೋರಾ ಆಗಾಗ ಕುಂಯ್‌ಗುಡುತಿತ್ತು. ಅದು ಜೋರಾಗಿ ಉಸಿರಾಡಿದರೆ ಸಾಕು ರಾಮ ಎದ್ದು ಬಾಗಿಲು ತೆರೆದು ಡೋರಾ, ಕುನ್ನಾ ಏನಾಯ್ತು ಎಂದು ಅದನ್ನ ರಮಿಸುತ್ತಿದ್ದ. ಅವನು ಎದ್ದು ಬಾಗಿಲು ತೆರೆದರೆ ಅದು ನಮ್ಮ ನಿದ್ರೆಗೆ ಭಂಗ ತರುತ್ತಿತ್ತು. ಒಂದೆರಡು ದಿನವಾದರೆ ಹೇಗೋ ಸಹಿಸಿಕೊಳ್ಳಬಹುದು. ರಾಮನದು ಇದು ನಿತ್ಯದ ಪರಿಪಾಠವಾಯ್ತು. ವಿಷಯ ಅಣ್ಣನ ಗಮನಕ್ಕೆ ಬರುವುದಕ್ಕೂ ಹೆಚ್ಚಿನ ಸಮಯ ಹಿಡಿಯಲಿಲ್ಲ. ಅಲ್ಲದೆ ರಾಮನಿಗೆ ಓದಿನ ಕಡೆ ಗಮನ ಕಡಿಮೆಯಾಯ್ತು. ಇದನ್ನೆಲ್ಲಾ ನೋಡಿದ ಅಣ್ಣ ರಾಮನನ್ನ ಕರೆದು ನೋಡು ನಿನ್ನ ಗಮನವೆಲ್ಲಾ ಅದರ ಕಡೆಗೆ ಹೋಗುತ್ತಿದೆ, ಅಲ್ಲದೆ ನಾವಿರುವ ಸ್ಥಿತಿಯಲ್ಲಿ ಆ ನಾಯಿಯನ್ನ ಚೆನ್ನಾಗಿ ನೋಡಿಕೊಳ್ಳಲು ಕೂಡ ಸಾಧ್ಯವಿಲ್ಲ ಇತ್ಯಾದಿ ಅವನಿಗೆ ಬುದ್ಧಿ ಮಾತು ಹೇಳಿದರು. ರಾಮ ನಾಯಿಯನ್ನ ಎಲ್ಲಾದರೂ ಬಿಟ್ಟು ಬರುತ್ತೇನೆ ಎಂದು ಅಣ್ಣನಿಗೆ ಮಾತು

ಕೊಟ್ಟ. ಪಾಪ ಹೇಳಿದಂತೆ ಅದನ್ನ ಕಿಲೋಮೀಟರ್ ಗಟ್ಟಲೆ ದೂರದಲ್ಲಿ, ನನಗೆ ನೆನಪಿರುವಂತೆ ಟಿವಿಎಸ್ ಕ್ರಾಸ್‌ನಲ್ಲಿ ಬಿಟ್ಟು ಬಂದ. ಆ ದಿನವೆಲ್ಲಾ ಕುಳಿತು ಬಹಳಷ್ಟು ಅತ್ತ. ಡೋರನಿಗೆ ಯಾವ ನಾಯಿಗಳು ಕಚ್ಚಿರುತ್ತವೋ ಎಂದು ಬಹಳಷ್ಟು ನೆನೆದು ದುಃಖಿಸಿದ. ಪ್ರಮಾಣ ಮಾಡಿ ಹೇಳುತ್ತೇನೆ ಅಂದಿಗೆ ನನಗೇನೂ ಅನ್ನಿಸಲೇ ಇಲ್ಲ. ಅದರ ಬದುಕಿನ ಬಗ್ಗೆ ಎಂಪಥಿ ಇರಲಿ ಸಿಂಪಥಿ ಕೂಡ ಹುಟ್ಟಿರಲಿಲ್ಲ. ನನಗೆ ಮಾನಸಿಕ ಸಂಬಂಧದ ಅರ್ಥ ಗೊತ್ತಿರಲಿಲ್ಲ ಅನ್ನಿಸುತ್ತದೆ. ಒಂದೇ ದಿನದಲ್ಲಿ ಡೋರಾ ಮನೆ ಬಾಗಿಲಿಗೆ ವಾಪಸ್ಸು ಬಂದಿದ್ದ. ರಾಮನ ಖುಷಿಗೆ ಪಾರವೇ ಇಲ್ಲ ಎನ್ನುವಂತಾಗಿತ್ತು. ವಾರ ಕಳೆಯುವುದರಲ್ಲಿ ಮತ್ತೆ ನಾಯಿಯನ್ನ ಎಲ್ಲಾದರೂ ಬಿಡಬೇಕು ಎನ್ನುವ ಅಪ್ಪಣೆ ಅಣ್ಣ ಹೊರಡಿಸುತ್ತಾರೆ. ಅವತ್ತಿನ ದಿನದ ಸನ್ನಿವೇಶಗಳು, ಪರಿಸ್ಥಿತಿ ನೆನದು, ಡೋರಾ ಏನಾಗಿರಬಹುದು? ಎನ್ನುವ ಯೋಚನೆ ಇಂದು ನನ್ನ ಹೈರಾಣಾಗಿಸುತ್ತಿದೆ.

ಯಾರೋ ಹೇಳಿದರು ನಾಯಿಯನ್ನ ನೀರು ದಾಟಿಸಿ ಬಿಡಬೇಕು, ಇಲ್ಲವಾದರೆ ನಾಯಿಯನ್ನ ತುಂಬಾ ಜನನಿಬಿಡ ಪ್ರದೇಶದಲ್ಲಿ ಬಿಟ್ಟು, ಎಲ್ಲಾದರೂ ಕೈಕಾಲು ತೊಳೆದು ಕೊಂಡು ಬಂದರೆ ಸಾಕು ಅದು ಮರಳಿ ವಾಸನೆಯನ್ನ ಹಿಡಿದು ಬರಲಾಗದು ಎಂದು, ರಾಮನಿಗೆ ಅದನ್ನ ಬಿಟ್ಟು ಬರುವ ಚೈತನ್ಯ ಉಳಿದಿರಲಿಲ್ಲ. ಕಾಂತ ಮತ್ತು ನಾನು ಅದನ್ನ ಮೂರ್ನಾಲ್ಕು ಕಿಲೋಮೀಟರ್ ದೂರದಲ್ಲಿ ಬಿಟ್ಟು, ಕೈ ಕಾಲು ತೊಳೆದು ಬಂದೆವು. ಡೋರಾ ವಾಪಸ್ಸು ಬರಲಿಲ್ಲ. ವಾಸನೆ ಸಿಗಲಿಲ್ಲವೋ ಅಥವಾ ಇಂತಹ ಭಾವನೆಯಿಲ್ಲದ ಮನುಷ್ಯರ ಮನೆಗೆ ನಾನು ಹೋಗುವುದಿಲ್ಲ ಎಂದು ನಿರ್ಧರಿಸಿದನೋ? ಗೊತ್ತಿಲ್ಲ. ಅಂತೂ ಅವನು ಮತ್ತೆ ಬರಲಿಲ್ಲ.

ಆಗೆಲ್ಲಾ ತಿಳುವಳಿಕೆ ಇಲ್ಲದ ವಯಸ್ಸು, ಅನುಭವವಿಲ್ಲದ, ಸಂವೇದನೆ ಅರ್ಥ ಗೊತ್ತಿಲ್ಲದ ಮನಸ್ಸು. ಇಂದು ನಾವು ಆ ನಾಯಿಯನ್ನ ಬಿಟ್ಟು ಬಂದ ನಂತರ ಅದಕ್ಕೇನಾಯಿತು? ಎನ್ನುವುದು ನೆನೆದಾಗೆಲ್ಲ ಕರುಳು ಚುರ್ ಎನ್ನುತ್ತದೆ. ಕರೋನ ಸಮಯದಲ್ಲಿ ಮಕ್ಕಳಿಗೆ ಟೈಮ್ ಪಾಸ್ ಆಗುತ್ತಿಲ್ಲ ಅಥವಾ ಜೊತೆಗಿರಲಿ ಎಂದು ತಂದ ನಾಯಿಗಳ ಭವಿಷ್ಯ ಕರೋನ ನಂತರ ಬೀದಿ ಪಾಲಾಗಬಹುದೇ? ಎನ್ನುವ ಪ್ರಶ್ನೆ ಮನಸ್ಸಿನಲ್ಲಿ ಅಳುಕನ್ನ ಹುಟ್ಟುಹಾಕುತ್ತಿದೆ.

# ತೂಕ ಇಳಿಸಿಕೊಳ್ಳಲು ಸರಳ ಉಪಾಯ ಏನಾದರೂ ಇದೆಯಾ?

ದೂರದಲ್ಲಿರುವ ಬೆಟ್ಟ ಸಮತಟ್ಟವಾಗಿ ಕಾಣುತ್ತದೆ. ದೂರದಿಂದ ಅದನ್ನ ಹತ್ತುವುದು ಕೂಡ ಬಹಳ ಸುಲಭ ಎನ್ನುವ ಭಾವನೆಯನ್ನ ನೀಡುತ್ತದೆ. ನಿಜದ ಅರಿವು ಆಗಬೇಕೆಂದರೆ ಅದರ ಹತ್ತಿರ ಹೋಗಬೇಕು. ಹತ್ತಿರದಿಂದ ಬೆಟ್ಟದ ಮೇಲಿರುವ ಕಲ್ಲುಮುಳ್ಳುಗಳು ದುರ್ಗಮ ರಸ್ತೆ ಕಾಣಸಿಗುತ್ತದೆ. ದೂರದಿಂದ ಅಂದುಕೊಂಡಷ್ಟು ಸುಲಭವಾಗಿ ಅದನ್ನ ಹತ್ತಲು ಸಾಧ್ಯವಿಲ್ಲ ಎನ್ನುವ ಅರಿವಾಗುತ್ತದೆ ಕೂಡ. ಅಂದರೆ ದೂರದಿಂದ ಬಹಳ ಸುಂದರವಾಗಿ ಮತ್ತು ಸುಲಭವಾಗಿ ಕಂಡ ಬೆಟ್ಟ ಹತ್ತುವುದು ಕಂಡಷ್ಟು ಸುಲಭವಲ್ಲ ಎನ್ನುವುದು ಹತ್ತಿರ ಹೋಗಿ ಪ್ರಯತ್ನಿಸಿದ ಮೇಲಷ್ಟೇ ಗೊತ್ತಾಗುತ್ತದೆ. ಹಾಗೆಯೇ ಸಂಬಂಧಗಳೂ ಕೂಡ! ದೂರದಿಂದ ಬಹಳ ಸುಂದರ ಎನ್ನಿಸುವ ಸಂಬಂಧಗಳು ಹತ್ತಿರವಾದಾಗ ಹಳಸುತ್ತವೆ.

ಇದನ್ನ ಸಾಂಕೇತಿಕವಾಗಿ ನಮ್ಮ ಹಿರಿಯರು ದೂರದ ಬೆಟ್ಟ ಕಣ್ಣಿಗೆ ನುಣ್ಣಗೆ ಎಂದರು.

ಇದನ್ನ ನಮ್ಮ ಹಿರಿಯರು ಆಡು ಭಾಷೆಯಲ್ಲಿ 'ದೂರವಿದ್ದರೆ ಪರಿಮಳ, ಹತ್ತಿರ ಬಂದರೆ ವಾಸನೆ' ಎಂದು ಕೂಡ ಕರೆಯುತ್ತಾರೆ. ಅರ್ಥ ಬಹಳ ಸರಳ ಯಾವುದು ದೂರದಿಂದ ಸುಂದರವಾಗಿಯೂ, ಎಲ್ಲವೂ ಸರಿಯಾಗಿದೆ ಎನ್ನುವಂತೆ ಕಾಣುತ್ತದೆಯೋ ಅದು ಹತ್ತಿರದಿಂದ ಬೇರೆಯದೇ ರೀತಿಯ ನೋಟವನ್ನ ಒದಗಿಸುತ್ತದೆ.

ನಾವಂದುಕೊಂಡಂತೆ ನಮ್ಮಲ್ಲಿ ಮಾತ್ರ ಅವ್ಯವಸ್ಥೆ ಇಲ್ಲ ಎಲ್ಲೆಡೆಯೂ ಅಷ್ಟೇ ಅಲ್ಲವೇ? ಜಗತ್ತಿನೆಲ್ಲೆಡೆ ಮನುಷ್ಯನ ಸ್ವಭಾವ ಒಂದೇ. ಇಲ್ಲಿ ಸರಿ ಇಲ್ಲ, ಇಲ್ಲಿನ ವ್ಯವಸ್ಥೆ ಸರಿಯಾಗಿ ಪಾಲಿಸುತ್ತಿಲ್ಲ ಎಂದು ಹೋಗುವುದಾದರೂ ಎಲ್ಲಿಗೆ? ಇಲ್ಲಿಂದ ತುಂಬಾ ಚನ್ನಾಗಿ ಕಾಣುವ ಇತರ ಪ್ರದೇಶದ ವ್ಯವಸ್ಥೆಯ ನಿಜ ಬಣ್ಣ ಅಲ್ಲಿಗೆ ಹೋದ ಮೇಲಷ್ಟೇ ಗೊತ್ತಾಗುವುದು ಅಲ್ಲವೇ? ಹಾಗೆಯೇ ದೂರದ ಸಂಬಂಧಗಳು ಚನ್ನಾಗಿಯೇ ಇರುತ್ತವೆ ಅವುಗಳ ನೈಜತೆ ತಿಳಿಯುವುದು ಹತ್ತಿರ ಬಂದಾಗಲೇ ಎನ್ನುವುದನ್ನ ಕೂಡ ಸ್ಪೇನ್ ಜೀವನ ಕಲಿಸಿತು.

ಇದನ್ನ ಸ್ಪಾನಿಶರು La luz de adelante es la que alumbra (ಲ ಲೂಸ್ ದೆ ಅದೇಲಂತೆ ಈಸ್ ಲ ಕೆ ಅಲುಮ್ಬರ) ಎಂದರು. ಅರ್ಥ ಇಲ್ಲಿಯೂ ಸೇಮ್! 'ಎದುರುಗಡೆಯ ಬೆಳಕು ಹೆಚ್ಚು ಪ್ರಕಾಶಿಸುತ್ತದೆ' ಎನ್ನುವುದು ಯಥಾವತ್ತು ಅನುವಾದ.

ನಮ್ಮ ಬಳಿ ಏನಿರುತ್ತದೆ ಅದು ಯಾವಾಗಲೂ ಬೆಲೆ ಕಡಿಮೆ. ನಮ್ಮ ಕೈಗೆ ಯಾವುದು ಎಟುಕುವುದಿಲ್ಲ, ಅದು ಯಾವಾಗಲೂ ಹೆಚ್ಚು ಬೆಲೆ ಅನ್ನಿಸುತ್ತದೆ. ಅದು ಸಿಕ್ಕ ಮೇಲೆ ಬೇರೆಯದೇ ಕಥೆ. ಇರಲಿ. ಮನುಷ್ಯನ ಮೂಲಭೂತ ಗುಣವೇ ಹಾಗೆ ಎದುರು ಮನೆಯ ಬಲ್ಬ್ ಹೆಚ್ಚು ಹೊಳೆಯುತ್ತದೆ. ಎದುರುಮನೆಯಾತನ ಕಾರು, ಮನೆ, ಎಲ್ಲವೂ ಚೆನ್ನಾಗಿ ಕಾಣುತ್ತದೆ. ನಮ್ಮ ವಸ್ತು ಮಾತ್ರ ಮಬ್ಬು ಮಬ್ಬು! ಇದಕ್ಕೆ ಹಿತ್ತಲ ಗಿಡ ಮದ್ದಲ್ಲ ಎನ್ನುವುದು. ಹಿಂದಿ ಭಾಷಿಕರು ಘರ್ ಕಿ ಮುರ್ಗಿ ದಾಲ್ ಬರಾಬರ್ ಎನ್ನುತ್ತಾರೆ. ಇವೆಲ್ಲಾ ಏನೇ ಇರಲಿ ಅರ್ಥ ಮಾತ್ರ ಸೇಮ್!

ಇಷ್ಟೆಲ್ಲಾ ಪೀಠಿಕೆ ಏಕೆಂದರೆ ಬರೋಬ್ಬರಿ 134 ಕೆಜಿ ತೋಗುತ್ತಿದ್ದ ನಾನು ದೇಹದ ತೂಕವನ್ನ ಇಳಿಸಲು ಮನೆಯ ಬಳಿಯಿದ್ದ ಜಿಮ್ ಸೇರಿಕೊಂಡೆ, ದೇಹವನ್ನ ದಂಡಿಸಿ ಒಂದು ಆಕಾರಕ್ಕೆ ತರುವುದು ಮೂಲ ಉದ್ದೇಶವಾಗಿತ್ತು. ಬೆಳಿಗ್ಗೆ 6ರ ಬ್ಯಾಚಿಗೆ ಹಾಜರ್ ಆಗುತ್ತಿದ್ದೆ. ಬೆಳಿಗ್ಗೆ ಬೇಗ ಏಳುವುದು ಅಭ್ಯಾಸ ಜೊತೆಗೆ ಬೆಳಗಿನ ಬ್ಯಾಚಿನಲ್ಲಿ ಜನಸಂದಣಿ ಕಡಿಮೆ ಎನ್ನುವುದು ಕಾರಣ. ಟ್ರೆಡ್‌ಮಿಲ್ ಮೇಲೆ ಮೊದಲಿಗೆ ನಡೆಯುವುದು ಮಾಡಿ ನಂತರ ಓಡುವುದು

ಅಭ್ಯಾಸ ಮಾಡಿಕೊಂಡೆ, ಹತ್ತಾರು ಕಿಲೋಮೀಟರ್ ಓಡುವ ಸಾಮರ್ಥ್ಯವನ್ನ ಕೂಡ ಪಡೆದುಕೊಂಡೆ. ಹೀಗೆ ಜಿಮ್ ಸೇರಿ ಎಂಟ್ಹತ್ತು ತಿಂಗಳಾಗಿರಬಹದು ಆಗ ಸಿಕ್ಕವರು ಪಾಕೊ ಮತ್ತು ಆನಿ, ಇಬ್ಬರೂ ಸತಿಪತಿಗಳು. ಆನಿ ವಿಮಾನದಲ್ಲಿ ಪರಿಚಾರಿಕೆಯ (ಏರ್ ಹೋಸ್ಟೆಸ್) ಕೆಲಸದಲ್ಲಿ ತೊಡಗಿಕೊಂಡಿದ್ದವಳು, ಪಾಕೊ ಫಿಟ್ನೆಸ್ ಮತ್ತು ಹೆಲ್ತ್ ಸಲಹೆಗಾರನಾಗಿ ವೃತ್ತಿಯಲ್ಲಿ ತೊಡಗಿಕೊಂಡಿದ್ದ.

ಇಲ್ಲಿನ ಜನ ವ್ಯಕ್ತಿ ಇದ್ದ ಹಾಗೇ ಒಪ್ಪಿಕೊಳ್ಳುತ್ತಾರೆ. ಒಂದು ದಿನವೂ ನನ್ನ ದೇಹದ ಬಗ್ಗೆ ಹಗುರವಾಗಿ ಮಾತನಾಡಿ ನನ್ನ ಮನಸನ್ನ ನೋಯಿಸಲಿಲ್ಲ. ಬೆಳಗಿನ ಆ ಬ್ಯಾಚಿನಲ್ಲಿ ಇರುತ್ತಿದ್ದದ್ದು ಕೇವಲ ಆರೆಂಟು ಜನ ಮಾತ್ರ. ನಾನು ಸ್ಕಿಪ್ಪಿಂಗ್ ಮಾಡಲು ಶುರು ಮಾಡಿದರೆ ಅಥವಾ ಓಡಲು ಶುರು ಮಾಡಿದರೆ ಸಾಕು 'ವಾಮೋಸ್ ರಾಕಿ' (ಕಮಾನ್ ರಾಕಿ) ಎಂದು ಹುರಿದುಂಬಿಸುವ ಕೆಲಸವನ್ನ ಮಾಡುತ್ತಿದ್ದರು. ನಿನ್ನಿಂದ ಇದು ಸಾಧ್ಯ ಎನ್ನುವ ಪ್ರೋತ್ಸಾಹದಾಯಕ ಮಾತುಗಳನ್ನ ಸದಾ ಆಡುತ್ತಿದ್ದರು. ಭಾಷೆಯ ವಿಷಯದಲ್ಲಿ ಕೂಡ ಸೇಮ್, ಮೊದಲ ದಿನಗಳಲ್ಲಿ ತಪ್ಪು ಮಾತನಾಡಿದರೂ ಅದನ್ನ ಎಂದೂ ಹೇಳಿ ನಕ್ಕವರಲ್ಲ ಈ ಜನ, ಬದಲಿಗೆ ಇದನ್ನ ಹೀಗೆ ಉಚ್ಚಾರಣೆ ಮಾಡಬೇಕು ಎಂದವರೇ ಹೆಚ್ಚು.

ಪಾಕೊ ಮತ್ತು ಆನಿ ನಿಧಾನವಾಗಿ ಒಳ್ಳೆಯ ಸ್ನೇಹಿತರಾದರು. ಆ ನಂತರದ್ದು ವ್ಯಾಪಾರ. ಅದು ನನಗೆ ಆ ದಿನಗಳಲ್ಲಿ ಅರಿವಿಗೆ ಬರಲಿಲ್ಲ. ಪಾಕೊ ಹರ್ಬಲ್ ಲೈಫ್‌ನ ಪದಾರ್ಥಗಳನ್ನ ಮಾರಾಟ ಮಾಡುತ್ತಿದ್ದ. ನೀನು ತಿನ್ನುವ ಆಹಾರದಲ್ಲಿ ಏನೇನೂ ಇಲ್ಲ, ಪ್ರೊಟೀನ್ ಬಹಳ ಮುಖ್ಯ, ಈ ಪದಾರ್ಥಗಳನ್ನ ಸೇವಿಸಿದರೆ ನೀನು ನನ್ನಂತೆ ಆಗಬಹದು ಎನ್ನುವ ಆಮಿಷವನ್ನ ಕೂಡ ತೋರಿಸಿದ. ದೇಹ ಒಂದು ಆಕಾರಕ್ಕೆ ಬರುತ್ತಿತ್ತು. ಆ ವಯಸ್ಸಿನಲ್ಲಿ ಸಿಕ್ಸ್ ಪ್ಯಾಕ್ಸ್ ಯಾರಿಗೆ ಇಷ್ಟವಾಗುವುದಿಲ್ಲ ಹೇಳಿ? ರಾತ್ರಿ ಕನಸಿನಲ್ಲಿ ಸಿಕ್ಸ್ ಪ್ಯಾಕ್ ಪಡೆದು ಆನಂದಿಸಿದೆ. ಪಾಕೊ ಹೇಳಿದ ಪದಾರ್ಥಗಳನ್ನ ಸೇವಿಸಲು ಶುರು ಮಾಡಿದೆ. ಭಾರತೀಯ ತಿಂಡಿ, ಆಹಾರ ಪದಾರ್ಥಗಳು ತಿನ್ನಲು ಯೋಗ್ಯವಲ್ಲ ಎನ್ನುವ ಮಟ್ಟಕ್ಕೆ ನಾನು ಬ್ರೈನ್ ವಾಶ್ ಆಗಿದ್ದೆ. ಒಂದು ವರ್ಷಗಳ ಕಾಲ ಹರ್ಬಲ್ ಲೈಫ್ ಸೇವನೆ ಮಾಡಿದೆ. ಆ ನಂತರ ಅವರಿಬ್ಬರೂ ಅಚಾನಕ್ಕಾಗಿ ಜಿಮ್‌ಗೆ ಬರುವುದು ಬಿಟ್ಟರು. ಬಾರ್ಸಿಲೋನಾ ಬಿಟ್ಟು ಬೇರೆ ಯಾವುದೋ ನಗರಕ್ಕೆ ಹೋದರಂತೆ! ಈ ರೀತಿಯ ಬಿಸಿನೆಸ್ ಮಾಡುವರ ಕಥೆ ಹೀಗೆ ಎಂದು ಆ ಮೇಲೆ ತಿಳಿಯಿತು. ಒಂದು ಕಡೆ ಇವರು ನೆಲೆ ನಿಲ್ಲುವುದಿಲ್ಲ, ಯಾರಿಗಾದರೂ ಸೈಡ್ ಎಫೆಕ್ಟ್ ಆದರೆ? ಈ ಘಟನೆ ನಡೆದದ್ದು 2003ರಲ್ಲಿ, 2007ರ ವೇಳೆಗೆ ವಾರ್ಷಿಕ ಹೆಲ್ತ್ ಚೆಕ್ ಅಪ್‌ನಲ್ಲಿ ನನ್ನ ಪ್ಲೇಟ್ಲೆಟ್ ಮಿಲಿಯನ್ ಲೆಕ್ಕದಲ್ಲಿತ್ತು. ಒಂದು ಲಕ್ಷ ಇಪ್ಪತ್ತು ಸಾವಿರದಿಂದ ನಾಲ್ಕೂವರೆ ಲಕ್ಷದ ಆಸುಪಾಸಿನಲ್ಲಿ

ಇರಬೇಕಾದ ಪ್ಲೇಟ್ಲೆಟ್ 14 ಲಕ್ಷಕ್ಕೆ ಏರಿತ್ತು. 2007ರಿಂದ 2017ರ ವರೆಗೆ ಹೆಚ್ಚು ಕಡಿಮೆ ಸಂಖ್ಯೆ ಅಷ್ಟೇ ಇರುತ್ತಿತ್ತು. ಕಡಿಮೆ ಆಗಲೇ ಇಲ್ಲ. ಭಾರತಕ್ಕೆ ಮರಳಿ ಮತ್ತೆ ಪೂರ್ಣವಾಗಿ ನಮ್ಮ ಆಹಾರ ಪದ್ಧತಿಯನ್ನ ಅಪ್ಪಿಕೊಂಡ ಮೇಲೆ ಇದು ಸಾಕಷ್ಟು ಇಳಿಯಿತು. ಇಂದಿಗೂ ನನ್ನ ದೇಹದಲ್ಲಿ ಪ್ಲೇಟ್ಲೆಟ್ ಸಂಖ್ಯೆ ನಿಗದಿತ ಸಂಖ್ಯೆಗಿಂತ ಒಂದೆರಡು ಲಕ್ಷ ಹೆಚ್ಚಿದೆ. ಈಗ ನೀವು ಮತ್ತೊಮ್ಮೆ ಮೊದಲಿನ ಸಾಲುಗಳನ್ನ ಓದಿ. ಇಲ್ಲಿ ಕೂಡ ಎಲ್ಲಾ ತರಹದ ಜನರು ಇದ್ದಾರೆ. ಮೊದಲ ದಿನಗಳಲ್ಲಿ ನಮಗೆ ಎಲ್ಲರೂ ಒಳ್ಳೆಯವರಂತೆ, ಒಂದೇ ತರಹ ಕಾಣುತ್ತಾರೆ. ವರ್ಷಗಳು ಕಳೆದಂತೆ ಹತ್ತಾರು ದೇಶದ ಜನರನ್ನ ನಿಖರವಾಗಿ ಇವರು ಇಂತಹುದೇ ದೇಶಕ್ಕೆ ಸೇರಿದವರು ಎಂದು ಗುರುತಿಸುವ ಶಕ್ತಿಯನ್ನ ಪಡೆದು ಕೊಂಡದ್ದು ಬೇರೆಯ ಕಥೆ.

ಇದರ ಜೊತೆಗೆ ಇನ್ನೊಂದು ವಿಷಯವನ್ನ ಸಹ ಇಲ್ಲಿ ಪ್ರಸ್ತಾಪಿಸಲು ಇಷ್ಟ ಪಡುತ್ತೇನೆ. ಇಲ್ಲಿನ ಜಿಮ್‌ಗಳಲ್ಲಿ ಜನ ಸ್ನಾನದ ಮನೆಗೆ ತಮ್ಮ ಮನೆಯಲ್ಲಿ ಹೇಗೆ ಬಟ್ಟೆಬಿಚ್ಚಿ ಪೂರ್ಣ ನಗ್ನರಾಗಿ ಸ್ನಾನ ಮಾಡುತ್ತಾರೆ, ಹಾಗೆ ಸ್ನಾನ ಮಾಡುತ್ತಾರೆ. ಅದೆಷ್ಟೇ ವರ್ಷ ಜೀವಿಸಿದರೂ ಈ ವ್ಯವಸ್ಥೆಗೆ ಒಗ್ಗಿಕೊಳ್ಳುವ ತಾಕತ್ತು ಮಾತ್ರ ಬರಲಿಲ್ಲ ನೋಡಿ. ಜಿಮ್ ಮುಗಿಸಿ, ಟವೆಲ್‌ನಲ್ಲಿ ಮೈ ತೀಡಿಕೊಂಡು, ಐನೂರು ಮೀಟರ್ ದೂರದಲ್ಲಿದ್ದ ಮನೆ ಸೇರಿ ಸ್ನಾನ ಮಾಡುತ್ತಿದ್ದೆ.

ಮೂರು ವರ್ಷ ಜಿಮ್‌ಗೆ ಮಣ್ಣು ಹೊತ್ತು ಅದನ್ನ ಬಿಟ್ಟುಬಿಟ್ಟೆ! ಆದರೆ ಕಸರತ್ತು ಮಾಡುವುದು, ದೇಹವನ್ನ ದಂಡಿಸುವುದು ಮಾತ್ರ ಬಿಡಲಿಲ್ಲ. ಬಾರ್ಸಿಲೋನಾ ನಗರದಲ್ಲಿರುವ ವಿಶಾಲವಾದ ಪಾರ್ಕುಗಳು, ಸಂತ ಜೆರೋಮಿ ಬೆಟ್ಟ, ಬೀಚುಗಳು ನನ್ನ ಓಟದ, ನಡಿಗೆಯ ದಾರಿಗಳಾದವು. ಇದರ ಜೊತೆಗೆ ಬದುಕು ಕೂಡ ಪಾಠ ಕಲಿಸಿತು. ಯಾರು ಎಷ್ಟೇ ಕಸರತ್ತು ಮಾಡಲಿ, ನಾವು ಸೇವಿಸುವ ಆಹಾರದಲ್ಲಿ ಶಿಸ್ತು ಮತ್ತು ಕಟ್ಟುಪಾಡುಗಳನ್ನ ವಿಧಿಸಿಕೊಳ್ಳದೆ ಹೋದರೆ ತೂಕ ಇಳಿಯುವುದಿಲ್ಲ ಎನ್ನುವುದು ಅನುಭವ ಕಲಿಸಿದ ಪಾಠ. ಇದನ್ನ ಇಲ್ಲಿನ ಜನ ಬಹಳ ಸರಳವಾಗಿ 'ಮಾಸ್ ಎಲ್ ಪಾತೋ, ಮೆನುಸ್ ಅಲ್ ಪ್ಲಾತೋ' ಎನ್ನುತ್ತಾರೆ. ಅಂದರೆ ಹೆಚ್ಚು ಹೆಜ್ಜೆಯನ್ನ ಹಾಕಬೇಕು, ತಟ್ಟೆಯಲ್ಲಿ ಕಡಿಮೆ ಆಹಾರವಿರಬೇಕು ಎನ್ನುವ ಅರ್ಥದಲ್ಲಿ ಹೇಳಿದ್ದಾರೆ. ಕಡಿಮೆ ತಿನ್ನು, ಹೆಚ್ಚು ಶ್ರಮಪಡು ಎನ್ನುವ ಸರಳ ಸೂತ್ರವನ್ನ ಪಾಲಿಸಿದರೆ ಸಾಕು, ತೂಕ ತಾನಾಗೇ ಇಳಿಯುತ್ತದೆ. ಇಂತಹ ಸರಳ ಸೂತ್ರವನ್ನ ಪಾಲಿಸುತ್ತ, ನಮ್ಮ ಆಹಾರ ಪದ್ಧತಿಯನ್ನ ಗೌರವಿಸುತ್ತ ನಡೆದರೆ ಸಾಕು. ಇದನ್ನ ಬಿಟ್ಟು ಜಗತ್ತಿನಲ್ಲಿ ಬಹಳಷ್ಟು ಜನರು ಲೈಫ್ ಕೋಚ್, ಫಿಟ್ನೆಸ್ ಕೋಚ್ ಇತ್ಯಾದಿ ಹೆಸರುಗಳಲ್ಲಿ ಅವರು ಬದುಕನ್ನ ಕಟ್ಟಿಕೊಳ್ಳುತ್ತಾರೆ. ಆದರೆ ನಿಮಗವರ ಆವಶ್ಯಕತೆಯಿದೆಯೇ? ಎನ್ನುವುದನ್ನ ನೀವು ಕೇಳಿಕೊಳ್ಳಬೇಕು. ಕೊನೆಗೂ ಸಾವಿರ ಜನ ಸಾವಿರ ಟಿಪ್ಸ್

ಕೊಡಲಿ, ಅವನ್ನೆಲ್ಲಾ ಜಾರಿಗೆ ತರುವುದು ನೀವು, ಅದಕ್ಕೆ ಬೇಕಾದ ದೃಢ ಮನಸ್ಸು ನಿಮಗಿರಬೇಕು. ಸರಿಯಾದ ಆಹಾರ ಕ್ರಮದ ಜೊತೆಗೆ ಒಂದಷ್ಟು ದೇಹ ದಂಡಿಸಿ ಬಿಟ್ಟರೆ ಅಷ್ಟು ಸಾಕು ಎನ್ನುವುದನ್ನ ನಾನು ಅನುಭವದಿಂದ ಕಂಡುಕೊಂಡಿದ್ದೇನೆ.

ಸ್ಪೇನ್ ಅಂತಲ್ಲ, ಭಾರತ ಅಂತಲ್ಲ, ಜಗತ್ತಿನೆಲ್ಲೆಡೆ ನಮ್ಮ ಅಜ್ಞಾನವನ್ನ ಬಂಡವಾಳ ಮಾಡಿಕೊಂಡು ಬದುಕನ್ನ ಕಟ್ಟಿಕೊಳ್ಳುವವರ ಸಂಖ್ಯೆ ಹೆಚ್ಚು ಕಡಿಮೆ ಇದ್ದೇ ಇರುತ್ತದೆ. ಇಂತಹ ಗಾಳಗಳಿಗೆ ನಾವು ಮೀನಾಗಬೇಕೆ? ಬೇಡವೇ? ಎನ್ನುವ ತೀರ್ಮಾನ ನಾವೇ ಮಾಡಬೇಕು. 24–25ರ ಹರೆಯದಲ್ಲಿ ನಾನು ಈ ರೀತಿಯ ಗಾಳಕ್ಕೆ ಮೀನಾಗಿದ್ದೆ. ಪುಣ್ಯಕ್ಕೆ ಹೆಚ್ಚಿನ ಡ್ಯಾಮೇಜ್ ಮಾಡಿಕೊಳ್ಳದೆ ಹೊರಬಂದೆ, ಇಂದಿಗೆ ಸರಳ ಆಹಾರ ಪದ್ಧತಿ ಮತ್ತು ನಿಯಮಿತ ಕಸರತ್ತು ಬದುಕನ್ನ ಸುಂದರವಾಗಿಸಿದೆ. ವೆಯ್ಟ್ ಲಾಸ್ ಎನ್ನುವ ಕ್ರಾಶ್ ಕೋರ್ಸುಗಳಿಗೆ ಸೇರುವ ಮುನ್ನ ಒಂದಷ್ಟು ಜಾಗ್ರತೆಯಿರಲಿ ಎನ್ನುವ ಉದ್ದೇಶದಿಂದ ಬರೆದಿದ್ದೇನೆ. ತೀರ್ಮಾನ ನಿಮ್ಮದು. ನೆನಪಿರಲಿ ವೆಯ್ಟ್ ಲಾಸ್‌ಗೆ ಶಾರ್ಟ್ ಕಟ್ ಇಲ್ಲ.

# ಇಲ್ಲದಾಗ ಹಸಿವು ಹೆಚ್ಚು! ಇದ್ದಾಗ ನೂರೆಂಟು ಅಡ್ಡಿ, ಸಾವಿರ ಕಾರಣ!!

ಅದು 1992ರ ಸಮಯ. ನಾನಾಗ ಎರಡನೇ ಪಿಯುಸಿ ಕಲಿಯುತ್ತಿದ್ದೆ. ನಮ್ಮ ಮನೆಗೆ ಆಸ್ಕರ್ ಎನ್ನುವ ಹೆಸರು ಕೇಳಿರದ ಕಂಪನಿಯ ಒಂದು ಟಿವಿ ಡಬ್ಬ ಬಂದು ಮೂರು ವರ್ಷವಾಗಿತ್ತು. ಅಜ್ಜಿ ರಾಮಾಯಣ ನೋಡಲಿ ಎಂದು ಕಂತಿನಲ್ಲಿ ತಂದ ಟಿವಿ ಅದಾಗಿತ್ತು. ಅಂದಿನ ದಿನಗಳಲ್ಲಿ ಟಿವಿ ಇದ್ದ ಮನೆಗಳು ಕಡಿಮೆ. ಹಾಗೂ ಹೀಗೂ 90ರ ನಂತರ ಬಹಳಷ್ಟು ಮನೆಗಳಲ್ಲಿ ಟಿವಿ ಬಂದು ಸ್ಥಾಪಿತವಾಗಿತ್ತು. ಆದರೆ ಅದಕ್ಕೂ ಮುಂಚೆ 85–86ರಲ್ಲಿ ಟಿವಿ ಇದ್ದವರು ಶ್ರೀಮಂತರು ಎನ್ನುವ ಪಟ್ಟ ಅಕ್ಕಪಕ್ಕದವರು ಕಟ್ಟುತ್ತಿದ್ದರು. ನಮ್ಮ ಮನೆಗೆ ಟಿವಿ ಬರುವುದಕ್ಕೆ ಮುಂಚೆ ಪೀಣ್ಯದಲ್ಲಿನ ಬಹುತೇಕ ಸ್ಥಿತಿವಂತರ ಮನೆಗಳಲ್ಲಿ ಕಾಡಿ ಬೇಡಿ ಟಿವಿ ನೋಡಿದ್ದು ನೆನಪಿದೆ. ಆಗೆಲ್ಲಾ ಮೊದಲು ಹೋದವರಿಗೆ, ಪರಿಚಿತರಿಗೆ ಹೀಗೆ ಹಲವು ಆಧಾರದ ಮೇಲೆ ಟಿವಿ

ನೀಡಲು ಅವಕಾಶ ನೀಡಲಾಗುತ್ತಿತ್ತು. ಇನ್ನು ಕೆಲವರ ಮನೆಯಲ್ಲಿ ಹತ್ತು ಪೈಸೆ ಇಂದ ಐವತ್ತು ಪೈಸೆ ವರೆಗೂ ದುಡ್ಡು ವಸೂಲಿ ಮಾಡಿ ಟಿವಿ ವೀಕ್ಷಣೆಗೆ ಬಿಡುತ್ತಿದ್ದರು. ನಮ್ಮ ಮನೆಯ ಸ್ವಲ್ಪ ದೂರದಲ್ಲಿ ಗಣೇಶನ ಮನೆಯಿತ್ತು. ಅವರ ಮನೆಯಲ್ಲಿ ನನಗೆ ನನ್ನ ತಮ್ಮನಿಗೆ ಟಿವಿ ನೋಡಲು ಬಿಡುತ್ತಿದ್ದರು. ಅಂದಿನ ದಿನದಲ್ಲಿ ಚಿತ್ರಹಾರ್ ಮತ್ತು ಚಿತ್ರಮಂಜರಿ ತಪ್ಪಿಸದೇ ನೋಡುತ್ತಿದ್ದೆವು. ಭಾನುವಾರ ಸಾಯಂಕಾಲದ ಸಿನಿಮಾ ಕೂಡ ಆಸ್ಥೆಯಿಂದ ನೋಡುತ್ತಿದ್ದೆವು.

ಅಂದಿನ ದಿನದಲ್ಲಿ ಕ್ರಿಕೆಟ್ ಹುಚ್ಚು ಎಲ್ಲರಿಗೂ ಸ್ವಲ್ಪ ಹೆಚ್ಚು ಅನ್ನಬಹದು. ಜೈ ಕರ್ನಾಟಕ ಎನ್ನುವ ತಂಡದಲ್ಲಿ ಗಣೇಶ ಬ್ಯಾಟ್ಸಮನ್ ಆಗಿ ಆಡುತ್ತಿದ್ದ. ಗೋಪಿ ಮತ್ತು ಸೀನ ಎನ್ನುವ ಅಣ್ಣ ತಮ್ಮಂದಿರು ಕಟ್ಟಿದ ತಂಡವದು. ಗಣೇಶ ಆಲ್ ರೌಂಡರ್. ಓಪನಿಂಗ್ ಅಥವಾ ಒನ್ ಡೌನ್ ಬ್ಯಾಟಿಂಗ್‌ಗೆ ಇಳಿಯುತ್ತಿದ್ದ. ಮುಂದೆ ಈ ಗಣೇಶ ಕರ್ನಾಟಕ ರಣಜಿಗೆ ಸೆಲೆಕ್ಟ್ ಆಗುತ್ತಾನೆ. ನಂತರ ಒಂದೆರಡು ಪಂದ್ಯ ಭಾರತೀಯ ಟೀಮ್‌ಗೆ ಕೂಡ ಆಡುತ್ತಾನೆ. ಜಗತ್ತಿಗೆ ಈತ ದೂಡ್ಡ ಗಣೇಶ್ ಎಂದು ಪರಿಚಿತ. ಈತನ ಪೂರ್ಣ ಹೆಸರು ದೊಡ್ಡ ನರಸಯ್ಯ ಗಣೇಶ್. ಇರಲಿ.

ನಮ್ಮ ಮನೆಗೆ ಟಿವಿ ಬಂದ ಮೇಲೆ ನಿಧಾನವಾಗಿ ನಮ್ಮ ಮನೆಗೂ ಟಿವಿ ನೋಡಲು ಅಕ್ಕಪಕ್ಕದ ಮನೆಯವರು ಬರುತ್ತಿದ್ದರು. ಭಾನುವಾರ ಬೆಳಿಗ್ಗೆ ಜಯಂಟ್ ರೋಬಾಟ್, ರಜನಿ ಸೀರಿಯಲ್, ಹಮ್ ಪಾಂಚ್, ಮುಂಗೇರಿಲಾಲ್ ಕೆ ಹಸಿನ್ ಸಪ್ನೆ, ಫೌಜಿ, ನುಕ್ಕಡ್ ಅನಂತರದ ದಿನಗಳಲ್ಲಿ ಬೋಮಕೇಶ್ ಭಕ್ಷಿ ಹೀಗೆ ಸಾಲು ಸಾಲು ಸೀರಿಯಲ್ ನೋಡಿ ಹಿಂದಿ ಕಲಿತದ್ದಾಯ್ತು. ಹೀಗೆ 1992 ಬಂದಾಗ ಅದೇನೂ ವಿಚಿತ್ರ ಸಂಭ್ರಮದ ವಾತಾವರಣ ಏಕೆಂದರೆ ಆಗ ಬಾರ್ಸಿಲೋನಾದಲ್ಲಿ ಒಲಂಪಿಕ್ಸ್ ಪಂದ್ಯಗಳನ್ನ ನಡೆಸುತ್ತಿದ್ದರು. ಸಾಯಂಕಾಲ ಒಂದು ತಾಸು ಡಿಡಿಯಲ್ಲಿ ದಿನದ ಆಟದ ಮುಖ್ಯಾಂಶಗಳನ್ನ ತೋರಿಸುತ್ತಿದ್ದರು. ಅದನ್ನ ನಾವು ಬಿಟ್ಟ ಬಾಯಿ ಮುಚ್ಚದೆ ನೋಡುತ್ತಾ ಕುಳಿತಿರುತ್ತಿದ್ದೆವು. ನಮ್ಮ ಮನೆಯ ಎಡಕ್ಕೆ ರಾಜಣ್ಣ ಅಂತ ಒಬ್ಬರು ಇದ್ದರು. ಅವರಿಗೆ ಅಂದಿಗೆ 40–45 ವರ್ಷ ಇದ್ದಿರಬಹದು, ಮೂರು ಮಕ್ಕಳ ಅಪ್ಪ. ನಮ್ಮಂತೆ ಜಗತ್ತಿನ ಅರಿವಿಲ್ಲದ ಸ್ವಚ್ಛ ಮನಸ್ಸಿನ ಸೀದಾ ಸಾದಾ ಮನುಷ್ಯ. ಅಂದಿನ ಮಟ್ಟಿಗೆ ನಮಗೆಲ್ಲಾ ಹೊರಜಗತ್ತಿನ ದರ್ಶನಕ್ಕೆ ಈ ಟಿವಿ ಒಂದು ಪುಟಾಣಿ ಕಿಂಡಿಯಾಗಿತ್ತು. ಇವತ್ತು ಇಂಟರ್ನೆಟ್ ಜಗತ್ತನ್ನ ಕಿರಿದು ಮಾಡಿದೆ. ಆತ ಹೆಂಗಸರು ಸ್ವಿಮ್ ಡ್ರೆಸ್‌ನಲ್ಲಿ ಈಜಾಡುವುದು, ಸ್ಪೋರ್ಟ್ ಮಹಿಳೆಯರನ್ನ ತೆರೆಯ ಮೇಲೆ ತೋರಿಸಿದರೆ ಸಾಕು 'ಹೋಹ್ ಏನ್ ಸಾ ಇದು ಲೇಡಿಸು ಹಿಂಗೆಲ್ಲ ಡ್ರೆಸ್ ಮಾಡಿಕೊಂಡವರೇ' ಎಂದು ನನ್ನಪ್ಪನ ಮುಖವನ್ನ ನೋಡುತ್ತಾ ಉದ್ಗಾರ ತೆರೆಯುತ್ತಿದ್ದರು. ಚಲನಚಿತ್ರದಲ್ಲಿ ಮಾತ್ರ ಇಂತಹ ಬಟ್ಟೆ

ಹಾಕುತ್ತಾರೆ. ನಿಜ ಜೀವನದಲ್ಲಿ ಇದು ಸಾಧ್ಯವಿಲ್ಲ ಎಂದುಕೊಂಡಿದ್ದ ಅವರಿಗೆ ಬಾರ್ಸಿಲೋನಾ ಒಲಂಪಿಕ್ಸ್ ಹೊಸ ಪಾಠ ಕಲಿಸಿತ್ತು.

ನಾಲ್ಕೈದು ಕುರ್ಚಿ ಬಿಟ್ಟರೆ ಉಳಿದವರೆಲ್ಲ ನೆಲವೇ ಗತಿ. ವೈಯಕ್ತಿಕ ಸಮಯ ಎನ್ನುವುದಕ್ಕೆ ಬೆಲೆಯೇ ಇರಲಿಲ್ಲ. ಸಾಕಾದಾಗ ಎದ್ದು ಹೋಗುತ್ತಿದ್ದರು. ಅವರು ಹೋದ ಮೇಲೆ ಟಿವಿ ಆರಿಸಿ ಮಲಗುವುದು ಸಂಪ್ರದಾಯವಾಗಿತ್ತು.

ನಮ್ಮ ಮನೆಯಿಂದ 500 ಮೀಟರ್ ಅಂತರದಲ್ಲಿ ಒಂದಲ್ಲ ಹತ್ತಾರು ಲೇಥ್ ಮಷೀನ್ ಹಾಕಿಕೊಂಡು ಸಣ್ಣ ಸಣ್ಣ ಕಾರ್ಖಾನೆಗಳು ಇದ್ದವು. ಅವುಗಳಲ್ಲಿ ದಿನ ರಾತ್ರಿ ಎನ್ನದೆ, ಶನಿವಾರ, ಭಾನುವಾರ ಎನ್ನದೆ ದುಡಿತ ನಡೆಯುತ್ತಲೇ ಇರುತ್ತಿತ್ತು. ವಿಜಯದಶಮಿ ಸಮಯದಲ್ಲಿ ನಾಲ್ಕೈದು ದಿನ ಎಲ್ಲೆಡೆ ನಿಶ್ಶಬ್ದ. ಅದನ್ನ ಸಹಿಸುವುದು ಕಷ್ಟವಾಗುತ್ತಿತ್ತು. ಹೌದು ನೀವು ಸರಿಯಾಗಿ ಓದಿದಿರಿ! ಹಬ್ಬಕ್ಕೆ ಎಂದು ಈ ಕಾರ್ಖಾನೆಗಳು ಮುಚ್ಚಿದಾಗ ಉತ್ಪತ್ತಿಯಾಗುತ್ತಿದ್ದ ಆ 'ನಿಶ್ಶಬ್ದ' ತಡೆದುಕೊಳ್ಳಲು ಆಗುತ್ತಿರಲಿಲ್ಲ. ಸದಾ ಗಿಜಿಗುಡುವ ಜನ ಸಂದಣಿ, ಲೇಥ್ ಮಷೀನ್‌ಗಳ ಸದ್ದಿನ ಜೊತೆಗೆ ನಮ್ಮ ಮನೆಯಲ್ಲಿ ಹಾಕಿದ್ದ ಸೀಲಿಂಗ್ ಫ್ಯಾನ್ ಮಾಡುವ ಕರ್ಕಶ ಸದ್ದು ಇವೆಲ್ಲ ಇದ್ದರಷ್ಟೇ ನಿದ್ದೆ!!

ಹೀಗೆ ಇಂತಹ ವಾತಾವರಣದಲ್ಲಿ ಬೆಳೆದ ನನಗೆ ದಿನಗಳು ಕಳೆದು ಭಗವಂತನ ದಯೆಯಿಂದ ಬಾರ್ಸಿಲೋನಾ ಸೇರುವ ಸೌಭಾಗ್ಯ ಒದಗಿಬಂತು. 1992ರಲ್ಲಿ ಒಲಂಪಿಕ್ಸ್ ಆಟಗಾರರಿಗೆ ಮತ್ತು ತಂಡದ ಕೋಚ್ ಇತ್ಯಾದಿ ಸಹಾಯಕ ವರ್ಗಕ್ಕೆ ಎಂದು ಸ್ಪೇನ್ ಸರಕಾರ ಅಲ್ಲಿ ಒಂದಷ್ಟು ಹೊಸ ವಸತಿ ಸಮುಚ್ಚಯವನ್ನ ನಿರ್ಮಾಣ ಮಾಡಿತ್ತು. ಟಿವಿಯಲ್ಲಿ ಆಯಾ ದಿನದ ಆಟದ ಸಾರಾಂಶವನ್ನ ತೋರಿಸುತ್ತಿದ್ದರು, ಅದನ್ನ ನೋಡುತ್ತಾ ಇದ್ದ ನಾನು 2004ರಲ್ಲಿ ಇಂತಹ ಒಂದು ಮನೆಯನ್ನ ಕೊಳ್ಳುತ್ತೇನೆ ಎನ್ನುವ ಕನಸು ಕೂಡ ಕಂಡವನಲ್ಲ. ಯಾರಾದರೂ ಈ ಬಗ್ಗೆ ನನಗೆ ಭರವಸೆ ಕೊಡಲು ಬಂದಿದ್ದರೆ ಅವರನ್ನ ಲೇವಡಿ ಮಾಡಿ ನಕ್ಕಿರುತ್ತಿದ್ದೆ. ಕನಸು ಇರಬೇಕು, ಗುರಿಯಿರಬೇಕು ಎನ್ನುವ ಪದಗಳನ್ನ ಹೊಟ್ಟೆ ತುಂಬಿದ ಮೇಲೆ ಕೇಳಲು–ಹೇಳಲು ಬಹು ಚಂದ. ಅಂದ ಮಾತ್ರಕ್ಕೆ ಕನಸು ಕಾಣುವುದು, ಗುರಿ ಇಟ್ಟುಕೊಳ್ಳುವುದು ತಪ್ಪಲ್ಲ, ಅಂದಿನ ದಿನದಲ್ಲಿ ಇಂತಹ ಕನಸು ಕಾಣಲು ಬೇಕಾಗುವ ಕನಿಷ್ಠ ಜ್ಞಾನ, ಎಕ್ಸ್‌ಪೋಷರ್ ಇಲ್ಲದ ಹುಡುಗ ಕನಸು ತಾನೇ ಹೇಗೆ ಕಾಣಲು ಸಾಧ್ಯ?

ಪೂರ್ಣ ವಾತಾವರಣ ನಿಯಂತ್ರಣ ಉಳ್ಳ ಮನೆಯನ್ನ ಕೊಂಡಿದ್ದೆ. ಅಲ್ಲಿನ ಬಹುತೇಕ ಸ್ಥಳೀಯರು ಇಂತಹ ಮನೆಯನ್ನ ಕೊಳ್ಳಬೇಕು ಎಂದು ಕನಸು ಮಾತ್ರ ಕಾಣಬಹುದಿತ್ತು. ಕೊಳ್ಳಲು ಅಸಾಧ್ಯವಾಗಿತ್ತು. ಅಲ್ಲೇ ಹುಟ್ಟಿ ಅಲ್ಲೇ ಬೆಳೆದು, ಅಲ್ಲಿನ ಶಾಲೆಯಲ್ಲಿ ಓದಿದ ಅಲ್ಲಿನ ಜನರಿಗೆ ಸಾಧ್ಯವಾಗದ್ದು, ಕನಸೇ ಕಾಣದ ನನಗೆ ಅದು ಸಲುಭವಾಗಿ ಒಲಿದು ಬಂದಿತ್ತು. ಆದರೇನು?

ಪೀಣ್ಯದಲ್ಲಿ 17 ವರ್ಷಕ್ಕೂ ಹೆಚ್ಚು ಸಮಯ ದಿನ ಲೇಥ್ ಮಷೀನ್‌ಗಳ ಶಬ್ದ, ಜನರ ಕೂಗಾಟದ ಶಬ್ದಕ್ಕೆ ಹೊಂದಿಕೊಂಡಿದ್ದ ಮನಸ್ಸಿಗೆ ನಿಶ್ಯಬ್ದದಲ್ಲಿ ನಿದ್ದೆ ಬರುತ್ತಿರಲಿಲ್ಲ. ಹೀಗಾಗಿ ಸೂಪರ್ ಮಾರ್ಕೆಟ್‌ನಿಂದ ಒಂದು ಟೇಬಲ್ ಫ್ಯಾನ್ ತಂದು ಪೇಪರ್ ತುಂಡನ್ನ ಅರ್ಧ ಫ್ಯಾನ್ ರೆಕ್ಕೆಗೆ ಸಿಲುಕುವಂತೆ ಟೇಪ್ ಹಾಕಿ ಅಂಟಿಸಿ ಫ್ಯಾನ್ ಹಾಕುತ್ತಿದ್ದೆ. ಅದು 'ಪಟ ಪಟ' ಅಂತ ಸದ್ದು ಮಾಡುತ್ತಿತ್ತು. ನನಗೆ ನಿದ್ದೆ ಬರುತ್ತಿತ್ತು. ಸಾಮಾನ್ಯವಾಗಿ ಸ್ಪೇನ್‌ನಲ್ಲಿ ಸೀಲಿಂಗ್ ಫ್ಯಾನ್ ಕಡಿಮೆ, ವರ್ಷದ ಒಂದೆರೆಡು ತಿಂಗಳ ಬೇಸಿಗೆಯನ್ನ ಬಿಟ್ಟರೆ ಇಲ್ಲಿ ಫ್ಯಾನ್‌ಗೆ ಕೆಲಸವಿಲ್ಲ. ಚಳಿ ಸಮಯದಲ್ಲಿ ಕೂಡ ನಾನು ಫ್ಯಾನ್ ಇನ್ನೊಂದು ಬದಿಗೆ ಸರಿಸಿ, ಅಂದರೆ ಗಾಳಿ ನನ್ನ ಬಳಿ ಬರದಂತೆ ಬೇರೆ ದಿಕ್ಕಿಗೆ ತಿರುಗಿಸಿ ಹಾಕಿರುತ್ತಿದ್ದೆ. ನನಗೆ ಸದ್ದಿಲ್ಲದಿದ್ದರೆ ನಿದ್ದೆ ಬರುತ್ತಿರಲಿಲ್ಲ. ಮನುಷ್ಯ ಎಷ್ಟೇ ಆದರೂ ತನ್ನ ಒಟ್ಟು ಅಭ್ಯಾಸಗಳ ಮುದ್ದೆ ಅಲ್ಲವೇ? ರಮ್ಯ ಬಾರ್ಸಿಲೋನಾಗೆ ಬಂದ ಪ್ರಥಮ ದಿನಗಳಲ್ಲಿ ನನ್ನ ಈ ಹುಚ್ಚಾಟ ನೋಡಿ ಶಾಕ್ ಆಗಿದ್ದಳು. ನಿಧಾನವಾಗಿ ನನ್ನ ಬಾಲ್ಯದ ಬಗ್ಗೆ ತಿಳಿದುಕೊಂಡಳು. ಇಂತಹ ಸ್ಟಿಗ್ಮಾಗಳಿಂದ ದೂರವಾಗಲು ಸಹಾಯ ಮಾಡಿದಳು. ಈ ರೀತಿಯ ಸದ್ದಿಲ್ಲದೇ ಮಲಗಲು ಸಾಧ್ಯವಾಗುವ ಹಂತಕ್ಕೆ ಬರಲು ಸಮಯ ಹಿಡಿಯಿತು.

ನಾವು ಜೀವನದಲ್ಲಿ ಎದುರಾಗುವ ಸನ್ನಿವೇಶಗಳನ್ನ ಎದುರಿಸುತ್ತಾ ಹೋಗಬೇಕು. ಇದು ಸರಿ, ಇದು ತಪ್ಪು ಎಂದು ಗೆರೆ ಹಾಕುವುದು ನನಗಿಷ್ಟವಿಲ್ಲದ ಕೆಲಸ. ಏಕೆಂದರೆ ಅಂದಿನ ದಿನದಲ್ಲಿ ಅದು ನಮ್ಮ ಜೀವನವಾಗಿತ್ತು! ಅದನ್ನ ಇಂದಿನ ಜೀವನಕ್ಕೆ ತುಲನೆ ಮಾಡುವುದು ಕೂಡ ನನ್ನ ಉದ್ದೇಶವಲ್ಲ. ಕೆಲವೊಮ್ಮೆ ಬದುಕು ಅನಿರೀಕ್ಷಿತ ತಿರುವುಗಳನ್ನ ಪಡೆದುಕೊಳ್ಳುತ್ತದೆ ಎಂದು ಹೇಳುವುದಷ್ಟೇ ನನ್ನ ಉದ್ದೇಶ. ಹೀಗೆ ಬೇಡವೆಂದರೂ ನೆನಪಾಗುವ, ಬದುಕನ್ನ ತುಲನೆಗೆ ಹಚ್ಚುವ ಇನ್ನೊಂದು ಘಟನೆಯನ್ನ ಉಲ್ಲೇಖಿಸಿ, ಈ ಬರಹಕ್ಕೆ ವಿರಾಮ ಹಾಕುವೆ.

ನನ್ನ ತಮ್ಮ ಲಕ್ಷ್ಮಿಕಾಂತನಿಗೆ ಹಾಲು, ಮೊಸರು ಎಂದರೆ ಪಂಚಪ್ರಾಣ. ಅಂದಿನ ದಿನದಲ್ಲಿ ಹೆಚ್ಚು ಹಾಲು ಮತ್ತು ಮೊಸರನ್ನ ಕೊಳ್ಳುವ ಶಕ್ತಿಯಿಲ್ಲದ ಕಾರಣ, ನಮ್ಮ ಮನೆಯಲ್ಲಿ ಮೊಸರು ಎನ್ನುವುದು ಕೇವಲ ಶಬ್ದ!! ಅದರ ಜಾಗದಲ್ಲಿ ಇದ್ದದ್ದು ಮಜ್ಜಿಗೆ, ಅದು ಸಾಮಾನ್ಯ ಮಜ್ಜಿಗೆಯಲ್ಲ ನೀರು ಮಜ್ಜಿಗೆ, ಅಂತಹ ನೀರು ಮಜ್ಜಿಗೆ ನೋಡಿ ಕಣ್ಣೀರು ಸುರಿಯುವಷ್ಟು ನೀರು ಮಜ್ಜಿಗೆ. ಅದಕ್ಕೂ ಹಲವು ಬಾರಿ ಕಚ್ಚಾಟ! ನಾವು ಮೂವರು ಸಹೋದರರಲ್ಲಿ ಕಾಂತ ಚಿಕ್ಕವನು, ಈ ರೀತಿಯ ಕಚ್ಚಾಟ ನೋಡಿ ಅವನು ಮಜ್ಜಿಗೆಯನ್ನ ಕೂಡ ತಿನ್ನುವುದು ಬಿಟ್ಟ, ವಯಸ್ಸಿನಲ್ಲಿ ಎಲ್ಲರಿಗಿಂತ ಕಿರಿಯನಾದರೂ ತಿಳುವಳಿಕೆಯಲ್ಲಿ ಎಲ್ಲರಿಗಿಂತ ದೊಡ್ಡವನಾಗಿದ್ದ. ಇದರಿಂದ ಬೇಸತ್ತು ನಾನು, ರಾಮ, ಅಜ್ಜಿ

ಮತ್ತು ಅಮ್ಮ ಕೂಡ ಮಜ್ಜಿಗೆ ಬಿಟ್ಟೆವು. ಕಾಂತನಿಗೆ ತಕ್ಕಮಟ್ಟಿಗೆ ಮಂದವಾಗಿದ್ದ ಮೊಸರು, ಅಣ್ಣನಿಗೆ ಮಜ್ಜಿಗೆ ಸಿಗುತ್ತಿತ್ತು. ಬಾರ್ಸಿಲೋನಾ ನಗರಕ್ಕೆ ಪಿಹೆಚ್ಡಿ ಮಾಡಲು 2002ರಲ್ಲಿ ಬಂದ ಕಾಂತನಿಗೆ ಸ್ವರ್ಗಕ್ಕೆ ಮೂರೇ ಗೇಣು! ತರಹಾವರಿ ಮೊಸರುಗಳ ಸಾಮ್ರಾಜ್ಯ ಕಂಡು ಅತೀವ ಆನಂದದಲ್ಲಿ ತೇಲಿದ್ದ. ಅವನ ಆನಂದ ಭಗವಂತನಿಗೆ ಸಹ್ಯವಾಗಲಿಲ್ಲ ಎನ್ನಿಸುತ್ತದೆ. ನಂತರದ ದಿನಗಳಲ್ಲಿ ವೈದ್ಯರು ನೀನು ಲ್ಯಾಕ್ಟೋಸ್ ಇಂಟಾಲರೆಂಟ್, ಇದನ್ನ ಪೂರ್ಣವಾಗಿ ತ್ಯಜಿಸಿದರೆ ಆರೋಗ್ಯ ಸುಧಾರಿಸುತ್ತದೆ ಎಂದರು. ಹೀಗಾಗಿ ಇಂದಿಗೆ ಕಾಂತ ಹಾಲು ಮೊಸರನ್ನ ಕೂಡ ಮುಟ್ಟುತ್ತಿಲ್ಲ. ಬದುಕೆಂದರೆ ಇಷ್ಟೇ ಅಲ್ಲವೇ? ಇಲ್ಲದಾಗ ಹಸಿವು ಹೆಚ್ಚು, ಏನೇ ಸಿಕ್ಕರೂ ತಿನ್ನುವ ಹುಮ್ಮಸ್ಸು. ಇದ್ದಾಗ ತಿನ್ನಲು ನೂರೆಂಟು ಅಡ್ಡಿ, ಸಾವಿರ ಕಾರಣ.

# ಒಂದು ಸಣ್ಣ ಪೇಪರ್ ತುಂಡಿಗೆ ಮನುಷ್ಯನ ಭಾವನೆ ಬದಲು ಮಾಡುವ ಅನುಮತಿ ಕೊಟ್ಟದ್ದು ಯಾರು?

ಇಸವಿ ಸರಿಯಾಗಿ ನೆನಪಿಲ್ಲ. ಟೌನ್ ಹಾಲ್ ಪಕ್ಕದಲ್ಲಿ ಪುಸ್ತಕ ಮಳಿಗೆ ಏರ್ಪಡಿಸಿದ್ದರು. ಅಂದು ಇವತ್ತಿನ ರೀತಿ ಗೂಗಲ್ ಗುರುಗಳು ಇರಲಿಲ್ಲ. ಹೀಗಾಗಿ ನಮ್ಮ ಜ್ಞಾನದ ದಣಿವಿಗೆ ನೀರೆರೆಯುವ ಏಕೈಕ ಸಾಧನ ಪುಸ್ತಕಗಳು. ವರ್ಷದಲ್ಲಿ ಹಲವಾರು ಇಂತಹ ಪುಸ್ತಕ ಮೇಳಗಳನ್ನ ಅಲ್ಲಲ್ಲಿ ಏರ್ಪಡಿಸುತ್ತಿದ್ದರು. ಕೈಲಿದ್ದ ಪುಡಿಗಾಸು ಜೊತೆಗೆ ಅಮ್ಮನ್ನ ಕಾಡಿ ಒಂದಷ್ಟು ಹಣ ಸೇರಿಸಿಕೊಂಡು ಇಂತಹ ಪುಸ್ತಕ ಮೇಳಕ್ಕೆ ಹೋಗುವುದು ನನಗೂ ಕಾಂತನಿಗೂ ಅಭ್ಯಾಸವಾಗಿಬಿಟ್ಟಿತ್ತು. ಮೊದಲೇ ಹೇಳಿದಂತೆ ಸರಿಯಾದ ಟೈಮ್ ಲೈನ್ ಜ್ಞಾಪಕ ಇಲ್ಲ. ಆದರೆ ಟೌನ್ ಹಾಲ್ ಪಕ್ಕದಲ್ಲಿ ಎನ್ನುವುದು ನೆನಪಿದೆ. ಹೀಗೆ ಅಂದೂ ಕೂಡ ಒಂದಷ್ಟು ಹಣವನ್ನ ಸೇರಿಸಿಕೊಂಡು ಇಬ್ಬರೂ ಪೀಣ್ಯದಿಂದ ಮೆಜೆಸ್ಟಿಕ್‌ನಲ್ಲಿ ಇಳಿದು ಟೌನ್ ಹಾಲ್‌ಗೆ ನಡೆದುಕೊಂಡು ಹೋದೆವು.

ಕೃ.ರಾ ಮಾರುಕಟ್ಟೆಗೆ ಹೋಗುವ ಬಸ್ ಹಿಡಿದಿದ್ದರೆ ಟೌನ್ ಹಾಲ್ ಮುಂದೆಯೇ ನಿಲ್ಲಿಸುತ್ತಿದ್ದರು. ಅಂದಿಗೆ ಜೆ.ಸಿ. ರೋಡ್ ಇನ್ನೂ ಒನ್‌ವೇ ಆಗಿರಲಿಲ್ಲ. ಆದರೆ ನಾವು ಮೆಜೆಸ್ಟಿಕ್‌ನಲ್ಲಿ ಇಳಿದು ನಡೆಯುವುದರ ಉದ್ದೇಶ ಹಣ ಉಳಿಸುವುದು. ಮೆಜೆಸ್ಟಿಕ್ ಆಗ 90 ಪೈಸೆ. ಮಾರುಕಟ್ಟೆಗೆ 1 ರೂಪಾಯಿ 25 ಪೈಸೆ. ನಮ್ಮಿಬ್ಬರ ನಡುವೆ 70 ಪೈಸೆ ಉಳಿತಾಯವಾಗುತಿತ್ತು. ಅವತ್ತಿನ ದಿನದಲ್ಲಿ ಬೀಡಿ ಸಿಗರೇಟು ಮಾರುವ ಅಂಗಡಿಯ ಮುಂದೆ ಓಂಪುರಿ (ಕ್ಷಮೆ ಇರಲಿ–ಉದಾಹರಣೆಗೆ ಮಾತ್ರ ಬಳಸಿದ್ದು–ಬೇರೆ ಉದ್ದೇಶವಿಲ್ಲ) ಮುಖವನ್ನ ಹೋಲುವ ಪಚ್ಚ ಬಾಳೆ ಹಣ್ಣು 30 ಪೈಸಕ್ಕೆ ಸಿಗುತ್ತಿತ್ತು. ಹೀಗಾಗಿ 70 ಪೈಸೆ ಉಳಿಸಿದರೆ ಅದರಿಂದ ಏನು ಕೊಳ್ಳಬಹದು ಎನ್ನುವುದು ತಿಳಿದಿತ್ತು. ಅಲ್ಲದೆ ಮೆಜೆಸ್ಟಿಕ್‌ನಿಂದ ಟೌನ್ ಹಾಲ್ ಬಹಳ ದೂರವೂ ಇಲ್ಲ. ಅಂದಿನ ದಿನದಲ್ಲಿ ಮಾತನಾಡುತ್ತ ಪುಸ್ತಕ ಕೊಳ್ಳುವ ಜೋಷ್ ಮುಂದೆ ರಸ್ತೆ ಸವೆದದ್ದು ಕೂಡ ತಿಳಿಯುತ್ತಿರಲಿಲ್ಲ.

ಕಾಂತ ಎಲ್ಲದರಲ್ಲೂ ಮುಂದಾಳತ್ವ ವಹಿಸುವ ಗುಣದವನು. ಹೀಗಾಗಿ ಬಸ್ ಟಿಕೆಟ್ ಕೊಳ್ಳುವುದು, ಅಮ್ಮ ಕೊಟ್ಟ ಹಣವನ್ನ ಅವನ ಬಳಿ ಇಟ್ಟುಕೊಂಡು ಬೇಕಾದ್ದು ಕೊಳ್ಳುವುದು ಎಲ್ಲವೂ ಅವನದೇ ಜವಾಬ್ದಾರಿ. ಅದು ಬೇಸಿಗೆ ರಜಾ ದಿನಗಳು ಹೀಗಾಗಿ ನಮ್ಮ ಬಸ್ ಪಾಸ್ ಇರಲಿಲ್ಲ. ಬೇಸಿಗೆ ರಜೆಯಲ್ಲಿ ಎಲ್ಲರೂ ಅಜ್ಜಿಯ ಮನೆ ತಾತನ ಮನೆ ಅಂತ ಹೋದರೆ ನಮಗೆ ಮಾತ್ರ ಪೀಣ್ಯದ 400 ಚದರ ಅಡಿಯ ಮನೆಯೇ ಸರ್ವಸ್ವ. ಸಾಲದಕ್ಕೆ ನ್ಯೂಸ್ ಪೇಪರ್ ಬಳಸಿ ಅಂಗಡಿಗಳಿಗೆ, ಮೆಡಿಕಲ್ ಶಾಪ್ಗಳಿಗೆ ಬೇಕಾಗುವ ಪೇಪರ್ ಕವರ್ ಮಾಡುತ್ತಿದ್ದೆವು. ನೂರಕ್ಕೆ ಅಥವಾ ಸಾವಿರಕ್ಕೆ ನೆನಪಿಲ್ಲ 10 ರೂಪಾಯಿ ಸಿಗುತ್ತಿತ್ತು. ಅಮ್ಮ ಅದ್ಯಾವುದೋ ಹಿಟ್ಟು ಬಳಸಿ ಗೋಂದು ತಯಾರಿಸಿ ಕೊಡುತ್ತಿದ್ದಳು ಅದನ್ನ ನಾವು ಅಂಟಿನಂತೆ ಬಳಸುತ್ತಿದ್ದೆವು. ಇರಲಿ.

ಹೀಗೆ ಅಂದು ನಮ್ಮ ಕೈಯಲ್ಲಿ 300 ರೂಪಾಯಿಯಿತ್ತು. ಕಾಂತನಿಗೆ ವಿಜ್ಞಾನ ಮತ್ತು ಗಣಿತಕ್ಕೆ ಸಂಬಂಧಿಸಿದ ಪುಸ್ತಕಗಳು ಎಂದರೆ ಪಂಚಪ್ರಾಣ. ಇಷ್ಟವಾದ ಪುಸ್ತಕ ಕೈಗೆ ತೆಗೆದುಕೊಂಡು ಮೊದಲು ನೋಡುತ್ತಿದ್ದದ್ದು ಅದರ ಹಿಂಪುಟ! ಕಣ್ಣು ಸದಾ ಬೆಲೆಯನ್ನ ಹುಡುಕುತ್ತಿತ್ತು. ಹೀಗೆ ನಮ್ಮಲ್ಲಿರುವ ಬಜೆಟ್ ಎಷ್ಟು, ಎಷ್ಟು ಪುಸ್ತಕ ಕೊಳ್ಳಬಹದು ಎನ್ನುವುದನ್ನ ಲೆಕ್ಕಾಚಾರ ಮಾಡಿ ಕೊಳ್ಳುತ್ತಿದ್ದೆವು. ಅಂದು ಕೂಡ ಲೆಕ್ಕಾಚಾರ ಸರಿಯಾಗೇ ಇತ್ತು. ಆದರೆ ಕೊನೆ ಗಳಿಗೆಯಲ್ಲಿ ಕಾಂತನ ಕಣ್ಣಿಗೆ 'ದೈತ್ಯ ಪೆಡಂಭೂತಗಳು ಅಳಿದವೇಕೆ?' ಎನ್ನುವ ಪುಸ್ತಕ ಬಿತ್ತು. ನಮ್ಮ ಬಳಿ ಇದ್ದ ಹಣಕ್ಕೂ ಪುಸ್ತಕದ ಬೆಲೆಗೂ ಒಂದು ರೂಪಾಯಿ ಕಡಿಮೆಯಿತ್ತು. ಪುಣ್ಯಕ್ಕೆ ನನ್ನ ಜೇಬಿನಲ್ಲಿ ಒಂದು ರೂಪಾಯಿ ನಾಣ್ಯವಿತ್ತು. 'ಬೇಡ ನಡಿ ಇನ್ನೊಮ್ಮೆ ಕೊಂಡರಾಯ್ತು' ಎಂದೆ. ಕಾಂತ ಯಾವುದನ್ನೂ ಅಷ್ಟು ಸುಲಭವಾಗಿ ಬಿಟ್ಟು ಕೊಡುವ ಅಸಾಮಿಯಲ್ಲ. ಅವನ ಆ ಗುಣವೇ

ಅವನನ್ನ ಇಂದಿನ ಮಟ್ಟಕ್ಕೆ ಏರಿಸಿದೆ. 'ರಂಗ ಆಮೇಲೆ ಎಂದರೆ ಯಾವಾಗ? ಇದಕ್ಕೆ ಅಂತ ನಮಗೆ ಬರಲು ಸಮಯ ಕೂಡ ಸಿಗುವುದಿಲ್ಲ, ಈ ಪುಸ್ತಕ ಬರಿ ವಿಜ್ಞಾನ ಅಲ್ಲ. ನೀನು ಕೂಡ ಓದಬಹುದು' ಅಂತ ಆಸೆ ಹುಟ್ಟಿಸಿದ.

ಈ ಪುಸ್ತಕ ಮೇಳಕ್ಕೆ ಹೋಗುವ ಒಂದೆರಡು ವಾರ ಮುಂಚೆ 'ಉದಯ ಟಿವಿ'ಯಲ್ಲಿ ಶೈಲಜಾ ಅವರು ನಡೆಸಿಕೊಡುತ್ತಿದ್ದ ಪರಿಚಯ ಕಾರ್ಯಕ್ರಮದಲ್ಲಿ ಅನಂತರಾಮು, ಭೂವಿಜ್ಞಾನಿಗಳು ಎನ್ನುವರ ಪರಿಚಯ ಕಾರ್ಯಕ್ರಮ ಬರುತ್ತಿತ್ತು. ಬೆಳಿಗ್ಗೆ ಅಮ್ಮನ ಉಪ್ಪಿನಕಾಯಿ, ಹಪ್ಪಳ ಮಾಡುವ ವ್ಯಾಪಾರಕ್ಕೆ ಸಹಾಯ ಮಾಡುತ್ತಾ ಕುಳಿತಿದ್ದಾಗ ಈ ಕಾರ್ಯಕ್ರಮ ಪ್ರಸಾರವಾಗುತ್ತಿತ್ತು. ಅಮ್ಮ 'ನೋಡು, ಇವರು ಅನಂತರಾಮು ಅಂತ, ಉಮಾ ಅತ್ತೆಯ ಅಕ್ಕನ ಗಂಡ' ಎಂದು ನನಗೆ ಹೇಳಿದಳು. ನಾನು ಮಾವಿನಕಾಯಿ ಹೆಚ್ಚುತ್ತಿದ್ದವನು ಒಮ್ಮೆ ತಲೆ ಎತ್ತಿ ಟಿವಿ ನೋಡಿ ಮತ್ತೆ ಕೇಳಿಸಿಕೊಳ್ಳುತ್ತಾ ನನ್ನ ಕೆಲಸದಲ್ಲಿ ಮಗ್ನನಾಗಿದ್ದೆ.

ಪುಸ್ತಕ ಮೇಳದಲ್ಲಿ ಕಾಂತನ ಕಣ್ಣಿಗೆ ಬಿದ್ದ ಆ ಪುಸ್ತಕ 'ದೈತ್ಯ ಪೆಡಂಭೂತಗಳು ಅಳಿದವೇಕೆ?' ಮೇಲೆ ಲೇಖಕರು ಅನಂತರಾಮು ಅಂತ ಬರೆದದ್ದು ನೋಡಿ ಮನಸ್ಸು ಇನ್ನಷ್ಟು ಗೊಂದಲವಾಯ್ತು. ಇವರ ಒಂದು ಪುಸ್ತಕ ಕೂಡ ಇಲ್ಲಿಯವರೆಗೆ ಓದಿಲ್ಲ ಸರಿ ಇದನ್ನ ಕೊಳ್ಳೋಣ ಅನ್ನಿಸಿ ಜೇಬಿನಲ್ಲಿದ್ದ ಒಂದು ರೂಪಾಯಿ ನಾಣ್ಯವನ್ನ ಕಾಂತನಿಗೆ ಕೊಟ್ಟೆ. ಅವನು ಪುಸ್ತಕವನ್ನ ಖುಷಿಯಿಂದ ಕೊಂಡ. ಎಲ್ಲಾ ಆಯ್ತು ಮೆಜೆಸ್ಟಿಕ್ ಕಡೆಗೆ ಖುಷಿಯಿಂದ ಹೊರಟೆವು. ದಾರಿಯಲ್ಲಿ ಕಾಂತ 'ರಂಗಿ ಬಸ್ ಚಾರ್ಜ್‌ಗೆ ದುಡ್ಡಿಲ್ಲ' ಎನ್ನುವ ಶಾಕ್ ಕೊಟ್ಟ. ಪುಸ್ತಕ ಕೊಳ್ಳುವ ಭರದಲ್ಲಿ ಬಸ್ ಚಾರ್ಜ್ ಸಪರೇಟ್ ವಿಗಂಡಿಸಿ ಇಟ್ಟುಕೊಳ್ಳುವುದು ಮರೆತಿದ್ದ. ಟೌನ್ ಹಾಲ್‌ನಿಂದ ಪೀಣ್ಯಾಗೆ ಹತ್ತಿರ ಹತ್ತಿರ 13–14 ಕಿಲೋಮೀಟರ್ ನಡೆದು ತಲುಪಿದೆವು.

ಬಾರ್ಸಿಲೋನಾಗೆ ಕಾಂತ ಬಂದು ನನ್ನ ಸೇರುವ ವೇಳೆಗೆ ಬದುಕಿನಲ್ಲಿ ಸ್ಥಿರತೆ ಬಂದಿತ್ತು. ನಮ್ಮ ಪುಸ್ತಕ ಓದುವ ಹುಚ್ಚು ಕೂಡ ಇನ್ನಷ್ಟು ಬೆಳೆದಿತ್ತು. ಆದರೆ ಇಲ್ಲಿ ಇಂಗ್ಲಿಷ್ ಭಾಷೆಯ ನ್ಯೂಸ್ ಪೇಪರ್ ಸಿಕ್ಕುತ್ತಿರಲಿಲ್ಲ. ಅದು ಬೇಕೆಂದರೆ ಹುಡುಕಿಕೊಂಡು ಹೋಗಿ ತರಬೇಕಿತ್ತು. ನಿರ್ದಿಷ್ಟ ಸ್ಥಳದಲ್ಲಿ ಬಿಟ್ಟು ಬೇರೆ ಕಡೆ ಸಿಗುತ್ತಿರಲಿಲ್ಲ. ಇಂಗ್ಲಿಷ್ ಪುಸ್ತಕಗಳಿಗೂ ಈ ಮಾತು ಅನ್ವಯ. ಎಲ್ಲೆಡೆ ಸ್ಪ್ಯಾನಿಷ್, ಸ್ಪ್ಯಾನಿಷ್ ಮತ್ತು ಸ್ಪ್ಯಾನಿಷ್. ಈ ಕಾರಣದಿಂದ ನಾವು ಸ್ಪ್ಯಾನಿಷ್ ಭಾಷೆಯನ್ನ ಬಹು ಬೇಗ ಕಲಿತೆವು ಎಂದು ಹೇಳಬಹುದು. ಕಾಂತ ಭಾರತದಿಂದ ಪ್ರಥಮ ಬಾರಿಗೆ ಬರುವಾಗ ವಿದ್ಯಾರ್ಥಿ ಎನ್ನುವ ಕಾರಣಕ್ಕೆ 45–50 ಕೆಜಿ ಹೊತ್ತು ತರುವ ಅವಕಾಶವನ್ನ ನೀಡಿದ್ದರು. ಅದರಲ್ಲಿ 30 ಕೆಜಿ ಪುಸ್ತಕವೇ ತೂಗುತ್ತಿತ್ತು. ಬಾಲ್ಯದಲ್ಲಿ ಹಣದ ಕೊರತೆಯಿಂದ ಆ ಪೇಪರ್

ತುಂಡಿಗೆ ಇರುವ ಮಹತ್ವ ನೋಡಿ ಅಚ್ಚರಿಯಾಗುತ್ತಿತ್ತು. ಅರೆರೇ, ಒಂದು ಸಣ್ಣ ಪೇಪರ್ ತುಂಡಿಗೆ ಮನುಷ್ಯನ ಭಾವನೆ ಬದಲು ಮಾಡುವ ಅನುಮತಿ ಕೊಟ್ಟದ್ದು ಯಾರು? ಎನ್ನುವ ಯೋಚನೆ ಮೂಡುತ್ತಿತ್ತು.

ಕಾಸ ಆಸಿಯಾ ಎಂದರೆ ಏಶಿಯನ್ ಹೌಸ್ ಎಂದರ್ಥ. ಅಲ್ಲಿ ಏಷ್ಯಾ ದೇಶದ ಜನರೆಲ್ಲಾ ಸದಸ್ಯರು. ಇಲ್ಲಿಗೆ ಭಾರತೀಯ ಪ್ರವಾಸಿಗಳು ಕೂಡ ಭೇಟಿ ನೀಡಬಹುದು. ಅಥವಾ ನಮ್ಮಂತೆ ಮುಂದಿನ ದಿನಗಳಲ್ಲಿ ಯಾರಾದರೂ ಕನ್ನಡಿಗರು ಇಲ್ಲಿನ ನಿವಾಸಿಗಳಾಗಿ ಬದಲಾದರೆ? ಅವರಿಗೆ ಓದಿಗೆ ಇರಲಿ ಎನ್ನುವ ಉದ್ದೇಶದಿಂದ, ಶ್ರೀ ಅನಂತರಾಮು, ಶ್ರೀ ನಾಗೇಶ್ ಹೆಗಡೆ ಮತ್ತು ಶ್ರೀ ರೋಹಿತ್ ಚಕ್ರತೀರ್ಥರ ವಿಜ್ಞಾನ ಪುಸ್ತಕಗಳನ್ನ ಅಲ್ಲಿ ಇರಿಸಿದ್ದೇವೆ. ಪುಸ್ತವೆಂದರೆ ಅದು ಕೇವಲ ಪುಸ್ತಕವಲ್ಲ, ಅದು ಬದುಕುವ ರೀತಿ.

ರಮ್ಯ ಬಾಳಿಗೆ, ಬಾರ್ಸಿಲೋನಾಗೆ ಬಂದು ಜೊತೆಯಾದ ದಿನದಿಂದ ಮತ್ತು ಇಂದಿಗೂ ರಮ್ಯಳಿಗೆ 'ನೋಡು ನಿಮ್ಮಪ್ಪನ ಪುಸ್ತಕ ಕೊಂಡು 14 ಕಿಲೋಮೀಟರ್ ನಡೆಯುವಂತಾಯ್ತು' ಅಂತ ಹೇಳ್ತಾ ಇರುತ್ತೇನೆ. ಅಪ್ಪಟ ಪುಸ್ತಕ ಪ್ರೇಮಿಯಾದ ಅವಳಿಗೆ ನಾನು ಹೇಳಿದ ಘಟನೆ ಅಚ್ಚರಿ ತರಲಿಲ್ಲ. ಅನನ್ಯಾಳಿಗೆ ಕಾತಲಾನ್ ಭಾಷೆ ಬರದಿದ್ದರೂ, ಆ ಭಾಷೆಯ ಪುಸ್ತಕವನ್ನ ಕೊಂಡು ಅವಳಿಗೆ ನೀಡಿದ್ದಾಳೆ. ಹೇಗೂ ರೋಮನ್ ಅಕ್ಷರಗಳೇ ತಾನೇ, ಓದಲಿ ಅರ್ಥವಾದಷ್ಟು ಆಗಲಿ ಎನ್ನುವುದು ಉದ್ದೇಶ. ಇಂದಿಗೂ ಮಾಸಿಕ ಐದಾರು ಸಾವಿರ ರೂಪಾಯಿ ಹಣವನ್ನ ಪುಸ್ತಕ ಕೊಳ್ಳಲು ಎಂದು ಬಜೆಟ್ ಮಾಡಿಡುತ್ತೇವೆ. ಸ್ಪೇನ್‌ನಿಂದ ಬೆಂಗಳೂರಿಗೆ ಬಂದಾಗ ಬಹಳಷ್ಟು ಪುಸ್ತಕ ಕಾಸ ಆಸಿಯಾದಲ್ಲಿ ಇತ್ತು ಬಂದರೂ, ನಮ್ಮ ಲಗ್ಗೇಜ್‌ನ ಅರ್ಧಕ್ಕೂ ಹೆಚ್ಚು ಪುಸ್ತಕಗಳೇ ಇದ್ದವು. ಬೆಂಗಳೂರಿನಿಂದ ಮೈಸೂರಿಗೆ ಬಂದಾಗ ಕೂಡ ಮತ್ತದೇ ಪುನರಾವರ್ತನೆ!

ಸಣ್ಣ ಪೇಪರ್ ತುಂಡು ಅರ್ಥಾತ್ ಹಣ ನಮ್ಮ ಇತರ ಬೇಡಿಕೆಗಳಿಗೆ ಕಡಿವಾಣ ಹಾಕುವಲ್ಲಿ ಯಶಸ್ಸು ಕಂಡಿರಬಹುದು ಆದರೆ ನಮ್ಮ ಪುಸ್ತಕ ಪ್ರೇಮದ ಮುಂದೆ ಅದು ಖಂಡಿತ ಮಂಡಿಯೂರಿದೆ. ಪೀಣ್ಯದ ಬಡತನದ ದಿನಗಳಲ್ಲಿ ಕೂಡ ಮನೆಗೆ, ಬಾಲಮಿತ್ರ, ಚಂದಮಾಮ, ಬೊಂಬೆಮನೆ, ಮಯೂರ, ಕಸ್ತೂರಿ, ತುಷಾರ, ತರಂಗ, ಸುಧಾ, ದಿಕ್ಸೂಚಿ ಇತ್ಯಾದಿ ವಾರ, ಮಾಸಿಕಗಳು ಮನೆ, ಮನವನ್ನ ಅಲಂಕರಿಸುತ್ತಿದ್ದವು. ಒಂದು ಸಣ್ಣ ಕಷ್ಟ ಬಂದರೆ ಸಾಕು ಸೇಠು ಅಂಗಡಿಗೆ ಒಡವೆ ಗಿರವಿ ಇಡಲು ಹೋಗುತ್ತಿದ್ದ ಅಮ್ಮನ ಕುರಿತು 'ನೀವು ವೃಥಾ ಖರ್ಚು ಮಾಡುತ್ತೀರಿ, ನಿಮ್ಮ ಮಕ್ಕಳನ್ನ ಬೇಗ ಕೆಲಸಕ್ಕೆ ಹಾಕಿ' ಎನ್ನುತ್ತಿದ್ದ ಸೇಠುವಿನ ಮಾತು, ಅದನ್ನ ಕೇಳಿ ಅಮ್ಮನ ಮುಖದ ಮೇಲೆ ಮೂಡಿ ಮಾಯವಾಗುತ್ತಿದ್ದ ನಗುವನ್ನ ಮರೆಯುವುದು ಹೇಗೆ?

# ನಮ್ಮ 'ಊರಹಬ್ಬ' ಇಲ್ಲಾಗಿದೆ 'ಫಿಯೆಸ್ತಾ ದೆ ಬಾರಿಯೋ'!

ಸ್ಪೇನ್ ದೇಶದಲ್ಲಿ ಕಾಸ್ಟೈಲ್ ಯೀ ಲಿಯಾನ್ ಎನ್ನುವ ರಾಜ್ಯವಿದೆ ಇಲ್ಲಿ ವಾಯದೋಲಿದ್ ಎನ್ನುವ ಪ್ರಮುಖ ನಗರವಿದೆ. (ರಾಜಧಾನಿ ಎಂದು ಘೋಷಿಸಿಲ್ಲ) ಈ ರಾಜ್ಯ ಪೋರ್ಚುಗಲ್ ದೇಶದೊಂದಿಗೆ ಸರಹದ್ದು ಹಂಚಿಕೊಂಡಿದೆ. ವಾಯದೋಲಿದ್ ನಗರದಿಂದ ಈಶಾನ್ಯ ದಿಕ್ಕಿಗೆ 55 ಕಿಲೋಮೀಟರ್ ಪ್ರಯಾಣಿಸಿದರೆ ಸಿಗುವ ಊರಿನ ಹೆಸರು ಊರೇನ್ಯ. ಏನಪ್ಪಾ ವಿಶೇಷ ಊರೇನ್ಯದ್ದು ಎಂದಿರಾ? ಮಜಾ ಇರೋದು ಅಲ್ಲೇ ಯೂರೋಪಿನ ಬೆಲ್ಜಿಯಂ, ಹಾಲೆಂಡ್ ಮತ್ತು ಫ್ರಾನ್ಸ್ ದೇಶಗಳಲ್ಲಿ ಬುಕ್ ವಿಲೇಜ್ ಉಂಟು! ಸ್ಪೇನ್ ದೇಶದ ಊರೇನ್ಯ Villa del Libro ಅಂದರೆ ಗ್ರಂಥಾಲಯಗಳ ಹಳ್ಳಿ!! ಎಂದು ಪ್ರಸಿದ್ಧಿ ಪಡೆದಿದೆ.

ಮುಕ್ಕಾಲು ಪಾಲು ಯೂರೋಪಿನ ಹಳ್ಳಿ ಮತ್ತು ನಗರಗಳಲ್ಲಿ ಬಾರ್ ಮತ್ತು ರೆಸ್ಟುರಾಂಟ್‌ಗಳ

ಸಂಖ್ಯೆ ಅತಿ ಹೆಚ್ಚು, ಆದರೆ ಇಲ್ಲಿ ಬಾರ್ ಮತ್ತು ರೆಸ್ಟುರಾಂಟ್ ಸಂಖ್ಯೆಗಿಂತ ಗ್ರಂಥಾಲಯಗಳ ಸಂಖ್ಯೆ ಹೆಚ್ಚು. ಮಕ್ಕಳಿಗಾಗಿ Story Museum ಇದೆ. ಆಲಿಸ್ ಇನ್ ವಂಡರ್‌ಲ್ಯಾಂಡ್ ಸಿಂಡ್ರೆಲಾ.. ತಂಬಲಿನಾ... ಹೀಗೆ ಪಟ್ಟಿ ಸಾಗುತ್ತೆ. ಮಕ್ಕಳ ಕಲ್ಪನೆಗೆ ಇಲ್ಲಿ ಹೆಚ್ಚು ಒತ್ತು. 'ಇಮ್ಯಾಜಿನೇಷನ್ ಇಸ್ ಮೋರ್ ಇಂಪಾರ್ಟೆಂಟ್ ದಾನ್ ನಾಲೆಡ್ಜ್' ಎನ್ನುವ ಐನ್‌ಸ್ಟೀನ್ ಮಾತು ಇಲ್ಲಿ ಬರಿ ಅಕ್ಷರದಲ್ಲಿ ಉಳಿಯದೆ ಕಾರ್ಯರೂಪಕ್ಕೆ ಬಂದಿದೆ.

ಹಾಲೆಂಡ್, ಫ್ರಾನ್ಸ್ ಮತ್ತು ಸ್ಪೇನ್‌ನ ಪುಸ್ತಕಗಳ ನಗರಕ್ಕೆ ಭೇಟಿ ಕೊಡಲು ಸಾಧ್ಯವಾಗಿಲ್ಲವಾದರೆ ಬೇಸರಿಸುವುದು ಬೇಡ! ಭಿಲಾರ್, ಮಹಾರಾಷ್ಟ್ರದ ಸತಾರ ಜಿಲ್ಲೆಯ ಪುಟ್ಟ ಗ್ರಾಮ ಇದು 'ಪುಸ್ತಕಾಂಚೆ ಗಾಂವ್' ಎಂದು ಪ್ರಸಿದ್ಧಿ ಪಡೆದಿದೆ. ಇಲ್ಲಿ 25ಕ್ಕೂ ಹೆಚ್ಚು ಸ್ಥಳಗಳನ್ನು ಪುಸ್ತಕಗಳನ್ನು ಓದುವ ಸ್ಥಳವಾಗಿ ಮಾರ್ಪಾಡು ಮಾಡಲಾಗಿದೆ ಮತ್ತು ಸುಮಾರು ಎರಡು ಕಿಲೋಮೀಟರ್ ವ್ಯಾಪ್ತಿಯಲ್ಲಿ ಈ ಹಳ್ಳಿಯನ್ನ ವಿವಿಧ ಕಲಾವಿದರು ಸೇರಿ ಅಂದವಾಗಿ ಚಿತ್ರಿಸಿ ಗ್ರಂಥಾಲಯಯದ ಘನತೆ ಹೆಚ್ಚಿಸಿದ್ದಾರೆ. ಇಲ್ಲಿ ಹದಿನೈದು ಸಾವಿರಕ್ಕೂ ಮೀರಿದ ಮರಾಠಿ ಪುಸ್ತಕಗಳ ದಾಸ್ತಾನಿದೆ, ಒಟ್ಟು ಪುಸ್ತಕಗಳ ಸಂಖ್ಯೆ ಎರಡು ಕೋಟಿ!! ಓದುಗರಿಗೆ ಆರಾಮಾಗಿ ಕೂರುವ ವ್ಯವಸ್ಥೆ ಕೂಡ ಮಾಡಲಾಗಿದೆ. ಇರಲಿ ವಿಷಯಾಂತರವಾಗುವುದು ಬೇಡ.

ಇಲ್ಲಿನ ಜನರಲ್ಲಿ ಓದುವ ಹವ್ಯಾಸ ಹೆಚ್ಚಾಗಿದೆ. ನಗರದ ಮೆಟ್ರೋಗಳಲ್ಲಿ ನೀವು ಪ್ರಯಾಣಿಸಿದರೆ ಪುಸ್ತಕವನ್ನ ಕೈಲಿ ಹಿಡಿದು ಅದರಲ್ಲಿ ಮುಳುಗಿ ಹೋಗುವವರ ಸಂಖ್ಯೆ ಬಹಳ ಹೆಚ್ಚು. ಇತ್ತೀಚಿನ ದಿನಗಳಲ್ಲಿ ಮೊಬೈಲ್ ರಾಕ್ಷಸ ಈ ಜಾಗವನ್ನ ಆಕ್ರಮಿಸುತ್ತಿರುವುದನ್ನ ನಾವು ಕಾಣಬಹುದು. ಇನ್ನು ಶಾಲೆಯಲ್ಲಿ ಕಲಿಕೆಯೂ ಅಷ್ಟೇ, ಮಕ್ಕಳ ಬೇಕು ಬೇಡ ಮತ್ತು ಅವರ ಇಚ್ಛೆಗಳನ್ನ ಅರಿತು ಅದರಲ್ಲಿ ಅವರಿಗೆ ಪ್ರೋತ್ಸಾಹವನ್ನ ನೀಡುತ್ತಾರೆ. ಇಷ್ಟೆಲ್ಲಾ ಸವಲತ್ತುಗಳು ನೀಡಿಯೂ ಬಹಳಷ್ಟು ಜನ ಹೆಚ್ಚಿನ ವ್ಯಾಸಂಗದಲ್ಲಿ ಆಸಕ್ತಿ ತೋರಿಸದೇ ಇರುವುದು ಆಶ್ಚರ್ಯ ಹುಟ್ಟಿಸುತ್ತದೆ. ಇಲ್ಲಿ ಇನ್ನೊಂದು ಅಂಶವನ್ನ ಕೂಡ ತಿಳಿಸಲು ಬಯಸುತ್ತೇನೆ. ಇಲ್ಲಿ ಯೂನಿವರ್ಸಿಟಿ ಡಿಗ್ರಿ ಪಡೆಯದವರು ಕೂಡ ತಮಗೆ ವಹಿಸಿದ ಕೆಲಸವನ್ನ ಅಚ್ಚುಕಟ್ಟಾಗಿ ಮಾಡುತ್ತಾರೆ. ಯೂನಿವರ್ಸಿಟಿಯಲ್ಲಿ ಪಡೆದ ಡಿಗ್ರಿಗೂ ಮನುಷ್ಯನ ಸಾಮಾನ್ಯಜ್ಞಾನ ಮತ್ತು ಕೆಲಸ ಮಾಡಲು ಇರುವ ತವಕಕ್ಕೂ ಸಂಬಂಧವಿಲ್ಲ ಎನ್ನುವುದನ್ನ ಇವರು ಸಾಬೀತು ಮಾಡಿದ್ದಾರೆ.

ಇಲ್ಲಿನ ಜನರ ಇನ್ನೊಂದು ಅತಿ ಮುಖ್ಯ ಗುಣವೆಂದರೆ, ನಗರದ ಯಾವುದೇ ಜಾಗವನ್ನ ಇತರರಿಗೆ ಬಿಟ್ಟು ಕೊಟ್ಟು ತೆಪ್ಪಗಿಲ್ಲದೇ ಇರುವುದು. ಅಂದರೆ ಸಾಮಾನ್ಯವಾಗಿ ಯಾವುದೇ ದೊಡ್ಡ ನಗರದಲ್ಲಿ ವಲಸಿಗರು ಒಂದೆಡೆ ವಾಸಿಸಲು ಶುರು ಮಾಡುತ್ತಾರೆ. ನಿಧಾನವಾಗಿ ಸ್ಥಳೀಯರು ಅಲ್ಲಿಂದ ಕಾಲು

ಕೇಳುತ್ತಾರೆ. ಇದು ವಿಶ್ವದ ಎಲ್ಲಾ ದೊಡ್ಡ ನಗರಗಳ ಕಥೆ. ಇಲ್ಲಿನ ಜನರು ಮಾತ್ರ ಇದಕ್ಕೆ ಸೊಪ್ಪು ಹಾಕುವವರಲ್ಲ. ಇಲ್ಲಿಯೂ ಲ್ಯಾಟಿನೋ ಜನರು, ಆಫ್ರಿಕನ್ನರು, ಏಷ್ಯನ್ನರು ಹೀಗೆ ಹಲವಾರು ಪ್ರದೇಶಗಳ ಜನ ಒಂದೆಡೆ ವಾಸಿಸಲು ಶುರು ಮಾಡಿದ್ದಾರೆ. ವ್ಯತ್ಯಾಸವೆಂದರೆ, ಇಲ್ಲಿನ ಸ್ಥಳಸ್ಥರು ಇಂತಹ ಎಲ್ಲಾ ಬಡಾವಣೆಗಳಿಗೂ ಎಗ್ಗಿಲ್ಲದೆ ನುಗ್ಗುತ್ತಾರೆ. ವರ್ಷದಲ್ಲಿ ಒಂದೆರಡು ಬಾರಿ 'ಫಿಯೆಸ್ತಾ ದೆ ಬಾರಿಯೋ' ಎನ್ನುವ ಹೆಸರಿನಲ್ಲಿ ವಲಸಿಗರನ್ನ ಕೂಡ ಸೇರಿಸಿಕೊಂಡು ಕುಣಿದು ಕುಪ್ಪಳಿಸುತ್ತಾರೆ. ಒಟ್ಟಿನಲ್ಲಿ ವಲಸಿಗರು ಕೂಡ ಇಲ್ಲಿನ ಸಂಸ್ಕೃತಿಯೊಂದಿಗೆ ಬೆರೆಯಬೇಕು ಎನ್ನುವುದು ಉದ್ದೇಶ. ಹೀಗೆ ಇವರೊಂದಿಗೆ ಇದ್ದೂ ಇವರಂತಾಗದೆ ಇದ್ದರೆ ಆಗ ಮಾತ್ರ ಒಂದಷ್ಟು ನೋವು ಅನುಭವಿಸಬೇಕಾಗುತ್ತದೆ. ಇಲ್ಲಿ ಎಲ್ಲಕ್ಕಿಂತ ಮುಖ್ಯವಾಗಿ ಅವರ ಭಾಷೆಯಲ್ಲಿ ಮಾತನಾಡಬೇಕು, ಆಗ ಅರ್ಧ ಯುದ್ಧ ಗೆದ್ದಂತೆ. ಯಾವುದೇ ಸಮಾಜದಲ್ಲಿ ಅಲ್ಲಿನ ಭಾಷೆಯಲ್ಲಿ ವ್ಯವಹರಿಸಿದರೆ ನಾವು ಅವರಲ್ಲಿ ಒಬ್ಬರು ಎನ್ನುವ ಭಾವನೆ ಇಬ್ಬರಿಗೂ ಬರುತ್ತದೆ.

'ಫಿಯೆಸ್ತಾ ದೆ ಬಾರಿಯೋ' ಎಂದರೆ, ಬಡಾವಣೆಯ ಹಬ್ಬ ಎಂದರ್ಥ. ನಮ್ಮಲ್ಲಿ ನಡೆಸುವ ಊರಹಬ್ಬವನ್ನ ಇದು ನೆನಪಿಸುತ್ತದೆ. ಬಡಾವಣೆಯ ಜನರೆಲ್ಲಾ ಒಂದೆಡೆ ಕಲೆತು, ಕುಡಿತ, ಕುಣಿತದಲ್ಲಿ ಸಮಯವನ್ನ ಕಳೆಯುತ್ತಾರೆ. ಸಾಮೂಹಿಕವಾಗಿ ಅಡುಗೆ ತಿಂಡಿಗಳ ತಯಾರಿಸುವಿಕೆ ಮತ್ತು ತಿನ್ನುವಿಕೆ ಬಡಾವಣೆಯಲ್ಲಿ ಹಬ್ಬದ ವಾತಾವರಣವನ್ನ ಸೃಷ್ಟಿಸುತ್ತದೆ. ಕೆಲವೊಮ್ಮೆ ಸಣ್ಣ ಪುಟ್ಟ ಸ್ಪರ್ಧೆಗಳು ಕೂಡ ಏರ್ಪಡಿಸುತ್ತಾರೆ. ಸಾಯಂಕಾಲದವರೆಗೂ ನಿಲ್ಲದ ತಿಂಡಿ, ತೀರ್ಥಗಳ ವಿತರಣೆ ನಡೆಯುತ್ತಲೇ ಇರುತ್ತದೆ. ಬಡಾವಣೆಯ ಕಮಿಟಿಯವರು ಇಂತಹ ಕಾರ್ಯಕ್ರಮವನ್ನ ಹಮ್ಮಿಕೊಳ್ಳುತ್ತಾರೆ. ಬಡಾವಣೆಯ ಜನ ತಮಗೆ ಬೇಕಾದ ಊಟ ತಿಂಡಿ ಮತ್ತು ಪಾನಿಯವನ್ನ ಹಣವನ್ನ ಪಾವತಿಸಿ ಕೊಳ್ಳಬೇಕಾಗುತ್ತದೆ. ಮೊದಲೇ ಮನೆಯಲ್ಲಿ ಅಡುಗೆ ತಿಂಡಿಗಳನ್ನ ಅಷ್ಟಾಗಿ ಮಾಡದ ಸ್ಪ್ಯಾನಿಶರು ಇಂತಹ ದಿನಗಳಲ್ಲಿ ಇನ್ನಷ್ಟು ಬಿಡುಬೀಸು. ಎಲ್ಲಕ್ಕೂ ಹೆಚ್ಚಿನ ಖುಷಿ ನೀಡುವ ವಿಚಾರವೆಂದರೆ ಹತ್ತು ಹದಿನೈದು ಜನರಿಗಿಂತ ಹೆಚ್ಚಿನ ಜನರು ಸೇರಿದರೆ ಸಾಕು ಅಲ್ಲೊಂದು ಆಂಬುಲೆನ್ಸ್, ಒಂದು ಪೊಲೀಸ್ ಪಹರೆ ವಾಹನ ಬಂದು ನಿಂತು ಬಿಡುತ್ತದೆ. ಕಾರ್ಯಕ್ರಮ ಮುಗಿದ ಒಂದೆರೆಡು ತಾಸಿನಲ್ಲಿ ಇಲ್ಲಿ ಇಂತಹ ಕಾರ್ಯಕ್ರಮ ನಡೆದಿತ್ತು ಎಂದು ಹೇಳಲು ಕೂಡ ಆಗದಷ್ಟು ಸ್ವಚ್ಛ ಮಾಡಿ ಬಿಡುತ್ತಾರೆ. ಚಳಿಯ ದಿನಗಳಲ್ಲಿ ಹೆಚ್ಚಿನ ಚಟುವಟಿಕೆಗಳಲ್ಲಿ ತೊಡಗಿಸಿಕೊಳ್ಳಲು ಆಗದ ಸಮಯದಲ್ಲಿ ಇಂತಹ ಸಾಮಾಜಿಕ ಕೂಟಗಳನ್ನ ಏರ್ಪಡಿಸುತ್ತಾರೆ. ಚಳಿಗಾಲದಲ್ಲಿ ಇಲ್ಲಿ ನಿಜಕ್ಕೂ ಸಮಯ ಕಳೆಯುವುದು ಕಷ್ಟವೇ ಸರಿ.

ಬೇಸಿಗೆಯಲ್ಲಿ ಇಲ್ಲಿನ ಜನರು ಮೈಗೆ ಸನ್ ಕ್ರೀಮ್ ಹಚ್ಚಿಕೊಂಡು ಕಡಲ ತೀರದಲ್ಲಿ (ಸ್ಪ್ಯಾನಿಷ್ ಭಾಷೆಯಲ್ಲಿ ಪ್ಲಾಯ ಎನ್ನುತ್ತಾರೆ, ಆದರೆ ಬೀಚ್ ಎನ್ನುವ ಅರ್ಥ) ಜಗತ್ತನ್ನ ಮರೆತು ಮಲಗಿ ಬಿಡುತ್ತಾರೆ. ಹಣ್ಣು, ಬೊಕತ್ತಾ ಮತ್ತು ಸರ್ವೆಸ(ಸರ್ವೆಸ ಎಂದರೆ ಬಿಯರ್ ಎಂದರ್ಥ)ದಲ್ಲಿ ಜನ ದಿನವನ್ನ ಕಳೆದು ಬಿಡುತ್ತಾರೆ. ಮಧ್ಯಾಹ್ನ ಪಾಂಗಿತವಾಗಿ ಊಟವನ್ನ ಮಾಡುವ ಜನರು ಸಲಾಡ್ ಮತ್ತು ಗ್ಯಾಸ್ಪ್ಯಾಚೊ ಎನ್ನುವ ಸೂಪ್ ಸೇವಿಸುತ್ತಾರೆ. ಬೇಸಿಗೆಯಲ್ಲಿ ನೀರನ್ನ ಹೆಚ್ಚಾಗಿ ಕುಡಿಯಿರಿ, ನೆರಳಿನಲ್ಲಿ ಸಲ್ಪ ಸುಧಾರಿಸಿಕೊಳ್ಳಿ ಎಂದು ಟಿವಿ ನ್ಯೂಸ್‌ನಲ್ಲಿ ಕೂಡ ಹೇಳುವುದು ಇಲ್ಲಿನ ವಿಶೇಷ.

ಇಲ್ಲಿನ ಜನರೂ ಕೂಡ ಜಗತ್ತಿನ ಎಲ್ಲಾ ದೇಶದ ಜನರಂತೆ ಗಾಸಿಪ್ ಮಾಡುವುದನ್ನ ಇಷ್ಟಪಡುತ್ತಾರೆ. ಐದಾರು ಜನರ ಗುಂಪಿದ್ದರೆ, ಆಗ ಗುಂಪಿನಲ್ಲಿ ಇಲ್ಲದ ವ್ಯಕ್ತಿಯ ಗುಣಾವಗುಣಗಳ ಬಗ್ಗೆ ಮಾತು ಸಾಗುತ್ತದೆ. ಇಲ್ಲಿನ ಜನ ಎಂದೂ ವ್ಯಕ್ತಿಯನ್ನ ನೇರವಾಗಿ ಕನ್‌ಫ್ರಂಟ್ ಮಾಡುವುದಿಲ್ಲ. ಅಂದರೆ ಅವರು ಇದ್ದಾಗ ಎಲ್ಲವೂ ಸರಿಯಿದೆ ಎಂದೇ ಮಾತನಾಡುತ್ತಾರೆ. ಅಪ್ಪಿತಪ್ಪಿಯೂ ಅವರ ಅವಗುಣವನ್ನ ಅವರ ಮುಖಕ್ಕೆ ಹೇಳುವುದಿಲ್ಲ. ಸಮಾನ ಮನಸ್ಕ ಸ್ನೇಹಿತರು ಸಿಕ್ಕಾಗ ಇದರ ಬಗ್ಗೆ ಚರ್ಚಿಸುತ್ತಾರೆ. ಆದರೆ ಯಾರೂ ಅದನ್ನ ತಿದ್ದಿಕೊಳ್ಳುವಂತೆ ಸೂಚಿಸುವುದಿಲ್ಲ. ಬೆನ್ನ ಹಿಂದೆ ಮಾತ್ರ ಎಲ್ಲರೂ ಅವರ ತಪ್ಪಿನ ಬಗ್ಗೆ ಮಾತನಾಡುತ್ತಾರೆ. ಇದರರ್ಥ ಇಷ್ಟೇ, ಯಾರಿಗೂ ಅವರ ಮುಂದೆ ಕೆಟ್ಟವರು ಎನ್ನಿಸಿಕೊಳ್ಳಲು ಇಷ್ಟವಿಲ್ಲ. ಅಪಾರ್ಟ್ಮೆಂಟ್‌ನಲ್ಲಿ ಮ್ಯೂಸಿಕ್ ಜೋರಾಗಿ ಹಾಕಿದ್ದರೆ ನಿಮ್ಮ ಮನೆಯ ಬಾಗಿಲನ್ನ ತಟ್ಟಿ ಮ್ಯೂಸಿಕ್ ಸೌಂಡ್ ಕಡಿಮೆ ಮಾಡಿ ಎನ್ನುವುದನ್ನ ಹೇಳುವುದು ಆ ಬಡಾವಣೆಯಲ್ಲಿ ಗಸ್ತು ತಿರುಗುವ ಪೊಲೀಸ್! ಪಕ್ಕದ ಮನೆಯವರು ಎಂದಿಗೂ ಬಂದು ಹೇಳುವುದಿಲ್ಲ.

ಎಲ್ಲರೊಂದಿಗೂ ಚೆನ್ನಾಗಿರಬೇಕು ಎನ್ನುವುದು ಇಲ್ಲಿನ ಸಮಾಜದ ಅಲಿಖಿತ ನಿಯಮ. ನಿಮ್ಮ ಬಗ್ಗೆ ಇಷ್ಟವಿಲ್ಲದಿದ್ದರೂ ನಿಮ್ಮ ಮುಂದೆ ಬಹಳಷ್ಟು ಖುಷಿಯಾಗಿ, ಸಂತೋಷದಿಂದ ಮಾತನಾಡುವುದು ಕೂಡ ಇಲ್ಲಿನ ಜನರ ಇನ್ನೊಂದು ಗುಣ. ಹೆಚ್ಚಾಗಿ ಹೀಗೆ ಯಾರನ್ನಾದರೂ ಇಷ್ಟಪಡದ ಜನ ಅವರ ವಿರುದ್ಧ ಕಮ್ಯುನಿಟಿಯಲ್ಲಿ ದೂರು ನೀಡಿರುತ್ತಾರೆ, ಆದರೆ ಆ ವ್ಯಕ್ತಿಯೊಂದಿಗೆ ನೇರಾನೇರ ಸಂಬಂಧ ಮಾತ್ರ ಬಾಡದಂತೆ ನೋಡಿಕೊಳ್ಳುತ್ತಾರೆ. ಇದು ನನಗೆ ಸ್ವಲ್ಪ ವಿಚಿತ್ರ ಎನ್ನಿಸಿದ ವಿಷಯ. ಕಮ್ಯುನಿಟಿಯಲ್ಲಿ ಹೀಗೆ ನಡೆದುಕೊಳ್ಳುವ ಜನ ವೈಯಕ್ತಿಕ ಬದುಕಿನಲ್ಲಿ ಮಾತ್ರ ಸಣ್ಣಪುಟ್ಟ ವ್ಯತ್ಯಾಸಗಳಿಗೆ ಬೇರ್ಪಡುವುದು, ವಿಚ್ಛೇದನ ಪಡೆಯುವುದು ಕೂಡ ನನ್ನ ಮಟ್ಟಿಗೆ ಅಚ್ಚರಿ.

ನನಗೆ ಇಲ್ಲಿ ಬದುಕಿದ ಒಂದೂವರೆ ದಶಕ ಯಾವುದೇ ಸಮಸ್ಯೆಯಾಗಲಿಲ್ಲ! ಎಲ್ಲಕ್ಕೂ ಮುಖ್ಯವಾಗಿ ನನಗೆ ಈ ರೇಸಿಸಂ ಎನ್ನುವ

ಬೂತಪ್ಪ ಮಾತ್ರ ಕಾಡಲಿಲ್ಲ. ಇದಕ್ಕೆ ಬಹುಮುಖ್ಯ ಕಾರಣ ನಾನು ಇಲ್ಲಿನ ಜನರ ಮನೋಭಾವವನ್ನ ಅರಿತುಕೊಂಡದ್ದು. ಇವರ್ಯಾರೂ ಯಾರನ್ನೂ ನೇರವಾಗಿ ಎದುರಿಸುವುದಿಲ್ಲ ಎನ್ನುವುದನ್ನ ನಾನು ಬಹುಬೇಗ ಕಂಡುಕೊಂಡ ವಿಷಯ. ಅದು ನನ್ನ ಪ್ರಮುಖ ಅಸ್ತ್ರವಾಯ್ತು. ಇದನ್ನ ನಾನು ನನ್ನ ಒಳಿತಿಗೆ ಎಷ್ಟು ಬೇಕೋ ಅಷ್ಟರಮಟ್ಟಿಗೆ ಉಪಯೋಗಿಸಿಕೊಂಡೆ. ಇದಕ್ಕೆ ಪೂರಕವಾಗಿ ನಡೆದ ಒಂದು ಘಟನೆಯನ್ನ ಹೇಳಿದರೆ ಇದೇನು ಎನ್ನುವುದು ನಿಮಗೆ ಹೆಚ್ಚು ಅರ್ಥವಾಗುತ್ತದೆ.

ಬಹಳ ದಿನಗಳಂತೆ, ಅಂದು ಕೂಡ ಬ್ಯಾಂಕಿಗೆ ಹೋಗಿದ್ದೆ. ಅಂದು ನನಗೆ ಐನೂರು ಯುರೋ ನೋಟಿಗೆ ಚಿಲ್ಲರೆ ಬೇಕಿತ್ತು. ನಿಮಗೆ ತಿಳಿದಿರಲಿ 500 ಯುರೋ ನೋಟು ಯೂರೋಪಿನಲ್ಲೇ ಅತಿ ದೊಡ್ಡ ಡಿನಾಮಿನೇಷನ್ ಹೊಂದಿರುವ ನೋಟು. ಭಾರತದ ರೂಪಾಯಿ ಲೆಕ್ಕದಲ್ಲಿ ಈ ಒಂದು ನೋಟು 44–45 ಸಾವಿರ ರೂಪಾಯಿ!! ನನ್ನ ಭಾಷೆಯನ್ನ ಕೇಳಿ ಯಾರಿಗೂ ನಾನು ಹೊರಗಿನವನು ಎನ್ನಿಸುತ್ತಿರಲಿಲ್ಲ, ಅಷ್ಟರಮಟ್ಟಿಗೆ ಲೋಕಲ್ ಅಕ್ಸೆಂಟ್ ಸ್ಪ್ಯಾನಿಷ್ ಮಾತನಾಡುವುದು ಕಲಿತಿದ್ದೆ. ಬ್ಯಾಂಕಿನ ಕ್ಯಾಶಿಯರ್ ತಲೆ ಎತ್ತದೆ 'ಏನು ಬೇಕು' ಎಂದು ಕೇಳಿದ್ದ, ನಾನು ಚೇಂಜ್ ಬೇಕು ಎಂದು ಹೇಳಿದೆ, ಸರಿ ನೋಟು ಕೊಡು ಎಂದವನು ಮುಖ ನೋಡಿ, ಒಂದರೆಗಳಿಗೆ ವಿಚಲಿತನಾದ, ಕ್ಷಮಿಸಿ, ಚೇಂಜ್ ಇಲ್ಲ ಎಂದ. ಅಂದಿನ ದಿನಗಳಲ್ಲಿ ಏಶಿಯನ್ ಮತ್ತು ಆಫ್ರಿಕನ್ ಮೂಲದವರು ಹೆಚ್ಚಾಗಿ ಐನೂರರ ಕಳ್ಳ ನೋಟನ್ನ ಚಲಾವಣೆ ಮಾಡುತ್ತಿದ್ದರು. ಇದು ನನಗೆ ಗೊತ್ತಿತ್ತು. ನಾನು ಸ್ವಲ್ಪ ಧ್ವನಿ ಏರಿಸಿ, ಏಕೆ ನನ್ನ ಬಣ್ಣ ನೋಡಿದ ತಕ್ಷಣ ನೋಟಿಗೆ ಚೇಂಜ್ ಇಲ್ಲದೆ ಹೋಯ್ತಾ? ಎಂದು ವ್ಯಂಗ್ಯವಾಗಿ ಕೇಳಿದೆ. ಬೇಕಿದ್ದರೆ ಎಲ್ಲವನ್ನೂ ತಪಾಸಣೆ ಮಾಡಿ, ಆದರೆ ನನಗೆ ಚೇಂಜ್ ಬೇಕೇಬೇಕು ಎಂದೇ, ನನ್ನ ಮಾತು ಅವನಿಗೆ ನಾಟಿತು. ಆತ ತಾನು ಕುಳಿತ ಸ್ಥಳದಿಂದ ಎದ್ದು ಬಂದು ಕೈ ಹಿಡಿದು 'ದಯವಿಟ್ಟು ಬಣ್ಣದ ಮಾತನಾಡಬೇಡ, ನಾವೆಲ್ಲಾ ಒಂದೇ' ಎಂದ. ನೋಟನ್ನ ಪರೀಕ್ಷಿಸಿ ನನಗೆ ಚೇಂಜ್ ಕೂಡ ನೀಡಿದ.

ಒಂದೂವರೆ ದಶಕದಲ್ಲಿ ಇಂತಹ ಹತ್ತಾರು ಘಟನೆಗಳಿಗೆ ಸಾಕ್ಷಿಯಾದೆ, ಎಲ್ಲೆಡೆಯೂ ನನ್ನ ಟ್ರಿಕ್ ವರ್ಕ್ ಆಗುತ್ತಿತ್ತು ಎನ್ನುವುದನ್ನ ವಿಶೇಷವಾಗಿ ಹೇಳಬೇಕಿಲ್ಲವಷ್ಟೆ?

# ಬದುಕೆಂದರೆ ಹೀಗೆ, ಅದೊಂದು ಬಾಂಧವ್ಯಗಳ ಬೆಸುಗೆ!

ನೀವು ಎಲ್ಲಿ ಹುಟ್ಟಿದ್ದು? ಎನ್ನುವ ಪ್ರಶ್ನೆಗೆ ನಾವೆಲ್ಲರೂ ಬಹಳ ಖುಷಿಯಿಂದ ನಾವು ಹುಟ್ಟಿದ ಊರಿನ ಹೆಸರು ಹೇಳುತ್ತೇವೆ ಅಲ್ವಾ? ಮಗು ಏರ್ ಬಾರ್ನ್ ಅಥವಾ ಸ್ಕೈ ಬಾರ್ನ್ ಆದರೆ? ಅಂದರೆ ಮಗು ವಿಮಾನದಲ್ಲಿ ಪ್ರಯಾಣ ಮಾಡುವಾಗ ಹುಟ್ಟಿದ್ದರೆ? ಆ ಮಗುವಿನ ಹುಟ್ಟೂರು ಯಾವುದು ಅಂತ ನಮೂದಿಸುವುದು? ಇಂತಹ ಒಂದು ಸನ್ನಿವೇಶದ ಬಗ್ಗೆ ನಾನು ಯೋಚಿಸಿರಲಿಲ್ಲ. ನಿತ್ಯ ರಾತ್ರಿ ಊಟವಾದ ಬಳಿಕ ಅನ್ನಿ ಜೊತೆ ಪಾರ್ಕ್‌ನಲ್ಲಿ ಎರಡು ಕಿಲೋಮೀಟರ್ ವಾಕ್ ಮಾಡುವುದು ಅಭ್ಯಾಸ. ಆಗವಳು ಕೇಳುವ ಪ್ರಶ್ನೆಗಳು ಅನೇಕ. ಅವಳ ಪ್ರಶ್ನೆ ಮಗು ವಿಮಾನದಲ್ಲಿ ಹುಟ್ಟಿದರೆ ಯಾವ ಊರು ಅಂತ ಹೇಳಬೇಕು? ಅನ್ನುವುದು. ಇದರ ಬಗ್ಗೆ ಒಂದಷ್ಟು ಸಂಶೋಧನೆ ಮಾಡಿದಾಗ ತಿಳಿದದ್ದು ನಿಮಗಾಗಿ ಇಲ್ಲಿದೆ.

ಸಾಮಾನ್ಯವಾಗಿ ತುಂಬು ಗರ್ಭಿಣಿಯರನ್ನ ವಿಮಾನದಲ್ಲಿ ಪ್ರಯಾಣ ಮಾಡಲು ಬಿಡುವುದಿಲ್ಲ. ಹೀಗಾಗಿ ಇಂತಹ ಘಟನೆಗಳು ಬಹಳ ಕಡಿಮೆ. 1929ರಿಂದ ಇಲ್ಲಿಯವರೆಗೆ ಒಂದಷ್ಟು ಡಜನ್ ಮಕ್ಕಳು ವಿಮಾನದಲ್ಲಿ ಹುಟ್ಟಿದ್ದಾರೆ. ಎಷ್ಟು ವಾರದ ವರೆಗೆ ಬಿಡಬೇಕು ಎನ್ನುವುದು ಆಯಾ ವಿಮಾನ ನಡೆಸುವ ಸಂಸ್ಥೆಗಳಿಗೆ ಬಿಟ್ಟದ್ದು. ಕೆಲವು ಸಂಸ್ಥೆಗಳು 28 ವಾರದ ನಂತರ ಬಿಡುವುದಿಲ್ಲ, ಕೆಲವು ನಿಗದಿತ ದಿನಾಂಕಕ್ಕೆ ಒಂದುವಾರ ಮುಂಚಿನ ವರೆಗೆ ಬಿಡುತ್ತವೆ. ಆಫ್ಲೋರ್ಸ್ ಡಾಕ್ಟರ್ ಸರ್ಟಿಫಿಕೇಟ್ ಇರಬೇಕು.

ಹಾಗೊಮ್ಮೆ ಮಗು ಮಿಡ್ ಏರ್‌ನಲ್ಲಿ ಜನಿಸಿದರೆ ಹಲವಾರು ಸಾಧ್ಯತೆಗಳಿವೆ. ಅವೆಂದರೆ:

ಸಾಧ್ಯತೆ–1: ಅಪ್ಪ ಅಮ್ಮನ ದೇಶ ಯಾವುದು ಅದನ್ನ ಮಗುವಿನ ಹುಟ್ಟೂರು ಅಥವಾ ಹುಟ್ಟಿದ ದೇಶ ಎನ್ನುವುದು.

ಸಾಧ್ಯತೆ–2: ಮಗು ಜನಿಸಿದಾಗ ವಿಮಾನ ಯಾವ ದೇಶದ ಏರ್ ಸ್ಪೇಸ್‌ನಲ್ಲಿತ್ತು ಆ ದೇಶದಲ್ಲಿ ಹುಟ್ಟಿದ್ದು ಎನ್ನುವುದು. ಜಗತ್ತಿನಲ್ಲಿ ಹಲವಾರು ದೇಶಗಳು ಆ ದೇಶದ ಸರಹದ್ದಿನಲ್ಲಿ ಹುಟ್ಟಿದ ಮಕ್ಕಳನ್ನ ತನ್ನ ದೇಶದ ಪ್ರಜೆಗಳು ಎಂದು ಗುರುತಿಸುತ್ತವೆ.

ಸಾಧ್ಯತೆ–3: ವಿಮಾನ ಸಂಸ್ಥೆ ಯಾವ ದೇಶದಲ್ಲಿ ನೊಂದಾಯಿತವಾಗಿರುತ್ತದೆ ಮಗು ಆ ದೇಶಕ್ಕೆ ಸೇರಿದ್ದು ಎನ್ನುವ ಘಟನೆಗಳು ಕೂಡ ಇವೆ.

ವಿಮಾನದಲ್ಲಿ ಮಗು ಹುಟ್ಟುವುದು ಬಹಳ ವಿರಳ ಹೀಗಾಗಿ ಇಲ್ಲಿ ಮಗುವಿನ ಹುಟ್ಟೂರು ಮತ್ತು ಪೌರತ್ವದ ಬಗ್ಗೆ ಸಾಕಷ್ಟು ಗೊಂದಲವಿದೆ. ಮೇಲೆ ಹೇಳಿದ ಮೂರು ಸಾಧ್ಯತೆಗಳಲ್ಲಿ ಒಂದು ಮಗುವಿಗೆ ದಕ್ಕುತ್ತದೆ.

ಇನ್ನು ಹೀಗೆ ವಿಮಾನದಲ್ಲಿ ಹುಟ್ಟಿದ ಮಗುವಿಗೆ ಜೀವಮಾನ ಪೂರ್ತಿ ಏರ್ ಟಿಕೆಟ್ ಫ್ರೀ ಸಿಗುತ್ತೆ ಅನ್ನುವುದು ಶುದ್ಧ ಸುಳ್ಳು. ಅವರ ಪ್ರತಿ ಜನ್ಮ ದಿನ ವಿಮಾನ ಸಂಸ್ಥೆ ಫ್ರೀ ಟಿಕೆಟ್ ಕೊಟ್ಟ ಉದಾಹರಣೆ ಇದೆ. ಒಂದಷ್ಟು ಮೈಲ್ಸ್ (ಕ್ರೆಡಿಟ್ ಕಾರ್ಡ್ ಪಾಯಿಂಟ್ಸ್ ತರ) ಮಗುವಿನ ಹೆಸರಲ್ಲಿ ನೀಡುವುದೂ ಉಂಟು. ಹೀಗೆ ಹಲವಾರು ಉಡುಗೊರೆ ಸಿಗುತ್ತದೆ. ಆದರೆ ಅದಾವುದೂ ಕೊಡಲೇಬೇಕು ಎನ್ನುವ ಲೆಕ್ಕದ್ದಲ್ಲ. ಇದೆಲ್ಲ ಆಯಾ ವಿಮಾನ ಯಾನ ಸಂಸ್ಥೆಗಳನ್ನ ಅವಲಂಬಿಸಿದೆ.

ಜೆಟ್ ಏರ್‌ವೇಸ್‌ನಲ್ಲಿ 2017ರಲ್ಲಿ ಒಂದು ಮಗು ಜನಿಸಿತ್ತು. ಜೆಟ್ ಏರ್ವೇಸ್ ಆ ಮಗುವಿಗೆ ಜೀವಮಾನ ಪೂರಾ ಫ್ರೀ ಟಿಕೆಟ್ ಕೊಡುವುದಾಗಿ ಘೋಷಿಸಿತ್ತು. ಆದರೇನು ಇದೀಗ ಜೆಟ್ ಏರ್ವೇಸ್ ಸಂಸ್ಥೆಯೇ ಇಲ್ಲವಲ್ಲ. ನೀವೇನೇ ಹೇಳಿ ಸ್ವಾಮಿ ಹುಟ್ಟಿದ ಊರು ಯಾವುದು ಅಂದರೆ ನಮ್ಮೂರ ಹೆಸರು ಹೇಳುವುದರಲ್ಲಿ ಬರುವ ಮಜಾ ಮಿಡ್ ಏರ್ ಅಥವಾ ಏರ್ ಬಾರ್ನ್

ಎನ್ನುವುದರಲ್ಲಿ ಬರುವುದಿಲ್ಲ ಅಲ್ವಾ? ಇದೆಲ್ಲಾ ಸರಿ ಇಷ್ಟೊಂದು ಪೀಠಿಕೆ ಏಕೆ ಎಂದಿರಾ? ಅದಕ್ಕೂ ಕಾರಣವಿದೆ. ನಾನು ವಾಸವಿದ್ದ ಕತಲೂನ್ಯದಲ್ಲಿ ಕೂಡ ಇಂತಹುದೇ ಒಂದು ನಿಯಮ ಉಂಟು. ಈ ರಾಜ್ಯದಲ್ಲಿ ಹುಟ್ಟಿದ ಮಗುವನ್ನ ಅವರು ತಮ್ಮ ರಾಜ್ಯದ ಮಗು ಎಂದು ಪರಿಗಣಿಸುತ್ತಾರೆ. ಅಂದರೆ ಅಪ್ಪ-ಅಮ್ಮ ವಲಸಿಗರಾಗಿದ್ದರೂ ಕೂಡ, ಅವರ ಬಳಿ ಲೀಗಲ್ ರೆಸಿಡೆನ್ಸಿಯಲ್ ಸ್ಟೇಟಸ್ ಇದ್ದರೆ ಸಾಕು. ಈ ನೆಲದಲ್ಲಿ ಹುಟ್ಟಿದ ಮಗುವನ್ನ ಈ ದೇಶದ, ರಾಜ್ಯದ ಪ್ರಜೆ ಎಂದು ಕರೆಯುತ್ತಾರೆ. ಹೀಗಾಗಿ ಮಗುವಿಗೆ ಬೇರೆ ಯಾವುದೇ ರೀತಿಯ ಅಡಚಣೆಗಳಿಲ್ಲದೆ ಇಲ್ಲಿನ ಪೌರತ್ವವನ್ನ ನೀಡಲಾಗುತ್ತದೆ. ಹೀಗಾಗಿ ಅನನ್ಯ ಹುಟ್ಟಿದ್ದಾಗ ಇಲ್ಲಿನ ವೈದ್ಯರು ಮಗುವನ್ನ ಕೈಗಿಡುತ್ತಾ ಇನ್ನೊಬ್ಬಳು ಕತಲಾನಾ ಹುಟ್ಟಿದಳು ಎಂದಿದ್ದರು. ಉಳಿದಂತೆ ಸ್ಪ್ಯಾನಿಷ್ ಭಾಷೆಯನ್ನ ಮಾತನಾಡಲು ಬಾರದ ದೇಶದಿಂದ ಹೋದ ವಲಸಿಗರು 10 ವರ್ಷ ಅಲ್ಲಿ ಜೀವನ ಮಾಡಬೇಕು, ಅಲ್ಲಿನ ಸಮಾಜಕ್ಕೆ ಹೊಂದಿಕೊಳ್ಳಬೇಕು, ಕೆಲಸ ಮಾಡುತ್ತಿರಬೇಕು, ನ್ಯಾಯಯುತವಾಗಿ ತೆರಿಗೆಯನ್ನ ಸಲ್ಲಿಸುತ್ತಿರಬೇಕು. ಇಷ್ಟೆಲ್ಲಾ ಸರಿಯಾಗಿದೆ ಎಂದರೆ ಆಗ ನೀವು ಈ ದೇಶದ ಪೌರತ್ವಕ್ಕೆ ಅರ್ಹರು. ಅಂದ ಮಾತ್ರಕ್ಕೆ ಎಲ್ಲವೂ ಬೇಗ ಆಗಿಬಿಡುತ್ತದೆ ಎನ್ನುವಂತಿಲ್ಲ. ನೀವು ಕೇವಲ ಪೌರತ್ವಕ್ಕೆ ಅರ್ಜಿ ಸಲ್ಲಿಸಲು ಅರ್ಹರು ಅಷ್ಟೇ! ಆ ನಂತರದ್ದು ಇನ್ನೊಂದು ಸಾಹಸಗಾಥೆ.

ಅರ್ಜಿ ಸಲ್ಲಿಸುವಾಗ ನಾವು ಹುಟ್ಟಿದ ದಿನದಿಂದ ಎಲ್ಲೆಲ್ಲಿ ವಾಸವಿಗಿದ್ದೆವು ಆಯಾ ಸ್ಥಳಗಳಿಂದ ಪೊಲೀಸ್ ಕ್ಲಿಯರೆನ್ಸ್ ಸರ್ಟಿಫಿಕೇಟ್ ತೆಗೆದು ಕೊಡಬೇಕು. ನಮ್ಮ ಬರ್ತ್ ಸರ್ಟಿಫಿಕೇಟ್ ಕೂಡ ನೀಡಬೇಕು. ಸಾಧಾರಣವಾಗೇ ಇವೆಲ್ಲವೂ ಕನ್ನಡ ಅಥವಾ ಇಂಗ್ಲಿಷ್ ಭಾಷೆಯಲ್ಲಿರುತ್ತದೆ. ಇದನ್ನ ಸ್ಪ್ಯಾನಿಷ್ ಭಾಷೆಗೆ ಅನುವಾದ ಮಾಡಿಸಿ ಅದನ್ನ ನೋಟರಿ ಮಾಡಿಸಿ ನೀಡಬೇಕು. ಆ ನಂತರ ಅವರು ಇದನ್ನ ಪರಿಶೀಲಿಸುತ್ತಾರೆ. ಈ ಪರಿಶೀಲನೆಗೆ ಬರೋಬ್ಬರಿ 18–22 ತಿಂಗಳು ತೆಗೆದುಕೊಳ್ಳುತ್ತಾರೆ. ಇವೆಲ್ಲದರಲ್ಲೂ ನೀವು ಉತ್ತೀರ್ಣರಾದರೆ ಆ ನಂತರ ಒಂದು ಲಿಖಿತ ಮತ್ತು ಮೌಖಿಕ ಪರೀಕ್ಷೆ ಇರುತ್ತದೆ. ಇಲ್ಲೇನಿದ್ದರೂ ವಲಸಿಗ ಯಾವ ಮಟ್ಟದಲ್ಲಿ ಸ್ಪ್ಯಾನಿಷ್ ಸಮಾಜದಲ್ಲಿ ಬೆರೆತಿದ್ದಾನೆ ಎನ್ನುವುದರ ಪರೀಕ್ಷೆಯಾಗುತ್ತದೆ. ದೇಶದಲ್ಲಿ ಯಾವ ನದಿಗಳಿವೆ, ಮಂತ್ರಿಗಳ ಹೆಸರು, ಪ್ರಸಿದ್ಧ ಕವಿಗಳ ಹೆಸರು, ಆಟಗಾರರ ಹೆಸರು ಇತ್ಯಾದಿಗಳನ್ನ ಕೇಳುತ್ತಾರೆ. ಒಟ್ಟಿನಲ್ಲಿ ನಮ್ಮ ಭಾಷಾ ಪ್ರಾವೀಣ್ಯ ಮತ್ತು ಸಮಾಜದಲ್ಲಿನ ಪ್ರಮುಖ ವಿಷಯಗಳ ಬಗೆಗಿನ ಜ್ಞಾನ ಎರಡನ್ನೂ ಪರೀಕ್ಷಿಸಿ 'ಸರಿ ನೀನು ಇನ್ನು ಮುಂದೆ ನಮ್ಮಲ್ಲಿ ಒಬ್ಬ, ಅರ್ಥಾತ್ ನೀನಿನ್ನು ಸ್ಪ್ಯಾನಿಷ್' ಎಂದು ಹೇಳುವಷ್ಟರಲ್ಲಿ 3–4 ವರ್ಷ ಕಳೆದಿರುತ್ತದೆ. ಅಂದರೆ ಕನಿಷ್ಠ 14–15 ವರ್ಷ ಈ ನೆಲದಲ್ಲಿ ವಾಸ ಮಾಡಿದರೆ ಮಾತ್ರ ಇಲ್ಲಿನ ಪೌರತ್ವ ಗಳಿಸಬಹುದು.

ನನಗಿನ್ನೂ ಸರಿಯಾಗಿ ನೆನಪಿದೆ, ನಾನು ಬಾರ್ಸಿಲೋನಾ ಸೇರಿದ ನಂತರ ನನ್ನ ಮೊದಲ ಕೆಲಸದ ದಿನ 'ಕೊಮೊ ತೇ ಯಾಮಾಸ್?' ಎಂದು ಕೇಳಿದವಳು ಅಂದಿನ ಸಹೋದ್ಯೋಗಿ ಎವಾ (ಇಂಗ್ಲಿಷ್‌ನಲ್ಲಿ ಇವಾ). ನನಗೆ ಅಂದಿಗೆ ಅದೇನು ಎಂದು ಅರ್ಥವಾಗಲಿಲ್ಲ. ನೇಮ್. ನೇಮ್.. ಯುರ್ ನೇಮ್ ಎಂದು ತನಗೆ ತಿಳಿದ ಇಂಗ್ಲಿಷ್ನಲ್ಲಿ ಕೇಳಿದ್ದಳು. ನಾನು ಹೇಳಿದ್ದೆ. ಹೀಗೆ ಶುರುವಾದ ನಮ್ಮ ಗೆಳೆತನ ಅದನ್ನ ಮೀರಿ ಬೆಸೆದುಕೊಂಡಿತು. ಸಹೋದರಿಯರಿಲ್ಲ ಎನ್ನುವ ನೋವನ್ನ, ಕೊರತೆಯನ್ನ ತುಂಬಿದವಳು ಎವಾ. ಸ್ಪ್ಯಾನಿಷ್ ಭಾಷೆಯನ್ನ ಸರಾಗವಾಗಿ ಕಲಿಯಲು ಕಾರಣರಾದ ಇಬ್ಬರು ವ್ಯಕ್ತಿಗಳನ್ನ ಜೀವನ ಪೂರ್ತಿ ಮರೆಯುವಂತಿಲ್ಲ. ಒಬ್ಬ ಗೆಳೆಯ ಸಾಲ್ವದೂರ್, ಇನ್ನೊಬ್ಬಳು ಗೆಳತಿ, ಸಹೋದರಿ ಎವಾ.

ಆ ದಿನಗಳಲ್ಲಿ ಮನಸ್ಸಿನಲ್ಲಿ ಭಾರಿ ನೋವು, ಬೇಸರ ತುಂಬಿರುತ್ತಿತ್ತು. ಭಾಷೆ ಬಾರದ, ಸ್ನೇಹಿತರೂ, ಬಂಧು ಬಳಗ ಏನೂ ಇಲ್ಲದ, ತಿನ್ನಲು ನನಗೆ ಬೇಕಾದ ಆಹಾರ ಕೂಡ ಸಿಗದ ದೇಶದಲ್ಲಿ ಬದುಕುವುದು ಅದಕ್ಕೆ ಕಾರಣವಾಗಿತ್ತು. ತೀರಾ ಒಂಟಿ ಎನ್ನುವ ಭಾವನೆ ಕಾಡಿದ್ದು ಆ ದಿನಗಳಲ್ಲಿ. ಅಂತಹ ಕಷ್ಟದ ದಿನಗಳಲ್ಲಿ ಕೈ ಹಿಡಿದು ನಡೆಸಿದ್ದು ಎವಾ ಮತ್ತು ಸಾಲ್ವದೂರ್. ಅಣ್ಣನೋ, ಅಕ್ಕನೋ ಆಗಬೇಕಂದರೆ ಅದು ರಕ್ತ ಹಂಚಿಕೊಂಡೇ ಹುಟ್ಟಿರಬೇಕು ಎಂದೇನಿಲ್ಲ ಎನ್ನುವುದರ ಅನುಭವ ಮಾಡಿಸಿದ್ದು ಇವರಿಬ್ಬರು.

ಅದರಲ್ಲೂ ಇವಾಳ ಋಣವನ್ನ ತೀರಿಸುವುದು ಹೇಗೆ? ಸ್ಪೇನ್ ದೇಶದ ರೆಸಿಡೆನ್ಸಿ ಪರ್ಮಿಟ್‌ಗೆ ಭಾಷೆ ಬಾರದ ನನ್ನ ಜೊತೆ ಬಹಳಷ್ಟು ಬಾರಿ ಸಿಟಿ ಮುನಿಸಿಪಲ್ ಕಾರ್ಪೋರೇಶನ್‌ಗೆ, ಪೊಲೀಸ್ ಸ್ಟೇಷನ್‌ಗೆ ತಿರುಗಿದ್ದಾಳೆ. ವಾರದ ಐದು ದಿನ ಹೇಗೋ ಕಳೆದು ಹೋಗುತ್ತಿತ್ತು, ವಾರಾಂತ್ಯ ಕಳೆಯುವುದು ಬಹಳ ಕಷ್ಟವಾಗುತ್ತಿತ್ತು. ಆಗೆಲ್ಲಾ ಕೂಡ ಎವಾ ಅವಳ ಗಂಡ ಹೋಸೆ ಲೂಯಿಸ್ ಜೊತೆಯಲ್ಲಿ ಸಮಯ ಕಳೆದದ್ದು ಮರೆಯುವಂತಿಲ್ಲ. ಹಾಗೆಯೆ ಮೋನ್ಸ್ರಾತ್ ಬೆಟ್ಟದ ತಪ್ಪಲಲ್ಲಿ ಮನೆಯನ್ನ ಮಾಡಿದ್ದ ಸಾಲ್ವ ಕೂಡ ಬಹಳಷ್ಟು ವಾರಾಂತ್ಯ ಒಂಟಿತನಕ್ಕೆ ಸಾಥ್ ನೀಡಿದ ಗೆಳೆಯ. ಇಂದಿಗೂ ಇವರಿಬ್ಬರೊಡನೆ ಬಾಂಧವ್ಯ ಹಾಗೇ ಮುಂದುವರಿದಿದೆ.

ಎವಾ ಕೇವಲ ಗೆಳತಿಯಾಗಿ, ಸಹೋದ್ಯೋಗಿಯಾಗಿ ಉಳಿದುಕೊಳ್ಳದೇ ಸಹೋದರಿಯಾಗಿ ಉಳಿದುಕೊಳ್ಳಲು ಕಾರಣ, ಆಕೆಯ ಗುಣ. ವಲಸಿಗ ಎನ್ನುವ ತಾರತಮ್ಯ ಮಾಡದೇ, ವಿಶ್ವಾಸದಿಂದ ಕಂಡಳು. ರಮ್ಯ ಮತ್ತು ನಾನು ಹಲವಾರು ಬಾರಿ ಮಗುವನ್ನ ಸ್ಪೇನ್ ನೆಲದಲ್ಲಿ ಬರಮಾಡಿಕೊಳ್ಳಬೇಕೆ ಅಥವಾ ಭಾರತಕ್ಕೆ ಮರಳಬೇಕೆ ಎನ್ನುವಾಗೆಲ್ಲ ನಮ್ಮ ಮುಂದೆ ಬರುತ್ತಿದ್ದ ಪ್ರಶ್ನೆ, ಇಲ್ಲೇನಾದರೂ ಹೆಚ್ಚು ಕಡಿಮೆಯಾದರೆ ನಮಗಾರು ಗತಿ ಎನ್ನುವುದು.

ಆ ದಿನಗಳಲ್ಲಿ ಇದೊಂದು ಅತ್ಯಂತ ಜಟಿಲ ಪ್ರಶ್ನೆಯಾಗಿತ್ತು. ರಮ್ಯಳ ಜೊತೆ ವೈದ್ಯರನ್ನ ಕಾಣಲು ಕೂಡ ಎವಾ ಜೊತೆಯಾಗುತ್ತಿದ್ದಳು. ಅನನ್ಯ ಸ್ಪೇನ್ ದೇಶದ ಪ್ರಜೆಯಾಗಲು ಎವಾ ನೀಡಿದ ಧೈರ್ಯ, ಸಹಕಾರ ಕೂಡ ಕಾರಣ. ಮೊದಲ ದಿನ ಭಾಷೆ ಬಾರದ ಒಬ್ಬ ವಲಸಿಗ ಹುಡುಗನಿಗೆ ಬೆಂಬಲ ನೀಡಿದ್ದು ಮರೆಯುವಂತಿಲ್ಲ. ಮುಂದಿನ ಕೆಲವೇ ಕೆಲವು ವರ್ಷಗಳಲ್ಲಿ ನನಗೆ ಸ್ಪೇನ್ ದೇಶದ ವಲಸೆ ನೀತಿಗಳು ಬಾಯಿಪಾಠ ಆದವು. ಹತ್ತಾರು ಜನ ವಲಸೆ ನೀತಿಯ ಬಗ್ಗೆ ನನ್ನ ಕೇಳುವ ಮಟ್ಟಕ್ಕೆ ಜ್ಞಾನವನ್ನ ವೃದ್ಧಿಸಿಕೊಂಡೆ. ಇಂದಿಗೂ ಸ್ಪೇನ್, ಜೊತೆಗೆ ಯೂರೋಪಿನ ವಲಸೆ ನೀತಿಯಲ್ಲಿ ಅತೀವ ಆಸಕ್ತಿ ಉಳಿದುಕೊಂಡಿದೆ. ಕಲಿಕೆ ಮುಂದುವರಿದಿದೆ. ಬದುಕೆಂದರೆ ಹೀಗೇ ಅಲ್ವಾ? ಗೊತ್ತಿಲ್ಲದೇ ಬಾಂಧವ್ಯಗಳು ಬೆಸೆದುಕೊಂಡು ಬಿಡುತ್ತವೆ.

# ಮುಜೆ ಔರ್ ತೋಡಾ
# ‘ಗಟ್ಟಿ ಚಟ್ನಿ’ ಚಾಯಿಯೇ!
# ಕನ್ನಡ ಉಳಿಸುವುದು ನಮ್ಮ ಕೈಲಿದೆ!!

ಬಾರ್ಸಿಲೋನಾದಲ್ಲಿ ಕೆಲಸದ ವೇಳೆ ನನಗಂತೂ ಬಹಳ ಇಷ್ಟವಾಗಿತ್ತು. ಬೆಳಿಗ್ಗೆ ಒಂಬತ್ತರಿಂದ ಮಧ್ಯಾಹ್ನ ಒಂದೂವರೆ ತನಕ ಕೆಲಸ ಆಮೇಲೆ ಸಾಯಂಕಾಲ ನಾಲ್ಕರ ವರೆಗೆ ಬ್ರೇಕ್! ಆ ನಂತರ ನಾಲ್ಕರಿಂದ ಏಳೂವರೆ ವರೆಗೆ ಮತ್ತೆ ಕೆಲಸ. ಮನೆ ಕೂಡ ಕೆಲಸ ಮಾಡುತ್ತಿದ್ದ ಸಂಸ್ಥೆಯಿಂದ ಒಂದು ಕಿಲೋಮೀಟರ್ ದೂರವಷ್ಟೇ ಇದ್ದ ಕಾರಣ, ಬದುಕಲು ಬಹಳಷ್ಟು ವೇಳೆಯಿದೆ ಎನ್ನುವ ಅನುಭವವಾಗುತ್ತಿತ್ತು. ಸಾಮಾನ್ಯವಾಗಿ ಇಲ್ಲಿನ ಜನ ನಾಲ್ಕರಿಂದ ಐದು ಕಿಲೋಮೀಟರ್ ಸುತ್ತಳತೆಯಲ್ಲಿ ಕೆಲಸವನ್ನ ಹುಡುಕಿಕೊಳ್ಳುತ್ತಾರೆ. ಇದು ಇಲ್ಲಿ ಅಲಿಖಿತ ನಿಯಮ. ಅಂದಮಾತ್ರಕ್ಕೆ ಎಲ್ಲರೂ ಹೀಗೇ ಎನ್ನುವ ಜನರಲೈಸೇಶನ್ ಕೂಡ ಬೇಡ. ಏಕೆಂದರೆ ಹತ್ತಾರು ಕಿಲೋಮೀಟರ್ ದೂರದಿಂದ ಪುಡಿಗಾಸಿಗೆ ದುಡಿಯುವ ಜನರನ್ನ ಕೂಡ ಇಲ್ಲಿ ಕಂಡಿದ್ದೇನೆ. ಇರಲಿ.

ಬೆಂಗಳೂರಿಗೆ ಬಂದ ನಂತರ ಇಲ್ಲಿನ ಜೀವನ ಶೈಲಿಗೆ ಹೊಂದಿಕೊಳ್ಳುವುದಕ್ಕೆ ಆರು ತಿಂಗಳ ಮೇಲೆ ತೆಗೆದುಕೊಂಡಿತು. ಮಧ್ಯಾಹ್ನದ ಊಟಕ್ಕೆ ಮನೆಗೆ ಹೋಗುವುದನ್ನ ಈ ದೊಡ್ಡ ನಗರದಲ್ಲಿ ಯೋಚಿಸಲು ಕೂಡ ಆಗದ ವಿಷಯ ಎನ್ನುವ ಜ್ಞಾನೋದಯ ಬೇಗ ಆಯ್ತು. ಮಧ್ಯಾಹ್ನಕ್ಕೆ ಡಬ್ಬಿಗೆ ಸೇಬು ಒಂದಷ್ಟು ಬಾದಾಮಿಯನ್ನ ಅಮ್ಮ ನಿತ್ಯ ಹಾಕಿ ಕೊಡುತ್ತಿದ್ದಳು. ನಿತ್ಯವೂ ಮಧ್ಯಾಹ್ನಕ್ಕೆ ಹೀಗೆ ಹಣ್ಣು ಒಂದಷ್ಟು ನಟ್ಸ್! ನನಗಷ್ಟು ಸಾಕಾಗುತ್ತಿತ್ತು. ಮಧ್ಯಾಹ್ನದ ಊಟ ಆದಷ್ಟೂ ಕಡಿಮೆ ತಿನ್ನುವುದು ಅಭ್ಯಾಸ. ಆದರೆ ಅದೇನೋ ಕಾಣೆ ಅವತ್ತು ಹೊಟ್ಟೆ ಭಯಂಕರ ಹಸಿಯಲು ಶುರುವಾಯ್ತು. ಪಕ್ಕದಲ್ಲಿದ್ದ ಎಸೆಲ್ವಿ ರಾಗಿಗುಡ್ಡಕ್ಕೆ ಹೋಗಿದ್ದೆ. ಅಲ್ಲಿ ಒಂದು ಸೇಠು ಪರಿವಾರ ಠಿಕಾಣಿ ಹೂಡಿದ್ದರು. ಅವರ ಮಧ್ಯೆ ಹಿಂದಿ ಅಥವಾ ಮಾರ್ವಾರಿ ಭಾಷೆಯಲ್ಲಿ ಸಂಭಾಷಿಸುತ್ತಿದ್ದರು. ನನಗೇನೂ ಅವರ ಮಾತು ಕೇಳುವ ವಿಶೇಷ ಆಸಕ್ತಿ ಇರಲಿಲ್ಲ, ಆದರೂ ಮಾತುಗಳು ಕಿವಿಗೆ ಬೀಳುತ್ತಿದ್ದವು. ಅವರ ನಡುವೆ ಇದ್ದ ಒಂದು ಹೆಣ್ಣು ಮಗು 'ಮುಜೆ ಔರ್ ತೋಡಾ "ಗಟ್ಟಿ ಚಟ್ನಿ" ಚಾಯಿಯೇ' ಎಂದಿತು. ಮಗುವಿನ ಬಾಯಿಂದ ಬಂದ ಗಟ್ಟಿ ಚಟ್ನಿ ಎನ್ನುವ ಪದ ನನ್ನಲ್ಲಿ ಇನ್ನಿಲ್ಲದ ಆನಂದ ತಂದಿತು. ಇದಕ್ಕೆ ಕಾರಣ ಬಹಳ ಸರಳ. ಯಾವುದೇ ಭಾಷೆ ವಲಸಿಗರು ಕಲಿಯುವಂತಾಗಲು ಮೊದಲು ಸ್ಥಳೀಯರು ಅದನ್ನ ತೀವ್ರವಾಗಿ ಬಳಸಬೇಕು, ಪ್ರೀತಿಸಬೇಕು, ಆಗ ಮಾತ್ರ ಆ ಭಾಷೆ ಅನ್ಯ ಭಾಷಿಕರೂ ಬೇಗ ಕಲಿಯುವಂತಾಗುತ್ತದೆ.

ಈಗ ವಿಷಯಕ್ಕೆ ಬರೋಣ. ಗಟ್ಟಿ ಚಟ್ನಿಗೆ ಪರ್ಯಾಯವಾಗಿ ನಾವು ಕನ್ನಡಿಗರು ಅವರಿಗೆ ಹಿಂದಿಯಲ್ಲಿ ಅಥವಾ ಮಾರ್ವಾರಿಯಲ್ಲಿ ಹೇಳಿದ್ದರೆ ಅವರು ಖಂಡಿತ ಗಟ್ಟಿ ಚಟ್ನಿ ಪದವನ್ನ ಬಳಸುತ್ತಿರಲಿಲ್ಲ. ಅಂದರೆ ಗಮನಿಸಿ ನೋಡಿ ನಾವು ಕೂಡ ಆ ಪದವನ್ನ ಬಳಸುವುದರಿಂದ ಅವರು ಕೂಡ ಬಳಸುತ್ತಿದ್ದಾರೆ. ನಾವು 'ದೋಸಾ, ವಡಾ' ಎನ್ನುವುದನ್ನ ಬಿಟ್ಟು ದೋಸೆ, ವಡೆ ಎನ್ನುವುದನ್ನ ಮಾಡಿದ್ದರೆ ಅವರು ಕೂಡ ಅದನ್ನೇ ಹೇಳುತ್ತಿದ್ದರು. ಇದನ್ನ ಇನ್ನಷ್ಟು ಸರಳವಾಗಿ ಹೀಗೆ ಸಮೀಕರಿಸಬಹುದು. ಯಾವುದೇ ಪದಗಳು ಅಥವಾ ಭಾಷೆ ಜನರ ಮನದಲ್ಲಿ ನೆಲೆಯೂರುವ ಮುಂಚೆ ನಾವು ಅದಕ್ಕೆ ಪರ್ಯಾಯ ಸ್ಥಳೀಯ ಪದಗಳನ್ನ ನೀಡಿದರೆ ಆಗ ಸ್ಥಳೀಯ ಭಾಷೆ ಉಳಿದುಕೊಳ್ಳುತ್ತದೆ. ಇಲ್ಲದಿದ್ದರೆ ಅದು ಕಲಬೆರಕೆಯಾಗಿ ತನ್ನ ಮೂಲ ಸ್ವರೂಪವನ್ನ ಕಳೆದುಕೊಳ್ಳುತ್ತದೆ. ಮತ್ತು ಸ್ಥಳೀಯರು ಯಾವಾಗ ತಮ್ಮ ಭಾಷೆಯನ್ನ ಬಿಟ್ಟು ಇತರ ಭಾಷೆಗಳಲ್ಲಿ ಸಂವಹನ ಮಾಡಲು ಶುರು ಮಾಡುತ್ತಾರೆ; ಆಗ ಭಾಷೆ ನಿಧಾನವಾಗಿ ಅಳಿವಿನ ಅಂಚಿಗೆ ಸರಿಯುತ್ತಾ ಹೋಗುತ್ತದೆ.

ಸ್ಪೇನ್‌ನಲ್ಲಿ ತಮ್ಮ ಭಾಷೆ ಕಾಪಾಡಿಕೊಳ್ಳಲು ಒಂದು ಸಮಿತಿ ರಚಿಸಿದ್ದಾರೆ. ಮಾರುಕಟ್ಟೆಗೆ ಯಾವುದೇ ವಸ್ತು ಬರಲಿ ಅದಕ್ಕೆ ಒಂದು ಸ್ಪ್ಯಾನಿಷ್ ಹೆಸರಿಟ್ಟು

ಮಾರುಕಟ್ಟೆಗೆ ಬಿಡುತ್ತಾರೆ. ಹೀಗಾಗಿ ಸ್ಪೇನ್‌ನಲ್ಲಿ ನೀವು ಕಂಪ್ಯೂಟರ್ ಎಂದರೆ ಏನು ಎನ್ನುತ್ತಾರೆ. ಲ್ಯಾಪ್ ಟಾಪ್ ಎಂದರೆ ಏನದು? ಎನ್ನುತ್ತಾರೆ. ಎಲ್ಲಕ್ಕೂ ಸ್ಪಾನಿಷ್ ಪದಗಳಿವೆ. ಇಲ್ಲಿ ಯಾರಾದರೂ ಕಂಪ್ಯೂಟರ್ ಎಂದರೆ ನಿಮ್ಮನ್ನ ವಿಚಿತ್ರವಾಗಿ ನೋಡುತ್ತಾರೆ, ಇಲ್ಲಿ ಅದಕ್ಕೆ ದಕ್ಕಿರುವ ಹೆಸರು ಅರ್ದಿನದೂರ್. ಹೀಗೆ ಲ್ಯಾಪ್ ಟಾಪ್ ಇಲ್ಲಿ ಪೊರ್ತಾತಿಲ್ ಆಗಿದೆ. ಇದು ಕೇವಲ ಉದಾಹರಣೆಯಷ್ಟೇ ಹೀಗೆ ಇಂಗ್ಲಿಷ್ ಪದಗಳಿಗೆ ಪರ್ಯಾಯವಾಗಿ ಸ್ಪ್ಯಾನಿಷ್ ಪದಗಳನ್ನ ಸೃಷ್ಟಿಸಿ, ಪದಾರ್ಥ ಮಾರುಕಟ್ಟೆಯಲ್ಲಿ ಜನಪ್ರಿಯವಾಗುವುದಕ್ಕೆ ಮುಂಚೆ ಬಿಡುತ್ತಾರೆ. ಅಂದರೆ ಅವರು ಕಂಪ್ಯೂಟರ್ ಎನ್ನುವ ಪದಕ್ಕೆ ಪರ್ಯಾಯ ಸ್ಪ್ಯಾನಿಷ್ ಪದವನ್ನ ಸೃಷ್ಟಿಸಿ ಬಿಡದಿದ್ದರೆ ಅದು ಜನ ಮಾನಸದಲ್ಲಿ ಕಂಪ್ಯೂಟರ್ ಎಂದು ಉಳಿದು ಕೊಂಡು ಬಿಡುತ್ತಿತ್ತು!! ಆ ನಂತರ ನೀವು ಯಾವುದೇ ಪದವನ್ನ ಬಿಟ್ಟರೂ ಕೂಡ ಅದನ್ನ ಜನತೆ ಒಪ್ಪಿಕೊಳ್ಳುವುದಿಲ್ಲ. ಉದಾಹರಣೆಗೆ ನಮ್ಮಲ್ಲಿ ನೋಡಿ ಎಲ್ಲರ ಮನಸ್ಸಿನಲ್ಲಿ ಕಂಪ್ಯೂಟರ್ ಸ್ಥಾನ ಪಡೆದ ಮೇಲೆ ನಾವು 'ಗಣಕಯಂತ್ರ' ಎನ್ನುವುದನ್ನ ಜನರಿಗೆ ನೀಡಲು ಹೊರಟೆವು. ಅದರಿಂದ ಏನಾಗಿದೆ? ನಮ್ಮ ಭಾಷೆ ನಮಗೆ ಅನ್ಯಗ್ರಹ ಜೀವಿಯ ಭಾಷೆಯಂತೆ ಅನಿಸ ತೊಡಗಿದೆ. ಹೀಗೆ ಸಾಕಷ್ಟು ಉದಾಹರಣೆಯನ್ನ ನೀಡಬಹುದು. ನಮ್ಮ ಭಾಷೆ ಉಳಿವಿಗೆ, ಬೆಳವಣಿಗೆಗೆ ನಾವೇನು ಮಾಡಬೇಕು ಎನ್ನುವುದು ಬುದ್ಧಿವಂತ ಓದುಗರಿಗೆ ಈ ವೇಳೆಗೆ ತಿಳಿದಿರುತ್ತದೆ.

ಕನ್ನಡ ಉಳಿಯಬೇಕು ಎಂದರೆ ಇಂಗ್ಲಿಷ್‌ಗೆ ಪರ್ಯಾಯ ಪದಗಳು ಇಂಗ್ಲಿಷ್ ಪದ ಜನರ ಮನದಲ್ಲಿ ಬೇರೂರುವುದಕ್ಕೆ ಮುಂಚೆ ಸಿದ್ಧವಿರಬೇಕು. ಎಲ್ಲಕ್ಕೂ ಪರ್ಯಾಯ ಬೇಕು ಅನ್ನುವ ಹಠವೂ ಇಲ್ಲ. ಸಾಧ್ಯವಾದಷ್ಟು ಇದ್ದರೆ ಒಳ್ಳೆಯದು. ಬರಿ ಕನ್ನಡ ಫಲಕ ಇಲ್ಲದಿದ್ದರೆ ಜುಲ್ಮಾನೆ ಹಾಕಿದರೆ ಸಾಲದು. ವ್ಯಾಪಾರಸ್ಥನಿಗೆ ಒಂದು ಅಥವಾ ಎರಡು ವರ್ಷ ವೇಳೆ ನೀಡಿ ಕನ್ನಡ ಬರದಿದ್ದರೆ ಪರವಾನಗಿ ರದ್ದು ಪಡಿಸುತ್ತೇವೆ ಎನ್ನಬೇಕು. ನಾವು ಹೋಗುವ ಅಂಗಡಿಯಲ್ಲಿ ಕನ್ನಡದಲ್ಲೇ ವ್ಯವಹರಿಸಬೇಕು. ಆಗ ಕನ್ನಡವೇಕೆ ಎಲ್ಲೆಡೆ ಕೇಳಿಸದು?

ವಲಸಿಗರು ಎಲ್ಲಿಂದಲೇ ಬರಲಿ ಅವರು ಕೂಡ ನಮ್ಮವರೇ, ಆದರೆ ನಮ್ಮ ನೆಲದಲ್ಲಿ ನಮ್ಮತನವನ್ನ ಬಿಟ್ಟು ಬದುಕುವುದು ಮಾತ್ರ ಅಕ್ಷಮ್ಯ ಅಪರಾಧ. ಸ್ಥಳೀಯರು ಹೇಗೆ ಅಧಿಕಾರಯುತ ಸ್ಥಾನದಲ್ಲಿರಬೇಕು ಮತ್ತು ವಲಸಿಗ ಬೇಕಾಬಿಟ್ಟಿ ನಡೆದುಕೊಳ್ಳುವ ಮುನ್ನ ಒಂದಷ್ಟು ಭಯ ಆತನಲ್ಲಿರಬೇಕು. ಇಲ್ಲದಿದ್ದರೆ ಸ್ಥಳೀಯ ಸಂಸ್ಕಾರ, ರೀತಿ ರಿವಾಜುಗಳು ಕಳೆದುಹೋಗುತ್ತವೆ. ಸ್ಥಳೀಯರ ತಾಕತ್ತು ತೋರಿಸುವ ಒಂದು ಘಟನೆಯನ್ನ ಹಂಚಿಕೊಂಡು ಈ ಬರಹಕ್ಕೆ ವಿರಾಮ ಹಾಡುವೆ.

ಇಸವಿ ಎರಡು ಸಾವಿರದ ಮೇ ತಿಂಗಳಲ್ಲಿ ಬಾರ್ಸಿಲೋನಾ ದ 'ಎಲ್ ಪ್ರಾತ್'ನಲ್ಲಿ ಇಳಿದಾಗ ಆ ನೆಲ ನನ್ನ ಬದುಕನ್ನ ಬದಲಾಯಿಸುತ್ತದೆ ಎನ್ನುವ ಕಿಂಚಿತ್ತೂ ಅರಿವಿರಲಿಲ್ಲ. ಅಲ್ಲಿಗೆ ಕೆಲಸದ ವೀಸಾ ಪಡೆದು ಪ್ರವೇಶ ಪಡೆದಿದ್ದೆ. ಹೀಗೆ ಅಲ್ಲಿಗೆ ವೀಸಾ ಪಡೆಯಲು ಹೊರಟ ದಿನದ ಕಥೆ ಕೂಡ ಮರೆಯುವಂತಿಲ್ಲ! ಬೆಂಗಳೂರಿನಿಂದ ದುಬೈಗೆ ಕೂಡ ಎಲ್ಲವನ್ನೂ ನನ್ನ ಅಂದಿನ ಸಂಸ್ಥೆ ತಯಾರು ಮಾಡಿ ನೀಡಿತ್ತು. ದುಬೈನಲ್ಲಿ ಒಂದೈದಾರು ತಿಂಗಳ ನಂತರ ನನಗೆ ಬಾರ್ಸಿಲೋನಾಗೆ ವರ್ಗಾವಣೆ ಆಯ್ತು. ದುಬೈನ ಬರ್ ದುಬೈ ಎನ್ನುವ ಬಡಾವಣೆಯಲ್ಲಿ ನನ್ನ ವಾಸ. ಆದರೆ ವೀಸಾ ಬೇಕೆಂದರೆ ಅಬುಧಾಬಿಗೆ ಹೋಗಬೇಕಿತ್ತು. ಜೀವನದಲ್ಲಿ ಇಲ್ಲಿಯವರೆಗೆ ಒಂದೇ ಒಂದು ಫಾರಂ ಕೂಡ ನಾನು ಭರ್ತಿ ಮಾಡಿಲ್ಲ. ಎಲ್ಲವನ್ನೂ ಮಾಡಿ ಹೆಚ್ ಆರ್ ನವರು ಹೇಳಿದ ಕಡೆ ಸಹಿ ಹಾಕುವುದಷ್ಟೇ ಕೆಲಸ. ವೀಸಾ ಇಂಟರ್‌ವ್ಯೂಗೆ ಅಬುಧಾಬಿಯಲ್ಲಿ ಎಂಬೆಸಿಯಲ್ಲಿ ವೇಳೆಯನ್ನ ನಿಗದಿ ಮಾಡಿದ್ದರು. ಬೆಳಿಗ್ಗೆ 11ರ ಸಮಯ ಎಂದು ನೆನಪು. ಬೆಳಿಗ್ಗೆ ಆಲಿ ಎನ್ನುವ ಡ್ರೈವರ್ ಮನೆಯ ಮುಂದೆ ಬಂದು ಕರೆ ಮಾಡಿದ. ಅವನೊಂದಿಗೆ ಅಬುಧಾಬಿಗೆ ಪ್ರಯಾಣ. ಅಲಿ ತಮಿಳು ಭಾಷಿಕ. ಅವನಿಗೆ ಕನ್ನಡ ಬರುತ್ತಿರಲಿಲ್ಲ. ಹೀಗಾಗಿ ನಮ್ಮ ನಡುವಿನ ಭಾಷೆ ಹಿಂದಿ. ಆಲಿ ಕಾರನ್ನ ಸಾಕಷ್ಟು ವೇಗವಾಗಿ ಚಲಾಯಿಸುತ್ತಿದ್ದ. ಆತ ದುಬೈನಲ್ಲಿ ಆಗಲೇ ಐದಾರು ವರ್ಷ ಕಳೆದಿದ್ದ. ಅವನಿಗೆ ರೂಲ್ಸ್ ಗೊತ್ತಿರುತ್ತದೆ ಎಂದು ನಾನು ಯಾವ ಮಾತನ್ನೂ ಆಡದೆ ಸುಮ್ಮನಿದ್ದೆ. ಅದೇನಾಯ್ತು ಗೊತ್ತಿಲ್ಲ ಆಲಿ ಕಾರನ್ನ ಸ್ಲೋ ಮಾಡಿ ರಸ್ತೆಯ ಬದಿಗೆ ಹಾಕಿ ಕಾರಿನಿಂದ ಇಳಿದು ಎರಡೂ ಕೈಯನ್ನ ಮಡಿಸಿ ದೇಹವನ್ನ ಕುಗ್ಗಿಸಿ ನಿಂತ. ಮುಂದಿನಿಂದ ಒಂದು ಐಷಾರಾಮಿ ಕಾರಿನಿಂದ ಒಬ್ಬ ಅರಬ್ ಇಳಿದು ಬಂದು ಆಲಿಯನ್ನ ಬೈಯ್ಯತೊಡಗಿದ. ಆಲಿ ಪೂರ್ಣ ಶರಣಾಗತಿ ತೋರುವ ಭಂಗಿಯಲ್ಲಿ ನಿಂತು ಬೇಡಿಕೊಳ್ಳುತ್ತಿದ್ದ. ನನಗೆ ದುಬೈ ಹೊಸದು. ಅಲ್ಲದೆ ಹಿಂದಿನ ರಾತ್ರಿ ಬದಲಾವಣೆಗೆ ಎಂದು ತೆಗೆದುಕೊಂಡಿದ್ದ ಹತ್ತು ಮಿಲಿಯನ್ ಪೆಸೆಟಾ ಬ್ಯಾಗಿನಲ್ಲಿ ಇತ್ತು. ಅದನ್ನ ಜೊತೆಯಲ್ಲಿ ತಂದಿದ್ದೆ. ಆಫೀಸ್ ಶುರುವಾಗುತ್ತಿದ್ದದ್ದು ಬೆಳಗ್ಗಿನ ಹತ್ತಕ್ಕೆ! ಹೀಗಾಗಿ ಆ ಹಣವನ್ನ ಆಫೀಸ್‌ನಲ್ಲಿ ಡೆಪಾಸಿಟ್ ಮಾಡಲು ವೇಳೆ ಸಿಕ್ಕಿರಲಿಲ್ಲ. ಈಗ ನೋಡಿದರೆ ಇದ್ಯಾವುದೋ ಹೊಸ ತೊಂದರೆ ಎದುರಾಗಿತ್ತು. ಏನಾದರಾಗಲಿ ಎಂದು ಕಾರಿನಿಂದ ಇಳಿಯದೆ ಅಲ್ಲೇ ಕುಳಿತಿದ್ದೆ. ಒಂದೈದು ನಿಮಿಷದಲ್ಲಿ ಆಲಿ ಬಂದವನು ಮತ್ತೆ ನಿಧಾನವಾಗಿ ಕಾರು ಚಲಾಯಿಸಲು ಶುರು ಮಾಡಿದ. ಆಲಿ ಅಲ್ಲಿನ ಉನ್ನತ ಸರಕಾರಿ ಹುದ್ದೆಯಲ್ಲಿದ್ದ ಅಧಿಕಾರಿಯ ಕಾರನ್ನ ಓವರ್‌ಟೇಕ್ ಮಾಡಿದ್ದ ಅಲ್ಲದೆ ಸ್ಪೀಡ್ ಲಿಮಿಟ್ ಕ್ರಾಸ್ ಮಾಡಿದ್ದ. ಕ್ಷಣಾರ್ಧದಲ್ಲಿ ಬಂದ ಪೊಲೀಸರು ಅವನಿಗೆ ಜುಲ್ಮಾನೆ ಹಾಕಿದ್ದರು, ಮರು ಮಾತನಾಡದೆ ಕೊಟ್ಟು

ಬಂದಿದ್ದ. ಅವನ ಪ್ರಕಾರ ಜುಲ್ಮಾನೆ ಹಾಕಿ ಬಿಟ್ಟದ್ದು ಅವನ ಪುಣ್ಯವಂತೆ! ಕಾರಿನಲ್ಲಿ ಕುಳಿತಿದ್ದ ಅಧಿಕಾರಿ ಮನಸ್ಸು ಮಾಡಿದ್ದರೆ ನನ್ನ ವೀಸಾ ಹೋಗುತ್ತಿತ್ತು ಎಂದ. ಅದೆಷ್ಟು ನಿಜವೋ ತಿಳಿಯದು. ನಂತರ ಆಲಿ ಇಲ್ಲಿ ಆದ ಘಟನೆಯನ್ನ ಆಫೀಸ್‌ನಲ್ಲಿ ಹೇಳಬೇಡಿ ಎಂದು ಅಂಗಲಾಚಿ ಬೇಡಿಕೊಂಡ. ಅಂದಿನ ದಿನಗಳಲ್ಲಿ ಇಂತಹ ವೃತ್ತಿಗೆ ಬರುವ ಜನರ ಪಾಸ್ಪೋರ್ಟ್ ಅನ್ನು ಅವರು ಕೆಲಸ ಮಾಡುವ ಸಂಸ್ಥೆ ಒತ್ತೆ ಇಟ್ಟುಕೊಳ್ಳುತ್ತಿತ್ತು. ಸಂಸ್ಥೆ ಇಂತಹವರ ವಿರುದ್ಧ ಒಂದು ಕೇಸ್ ದರ್ಜು ಮಾಡಿದರೆ ನಂತರ ಆರು ತಿಂಗಳ ಕಾಲ ಅವರು ದುಬೈಗೆ ಬರದಂತೆ ನಿರ್ಬಂಧನೆ ಏರಲಾಗುತ್ತಿತ್ತು. ಆಲಿಯ ಬಗ್ಗೆ ನಾನು ಯಾವುದೇ ದೂರು ನೀಡಲಿಲ್ಲ. ಈ ಘಟನೆಯ ನಂತರ ಆಲಿ ಕಡಿಮೆಯೆಂದರೂ ಒಂದಿಪ್ಪತ್ತೈದು ಬಾರಿ ನನ್ನ ಏರ್‌ಪೋರ್ಟ್‌ನಿಂದ ಪಿಕ್ ಮಾಡಿದ್ದಾನೆ. ಪ್ರತಿ ಬಾರಿ ಥ್ಯಾಂಕ್ಸ್ ಹೇಳುವುದನ್ನ ಮರೆತಿಲ್ಲ.

ಬಾರ್ಸಿಲೋನಾಗೆ ಖುಷಿಯಾಗಿ ಬಂದದ್ದು ಆಗಿತ್ತು. ಆದರೆ ಮೊದಲ ದಿನವೇ ಅದು 'ಅಷ್ಟು ಸುಲಭವಲ್ಲ ಇಲ್ಲಿ ಬದುಕುವುದು' ಎಂದು ಹೇಳಿದ ಹಾಗೆ ಭಾಸವಾಯ್ತು. ಒಂದು ಭಾಷೆ ಬರುತ್ತಿಲ್ಲ. ವಾಟರ್ ಅಂದರೆ ಏನು? ಅಂತ ಕೇಳುವಷ್ಟು ಇಂಗ್ಲಿಷ್ ಜ್ಞಾನವಿಲ್ಲದ ಜನತೆ! ಇವತ್ತಿಗೆ ಬಹಳಷ್ಟು ಬದಲಾವಣೆ ಆಗಿದೆ. ಇಲ್ಲಿ ಬದುಕುವುದು ಹೇಗೆ? ಒಂಟಿತನ ಎಂದರೇನು? ಎನ್ನುವುದರ ಅರಿವಾಯಿತು. ನನಗಿನ್ನೂ ನೆನಪಿದೆ, ಮೊದಲ ದಿನ ಡನಪ್ ಮ್ಯಾಂಗೋ ಜ್ಯೂಸ್ ಮತ್ತು ಬ್ರೆಡ್ ಜೊತೆಗೆ ಒಂದಷ್ಟು ಚೀಸ್ ಸೇರಿಸಿ ತಿಂದು ಮಲಗಿದ್ದೆ. ಭಾಷೆ ಬಾರದ ಕಾರಣ ಭಾರತೀಯ ಪದಾರ್ಥಗಳು ಎಲ್ಲಿ ಸಿಕ್ಕುತ್ತವೆ ಎಂದು ಹುಡುಕಿಕೊಳ್ಳುವುದರಲ್ಲಿ ಹತ್ತು ದಿನವಾಯ್ತು. ದುಬೈನಲ್ಲಿ ಶೇಖರವಾಗಿದ್ದ ಹತ್ತು ಎಕ್ಸ್ಟ್ರಾ ಕೆಜಿಗಳು ಸದ್ದಿಲ್ಲದೇ ಕರಗಿ ಹೋಗಿದ್ದವು.

ಎಲ್ಲರೂ ನಮ್ಮವರೇ, ಆದರೆ ವಲಸಿಗರು ಸ್ಥಳೀಯ ಭಾಷೆ ಮತ್ತು ಅಲ್ಲಿನ ರೀತಿ ರಿವಾಜುಗಳನ್ನ ಬೇಗ ತಮ್ಮದಾಗಿಸಿಕೊಳ್ಳುವುದರಿಂದ ಸಹಬಾಳ್ವೆ ಸುಲಭವಾಗುತ್ತದೆ.

# ಬದಲಾವಣೆ ಜಗದ ನಿಯಮ! ಮೇಲೇರಿದ್ದು ಕೆಳಗೆ ಬರಲೇಬೇಕಲ್ಲವೇ?

ನಾವು ಚಿಕ್ಕವರಾಗಿದ್ದಾಗ ಮನೆಗೆ ಬೇಕಾಗುವ ಆಹಾರ ಪದಾರ್ಥಗಳನ್ನ ಶೆಟ್ಟರ ಅಂಗಡಿಯಿಂದ ತರುತ್ತಿದ್ದೆವು ಇಲ್ಲವೇ ಊರಿನಲ್ಲಿದ್ದ ಇತರ ಅಂಗಡಿಯಲ್ಲಿ ಖರೀದಿ ಮಾಡಿ ತರುತ್ತಿದ್ದೆವು ಅಲ್ಲವೇ? ಇಂತಹ ಅಂಗಡಿಗಳಲ್ಲಿ ಅ ಅಕ್ಕಿ, ಬೇಳೆ, ಬೆಲ್ಲ, ಇನ್ನಿತರೇ ದಿನಸಿ ಪದಾರ್ಥಗಳೆಲ್ಲವನ್ನ ಗೋಣಿಚೀಲದಲ್ಲಿ ಇಟ್ಟಿರುತ್ತಿದ್ದರು. ಎಲ್ಲವೂ ಗ್ರಾಹಕನ ಕಣ್ಣಿಗೆ ಕಾಣುತ್ತಿತ್ತು. ಆದರೆ ಯಾರೂ ಅದನ್ನ ಮುಟ್ಟುವ ಆಗಿರಲಿಲ್ಲ. ಎಷ್ಟು ಬೇಕು ಅಂತ ಕೇಳಿ ಶೆಟ್ಟರು ಅಥವಾ ಅವರ ಅಂಗಡಿಯಲ್ಲಿ ಕೆಲಸ ಮಾಡುವ ಸಹಾಯಕ ತೂಗಿ ಕೊಡುತ್ತಿದ್ದರು. ನ್ಯೂಸ್ ಪೇಪರ್‌ನಲ್ಲಿ ಕಟ್ಟಿ ಕೊಡುವುದು ಕೂಡ ವಾಡಿಕೆಯಾಗಿತ್ತು. ಆಮೇಲೆ ಬಂದ ಮಲಯಾಳಿ ಕಾಕಾ ಅಂಗಡಿಯವರದ್ದು ಕೂಡ ಹೆಚ್ಚು ಕಡಿಮೆ ಇದೇ ವ್ಯವಸಾಯ. ಬದಲಾವಣೆಯ ಹೆಸರಲ್ಲಿ ಎಷ್ಟು

ನೀರು ಹರಿದು ಹೋಯಿತು ನೀವೇ ನೋಡಿ! ನಾವು ಮಾಲ್‌ಗಳನ್ನ ತಂದೆವು ಇವರುಗಳು ಗೊತ್ತಿಲ್ಲದ ಹಾಗೆ ಮಾಯವಾದರು ಇಲ್ಲವೇ ಅವರೂ ಕೂಡ ಡಿಪಾರ್ಟ್ಮೆಂಟಲ್ ಸ್ಟೋರ್ ಹೆಸರಲ್ಲಿ ಎಲ್ಲವನ್ನೂ ಪ್ಲಾಸ್ಟಿಕ್ ಕವರ್‌ನಲ್ಲಿ ಪ್ಯಾಕ್ ಮಾಡಿರುವ ಯಾವುದೂ ಬ್ರಾಂಡ್ ಹೆಸರಿರುವ ಅದೇ ಪದಾರ್ಥಗಳನ್ನ ಮಾರಲು ತೊಡಗಿದರು. ಮೊದಲೆಲ್ಲ ಬರುವ ಗ್ರಾಹಕನ ಪೂರ್ಣ ಮಾಹಿತಿ ಶೆಟ್ಟರಿಗೆ ಗೊತ್ತಿರುತ್ತಿತ್ತು. ಆದರೆ ಅವರು ಎಂದೂ ಅದನ್ನ ಸ್ವಂತಕ್ಕೆ ಬಳಸಿ ಕೊಳ್ಳುತ್ತಿರಲಿಲ್ಲ. ಇದೀಗ ಅಂಗಡಿಯ ಮಾಲಿಕನಿಗೆ ಬರುವ ಗ್ರಾಹಕರ ಮುಖ ಪರಿಚಯ ಕೂಡ ಇರುವುದಿಲ್ಲ. ಆದರೆ ವಿಪರ್ಯಾಸ ನೋಡಿ, ನಮ್ಮ ಜಾತಕ ಅವರ ಬಳಿ ಡೇಟಾ ಕಲೆಕ್ಷನ್ ಹೆಸರಲ್ಲಿ ಅವರನ್ನ ಸೇರುತ್ತೆ ಅದು ಮತ್ತೆಲ್ಲೂ ಕಂಡು ಕೇಳದವರ ಸೇರುತ್ತೆ. ಮೊದಲೆಲ್ಲಾ ಐದು ಅಥವಾ ಹತ್ತು ರೂಪಾಯಿ ಇರದಿದ್ದರೆ ಅಥವಾ ಕೆಲವೊಮ್ಮೆ ಹಣವನ್ನ ಮರೆತು ಹೋಗಿದ್ದರೆ ಕೂಡ ಅಂಗಡಿಯವರು ಪರವಾಗಿಲ್ಲ ತೆಗೆದುಕೊಂಡು ಹೋಗಿ ಎಂದ ಉದಾಹರಣೆಗಳು ಅನೇಕ, ಇವತ್ತಿನ ಬದಲಾದ ಕಾಲಘಟ್ಟದಲ್ಲಿ ವ್ಯಾಪಾರ ಪ್ರಾಮುಖ್ಯತೆ ಪಡೆದು ಮನುಷ್ಯನ ಸಂಬಂಧಗಳು ಹಿಂಬದಿಗೆ ಸರಿದಿವೆ. ಎರಡು ಅಥವಾ ಮೂರು ದಶಕಗಳ ಹಿಂದೆ ಉಭಯ ಕುಶಲೋಪರಿ ಇಲ್ಲದೆ ಯಾವುದೇ ಕೆಲಸ ಪ್ರಾರಂಭಿಸುತ್ತಿರಲಿಲ್ಲ. ಭಾರತದ ಬದಲಾಗಿದೆ, ಅಭಿವೃದ್ಧಿ ಹೆಸರಿನಲ್ಲಿ ನಾವು ಯಾಂತ್ರಿಕ ಬದುಕಿನತ್ತ ಸಾಗಿದ್ದೇವೆ.

ಇತಿಹಾಸ ಪುನರಾವರ್ತನೆ ಆಗುತ್ತೆ. ಮೇಲೇರಿದ್ದು ಕೆಳಗೆ ಬರಲೇ ಬೇಕಲ್ಲವೇ? ಅದು ಪ್ರಕೃತ್ತಿ ನಿಯಮವಲ್ಲವೇ? ಸ್ಪೇನ್‌ನ ರಾಜಧಾನಿ ಮ್ಯಾಡ್ರಿಡ್‌ನಲ್ಲಿ ಇತ್ತೀಚಿಗೆ ನಮ್ಮ ಶೆಟ್ಟರ ಅಂಗಡಿಯನ್ನ ಹೋಲುವ ಎಲ್ಲವನ್ನೂ ಗೋಣಿಚೀಲದಲ್ಲಿ ತುಂಬಿಡುವ ಅಂಗಡಿಗಳಲ್ಲಿ ಮಾರಾಟ ಹೆಚ್ಚಾಗುತ್ತಿದೆ. ಜನ ನಿಧಾನವಾಗಿ ಮಾಲ್‌ಗಳಿಗೆ ಆದಿಯೋಸ್ (ಬಾಯ್) ಹೇಳುತ್ತಿದ್ದಾರೆ. ಸ್ಪೇನ್ ಸರಕಾರ ಪ್ಲಾಸ್ಟಿಕ್ ವಿರುದ್ಧ ಸೀರಿಯಸ್ ಆಗಿ ಸಮರ ಸಾರಿರುವುದರ ಫಲಿತಾಂಶವಿದು. ಜನ ತಮಗೆ ಬೇಕಾದ ಪದಾರ್ಥಗಳನ್ನ ಎಷ್ಟು ಬೇಕು ಅಷ್ಟು ತೂಕ ಮಾಡಿ ಕೊಳ್ಳುವ ಪರಿಪಾಠ ಬೆಳೆಯುತ್ತಿದೆ. ಫ್ರೆಶ್ ಹಾಲು, ಮೊಸರು ಜೊತೆಗೆ ಎಲ್ಲವನ್ನೂ ಸಾವಯವ ಕೊಳ್ಳಬೇಕು ಎನ್ನುವ ಕೂಗು ಕೂಡ ಹೆಚ್ಚಾಗುತ್ತಿದೆ. ಆಹಾರ ಪದಾರ್ಥಗಳ ವಿಷಯದಲ್ಲಿ ಈ ರೀತಿಯ ಬದಲಾವಣೆಯನ್ನ ವಿಶ್ವದ ಎಲ್ಲೆಡೆ ಇಂದು ಕಾಣಬಹುದು. ಆದರೆ ಸ್ಪೇನ್ ದೇಶದಲ್ಲಿ ಜನರ ನಡುವಿನ ಬಾಂಧವ್ಯ ಮಾತ್ರ ಇಲ್ಲಿನಷ್ಟು ಹದಗೆಟ್ಟಿಲ್ಲ ಎಂದು ಧೈರ್ಯವಾಗಿ ಹೇಳಬಹದು. ಅದು ಬ್ಯಾಂಕಿರಲಿ ಅಥವಾ ತರಕಾರಿ ಅಂಗಡಿಯಿರಲಿ, ಪದೇ ಪದೇ ಅದೇ ಅಂಗಡಿಗೆ ನಾವು ಭೇಟಿ ಕೊಡಲು ಶುರು ಮಾಡಿದರೆ, ಉಭಯ ಕುಶಲೋಪರಿ ಇಲ್ಲದೇ ವ್ಯಾಪಾರ

ಶುರುವಾಗುವುದೇ ಇಲ್ಲ. ಅಷ್ಟರ ಮಟ್ಟಿಗೆ ಇಲ್ಲಿನ ಜನರಲ್ಲಿ ಭೂತದಯೆ ಉಳಿದುಕೊಂಡಿದೆ.

ಸ್ಪೇನ್ ದೇಶದಲ್ಲಿ ಕೂಡ ಕೇವಲ 20–30 ವರ್ಷಗಳ ಹಿಂದೆ ಮಾಲ್ ಪ್ರಾರಂಭವಾದರೆ ಅದೇನೋ ದೊಡ್ಡದು ಎನ್ನುವ ಭಾವನೆಯಿತ್ತು. ಬಡಾವಣೆ ಅಭಿವೃದ್ಧಿ ಹೊಂದುತ್ತಿದೆ ಎನ್ನುವ ಖುಷಿ ಜನರಲ್ಲಿ ಕೂಡ ಇತ್ತು. ಕೇವಲ ಎರಡು ಮೂರು ದಶಕದಲ್ಲಿ ಅದೆಷ್ಟು ಬದಲಾವಣೆ!! ಜನರಿಗೆ ಸರಿ ತಪ್ಪುಗಳ ಪಾಠವನ್ನ ಆರ್ಥಿಕ ಕುಸಿತ ಆ ನಂತರ ಬಂದ ಕರೋನ ಒಂದಷ್ಟು ಕಲಿಸಿದೆ. ಒಂದು ಪದಾರ್ಥದ ಬೆಲೆಯನ್ನ ಸುಖಾಸುಮ್ಮನೆ ಏರಿಸುವುದರಿಂದ ಹೀಗೆ ಏರಿಕೆಯಾದ ಪದಾರ್ಥವನ್ನ ಕೊಂಡು ನಾವೇನೂ ದೊಡ್ಡ ಮನುಷ್ಯರು ಎಂದು ಹಿಗ್ಗುವುದರಲ್ಲಿ ಪ್ರಯೋಜನವಿಲ್ಲ ಎನ್ನುವುದನ್ನ ಜನತೆ ಅರ್ಥ ಮಾಡಿಕೊಂಡಿದ್ದಾರೆ.

ಯೂರೋಪು ಇಂದಿಗೂ ತನ್ನತನವನ್ನ ಬಿಟ್ಟು ಕೊಡದ ಪುಟಾಣಿ ಹಳ್ಳಿಗಳ ಒಕ್ಕೂಟ ಎನ್ನಬಹುದು. ಹೀಗೆ ಹೇಳಲು ಪ್ರಮುಖ ಕಾರಣ ಇಂದಿಗೂ ಇಲ್ಲಿ ತಮ್ಮ ಹಳೆಯ ಯಾವುದೇ ಪದ್ಧತಿಗಳನ್ನ ಜನರು ಬಿಟ್ಟಿಲ್ಲ. ಬುಧವಾರ, ಶುಕ್ರವಾರ ಮತ್ತು ಭಾನುವಾರ ಸಂತೆ ನಡೆಯುತ್ತದೆ. ಹಲವು ಕಡೆ ದಿನಗಳ ಬದಲಾವಣೆ ಇರುತ್ತದೆ. ಆದರೆ ಸಂತೆಯಂತೂ ಇದ್ದೇ ಇರುತ್ತದೆ. ಸಂತೆಯಲ್ಲಿ ತರಕಾರಿ ಹಣ್ಣು, ಬಟ್ಟೆ, ಲೆದರ್ ಬ್ಯಾಗ್, ಜಾಕೆಟ್, ಪಾದರಕ್ಷೆಯಿಂದ, ತಿನ್ನಲು ಖಾದ್ಯಗಳು ಕೂಡ ಸಿಗುತ್ತದೆ. ಬೆಳಿಗ್ಗೆ ಏಳರ ಆಸುಪಾಸಿನಲ್ಲಿ ಶುರುವಾಗುವ ಇಂತಹ ಸಂತೆಗಳು ಮಧ್ಯಾಹ್ನ ಮೂರಕ್ಕೆ ಮುಕ್ತಾಯವಾಗುತ್ತವೆ. ಸಾಯಂಕಾಲ ನಾಲ್ಕರ ವೇಳೆಗೆ ಸಂತೆ ನಡೆದಿತ್ತು ಎನ್ನುವುದರ ಕುರುಹು ಕೂಡ ಕಾಣದಷ್ಟು ಸ್ವಚ್ಛ ಮಾಡುತ್ತಾರೆ.

ಬಾರ್ಸಿಲೋನಾ ನಗರ ಪ್ರದೇಶದಲ್ಲಿ ವಾರಕ್ಕೊಂದು ಬಾರಿ ಹಳೆ ಪದಾರ್ಥಗಳ ಮಾರಾಟಕ್ಕೆಂದು ಕೂಡ ಒಂದು ಸಂತೆ ಅಥವಾ ಮಾರುಕಟ್ಟೆ ಏರ್ಪಡಿಸುತ್ತಾರೆ. ಈ ಸಂತೆಯಲ್ಲಿ ಜನ ಸಾಮಾನ್ಯರು ಅಂದರೆ ಅವರು ಪೂರ್ಣಾವಧಿ ವ್ಯಾಪಾರಿಗಳಾಗಿರಬೇಕು ಎಂದೇನೂ ಇಲ್ಲ, ತಮಗೆ ಬೇಡದ ವಸ್ತುಗಳನ್ನ ಮಾರಾಟ ಮಾಡುತ್ತಾರೆ. ಅಂದರೆ ನಿಮ್ಮ ಬಳಿ ಇರುವ ಪಾದರಕ್ಷೆ ನಿಮಗೆ ಇಷ್ಟವಿಲ್ಲ, ಅಥವಾ ನಿಮ್ಮ ಮನೆಯಲ್ಲಿ ಇರುವ ಹಳೆಯ ಟೇಬಲ್ ಅಥವಾ ಛೇರುಗಳನ್ನ ಮಾರಲು, ಹೀಗೆ ಇಲ್ಲಿ ಸಿಗದ ವಸ್ತುವಿಲ್ಲ ಎನ್ನಬಹುದು. ಇಲ್ಲಿನ ಜನ ಸಾಮಾನ್ಯರು ಅಥವಾ ಮಧ್ಯಮ ವರ್ಗದ ಜನರಲ್ಲಿ ಭಾರತೀಯ ಮಧ್ಯಮವರ್ಗದ ಜನರಲ್ಲಿ ಇರುವ 'ಒಣ ಜಂಬ, ಅಥವಾ ಸುಳ್ಳು ಪ್ರತಿಷ್ಠೆ' ಇಲ್ಲ. ತಮ್ಮ ಬಳಿ ಇಲ್ಲದ ವಿಷಯದ ಬಗ್ಗೆ ಇದೆಯೆಂದು ತೋರಿಸಿಕೊಳ್ಳುವ ಗುಣ ಕೂಡ ಕಡಿಮೆ. ನಮ್ಮಲ್ಲಿ ಎರಡು ಮೂರು ದಶಕದ ಹಿಂದೆ ನೆಂಟರ

ಮಕ್ಕಳ ಬಟ್ಟೆಯನ್ನ ಅವರಿಗೆ ಚಿಕ್ಕದಾಯಿತು ಎಂದು ನಾವು ಹಾಕುತ್ತಿದ್ದೆವು, ಇಂದಿಗೆ ಈ ರೀತಿಯ ವಿಷಯವನ್ನ ಊಹಿಸಿಕೊಳ್ಳುವುದು ಕೂಡ ಅಸಾಧ್ಯ. ಈ ವಿಷಯದಲ್ಲಿ ಸ್ಪೇನ್ ಇಂದಿಗೂ ತನ್ನ ಹಳೆಯತನವನ್ನ ಉಳಿಸಿಕೊಂಡಿದೆ. ಅತಿ ಕಡಿಮೆ ಬೆಲೆಯಲ್ಲಿ ಹೀಗೆ ಬಳಸಿದ ಬಟ್ಟೆ, ಶೂಸ್‌ನಿಂದ ದಿನ ನಿತ್ಯದ ಬದುಕಿಗೆ ಬೇಕಾಗುವ ಹಲವಾರು ವಸ್ತುಗಳನ್ನ ಇಲ್ಲಿ ಕೊಳ್ಳಬಹುದು. ಮೊದಲೇ ಹೇಳಿದಂತೆ ಈ ಸಮಾಜದಲ್ಲಿ ಇದನ್ನ ಪ್ರತಿಷ್ಠೆಗೆ ಕುಂದು ಎನ್ನುವಂತೆ ನೋಡುವುದಿಲ್ಲ. ಬದಲಿಗೆ ಪದಾರ್ಥಗಳ ಪೂರ್ಣ ಬಳಕೆಯಾದಂತೆ ಆಯ್ತು ಎಂದು ನೋಡುತ್ತಾರೆ.

ಊಟ ತಿಂಡಿಯ ವಿಷಯದಲ್ಲಿ ಸಹ ಈ ಮಾತು ಅನ್ವಯ, ಅಂದರೆ ಯಾರೋ ತಿಂದು ಬಿಟ್ಟ ಆಹಾರ ಇನ್ನೊಬ್ಬರು ತಿನ್ನುತ್ತಾರೆ ಎಂದಲ್ಲ. ಆದರೆ ನಾವು ಯಾವುದಾದರೂ ಹೋಟೆಲ್‌ಗೆ ಹೋಗಿ ನಾವು ಆದೇಶ ನೀಡಿದ್ದ ಆಹಾರ ಹೆಚ್ಚಾದರೆ, ಅದೆಷ್ಟೇ ಉಳಿದಿರಲಿ ಅದನ್ನ ಹೋಟೆಲ್‌ನವರು ಪ್ಯಾಕ್ ಮಾಡಿ ಗ್ರಾಹಕರ ಕೈಲಿಡುತ್ತಾರೆ. ಬಿಸಾಡುವುದು ಇಲ್ಲಿ ಅಷ್ಟೇನೂ ಗೌರವಯುತವಾಗಿ ಜನ ಕಾಣುವುದಿಲ್ಲ. ಕೇವಲ ಅರ್ಧ ರೋಟಿ ಎರಡು ಚಮಚ ದಾಲ್ ಮಿಕ್ಕಿದ್ದರೂ ಕೂಡ ಅದನ್ನ ಪ್ಯಾಕ್ ಮಾಡಿಕೊಡುತ್ತಾರೆ. ಆಹಾರ ಪೋಲು ಮಾಡುವುದನ್ನ ಇಲ್ಲಿನ ಜನ ಮೆಚ್ಚುವುದಿಲ್ಲ. ಭಾರತದಲ್ಲಿ ಆಹಾರದ ಕೊರತೆಯಿಂದ ನಿತ್ಯವೂ ಸಾಕಷ್ಟು ಮರಣವಾಗುತ್ತದೆ. ಅದರ ಜೊತೆ ಜೊತೆಗೆ ನಿತ್ಯವೂ ಟನ್‌ಗಟ್ಟಲೆ ಆಹಾರ ಕೂಡ ಪೋಲಾಗುತ್ತದೆ. ನಮ್ಮಲ್ಲಿ ಸಭೆ, ಸಮಾರಂಭದ ಹೆಸರಿನಲ್ಲಿ ಬಹಳಷ್ಟು ಆಹಾರ ಪದಾರ್ಥವನ್ನ ಪೋಲು ಮಾಡುತ್ತೇವೆ. ಮದುವೆಗೆ ಅಥವಾ ಇನ್ನಿತರ ಸಮಾರಂಭಕ್ಕೆ ನಾವು ಆಮಂತ್ರಣವನ್ನ ನೀಡುತ್ತೇವೆ ಆದರೆ ಅವರಲ್ಲಿ ಎಷ್ಟು ಜನ ಬರುತ್ತಾರೆ? ಅಥವಾ ಇಲ್ಲ? ಎನ್ನುವ ನಿಖರತೆ ನಮಗಿರುವುದಿಲ್ಲ. ಯಾರನ್ನೇ ಆಗಲಿ ಹೇಗೆ ನೇರವಾಗಿ ನೀವು ಬರುತ್ತಿರೋ ಇಲ್ಲವೋ ತಿಳಿಸಿ ಎಂದು ಕೇಳುವುದು? ಎನ್ನುವುದು ಭಾರತೀಯ ಸಂಸ್ಕೃತಿ. ಸ್ಪಾನಿಷರು ಈ ವಿಷಯದಲ್ಲಿ ನಮಗಿಂತ ಬಹಳ ಭಿನ್ನ. ಮದುವೆಯಂತಹ ಸಮಾರಂಭಕ್ಕೆ ನೂರು ಜನರ ಮೇಲೆ ಕರೆಯುವುದಿಲ್ಲ. ಮದುವೆ ಇಂತಹ ದಿನ, ಇಂತಹ ಜಾಗದಲ್ಲಿ ಎನ್ನುವ ಮಾಹಿತಿಯ ಜೊತೆಗೆ ಹೊಸ ದಂಪತಿಗಳಿಗೆ ಯಾವ ವಸ್ತುಗಳ ಆವಶ್ಯಕತೆಯಿದೆ ಎನ್ನುವ ಪಟ್ಟಿಯನ್ನ ಕೂಡ ಹಾಕಿರುತ್ತಾರೆ. ಯಾರನ್ನ ಕರೆಯುತ್ತಾರೆ ಅವರಿಗೆಲ್ಲಾ ಈ ವೆಬ್ ಸೈಟ್ ಲಿಂಕ್ ಕೂಡ ಕಳುಹಿಸುತ್ತಾರೆ. ಉದಾಹರಣೆಗೆ ನವ ದಂಪತಿಗಳಾಗುವವರಿಗೆ ವಾಷಿಂಗ್ ಮಷೀನ್ ಅವಶ್ಯಕತೆಯಿದೆ ಎಂದುಕೊಳ್ಳಿ ಅದರ ಬೆಲೆ 500 ಯುರೋ ಆದರೆ ನಿಮಗೆ 500 ಕೊಡಲು ಆಗುವುದಿಲ್ಲ, ನೀವು 100 ಯುರೋವನ್ನ ವಾಷಿಂಗ್ ಮಷೀನ್ ಖರೀದಿಗೆ ಎಂದು ನೀಡಬಹದು. ಅದು ಮುಗಿದ

ನಂತರ ಲಿಸ್ಟ್‌ನಿಂದ ಆ ವಸ್ತುವನ್ನ ತೆಗೆದು ಹಾಕುತ್ತಾರೆ. ನೀವು ಈ ರೀತಿಯ ಪಟ್ಟಿಯನ್ನ ನೋಡುವ ವೇಳೆ ಎಲ್ಲಾ ಬೇಡಿಕೆಗಳೂ ಮುಗಿದುಹೋಗಿದ್ದರೆ ನೀವು ಗಿಫ್ಟ್ ಕೂಪನ್ ಖರೀದಿಸಿ ನೀಡಬಹದು. ನಮ್ಮಂತೆ ಹಣ ನೀಡುವ ಸಂಪ್ರದಾಯ ಇಲ್ಲ. ಇದರಿಂದ ಒಂದೇ ವಸ್ತುವನ್ನ ಹಲವರು ನೀಡುವುದು ತಪ್ಪುತ್ತದೆ, ಹಣವೂ ಸದುಪಯೋಗವಾಗುತ್ತದೆ. ಇದೊಂದು ಉತ್ತಮ ಪದ್ಧತಿ. ಭಾರತೀಯರು ಕೂಡ ಇದನ್ನ ಅಳವಡಿಸಿಕೊಂಡರೆ ಒಳ್ಳೆಯದು. ಹತ್ತಾರು ಫೋಟೋ ಫ್ರೇಮ್‌ಗಳು, ಗಡಿಯಾರ ಪುನರಾವರ್ತನೆಯಾಗುವುದು ತಪ್ಪುತ್ತದೆ.

ಇಲ್ಲಿ ಎಲ್ಲಾ ಪದಾರ್ಥಗಳ ಬೆಲೆ ಹೆಚ್ಚಿರುವುದರಿಂದ ಜನರಿಗೆ ವಸ್ತುವಿನ ಮೌಲ್ಯದ ಅರಿವಿದೆ. ಹೀಗಾಗಿ ಸಣ್ಣ ಪುಟ್ಟ ವಿಷಯಗಳನ್ನ ಸಹ ಜನತೆ ಬಹಳ ಕಕ್ಕುಲಾತಿಯಿಂದ ಕಾಣುತ್ತಾರೆ. ಇಲ್ಲಿ ಭಾರತದ ಮಧ್ಯಮವರ್ಗದ ಜನ ಅನುಭವಿಸುವ ಯಾವುದೇ ಸವಲತ್ತು ಅಥವಾ ಸೌಲಭ್ಯವನ್ನ ಹೊಂದಲು ಕಷ್ಟಸಾಧ್ಯ. ಮನೆ ಕೆಲಸದವರನ್ನ ಹೊಂದುವುದು, ಬಟ್ಟೆಯನ್ನ ಇಸ್ತ್ರಿಗೆ ನೀಡುವುದು, ಮನೆಯ ಸುಣ್ಣ ಬಣ್ಣಕ್ಕೆ ಜನರನ್ನ ನೇಮಕ ಮಾಡುವುದು, ಮಕ್ಕಳನ್ನ ನೋಡಿಕೊಳ್ಳಲು ಆಯಾವನ್ನ ಇಟ್ಟುಕೊಳ್ಳುವುದು, ಕಾರಿಗೆ ಡ್ರೈವರ್ನನ್ನ ನೇಮಿಸಿಕೊಳ್ಳುವುದು ಹೀಗೆ ಇವೆಲ್ಲಾ ಇಲ್ಲಿ ಲಕ್ಷುರಿ ಪಟ್ಟಿಗೆ ಸೇರಿಕೊಳ್ಳುತ್ತವೆ. ದಿನ ನಿತ್ಯದ ಮನೆ ಕಸ ಮುಸುರೆ, ಬಟ್ಟೆ, ಎಲ್ಲವು ಓಕೆ ಆದರೆ ಮನೆಯನ್ನ ವರ್ಷಕ್ಕೂ ಎರಡು ವರ್ಷಕ್ಕೊಮ್ಮೆ ಪೈಂಟ್ ಮಾಡಲು ಕೂಡ ಜನ ಇಲ್ಲಿ ಬೇರೆಯವರನ್ನ ನೇಮಕ ಮಾಡಿಕೊಳ್ಳುವುದಿಲ್ಲ. ವಾರಾಂತ್ಯದಲ್ಲಿ ಮತ್ತು ಬಿಡುವಿನ ವೇಳೆಯಲ್ಲಿ ಅವರೇ ಈ ಕೆಲಸವನ್ನ ಕೂಡ ಮಾಡುತ್ತಾರೆ. ಮನೆಯಲ್ಲಿ ಆಗುವ ಸಣ್ಣ ಪುಟ್ಟ ರಿಪೇರಿ ಕೆಲಸವನ್ನ ಕೂಡ ಕಲಿತಿರುತ್ತಾರೆ. ಆ ನಿಟ್ಟಿನಲ್ಲಿ ನೋಡುವುದಾದರೆ ಭಾರತೀಯ ಮಧ್ಯವರ್ಗದ ಜನ ಸುಖದ ಸುಪ್ಪತ್ತಿಗೆಯಲ್ಲಿ ತೇಲಾಡುತ್ತಿದ್ದಾರೆ ಎಂದು ಧಾರಾಳವಾಗಿ ಹೇಳಬಹುದು. ಇದೆಲ್ಲರದ ಜೊತೆಗೆ ವರ್ಷದ ಆರೆಂಟು ತಿಂಗಳು ಕಾಡುವ ಚಳಿ ಇವರನ್ನ ಇನ್ನಷ್ಟು ಮನುಷ್ಯರನ್ನಾಗಿ ಮಾಡಿದೆ. ಮೂಲದಲ್ಲಿ ನಾವೆಲ್ಲಾ ಒಂದೇ ಎಂದಾದರೂ ಪರಿಸರ, ಸನ್ನಿವೇಶಗಳು ಮನುಷ್ಯ ಬದುಕುವ ರೀತಿಯನ್ನ ಬದಲಾಯಿಸುವ ರೀತಿ ಸೋಜಿಗ ಹುಟ್ಟಿಸುತ್ತದೆ.

# ಕೆಲಸ ಎನ್ನುವುದು ಕೊರಳಿಗೆ ಬಿಗಿದ ನೇಣಿನ ಕುಣಿಕೆಯಾಗಬಾರದು! ಸಿಯಂಪ್ರೆ ಆಯ್ ಮಾನ್ಯನ!!

ಸ್ಪೇನ್ ಜನತೆ ಬಹಳ ಸಹಿಷ್ಣುಗಳು. ವಲಸಿಗರನ್ನ ಬಹಳ ಪ್ರೀತಿಯಿಂದ ಕಾಣುವ ಸಮಾಜವಿದು. ಇಲ್ಲಿಯ ಜನರ ಬಾಯಲ್ಲಿ ನಾನು ಸಾಕಷ್ಟು ಬಾರಿ ಕೇಳಿರುವ ಪದ 'ಅಕಿ ಕಾವೇಮೊಸ್ ತೋದೊಸ್' ಎನ್ನುವುದು. ಅಂದರೆ ನಾವೆಲ್ಲರೂ ಇಲ್ಲಿರಲು ಸಾಕಷ್ಟು ಜಾಗವಿದೆ ಎಂದರ್ಥ, ಡಿಕ್ಷನರಿ ಅರ್ಥವನ್ನ ನೋಡುವುದಾದರೆ ನಾವೆಲ್ಲರೂ ಇಲ್ಲಿ ಹಿಡಿಸುವಷ್ಟು ಜಾಗವಿದೆ ಎನ್ನುತ್ತದೆ. ಒಟ್ಟಿನಲ್ಲಿ ಸರಳವಾಗಿ ಹೇಳುವುದಾದರೆ ಇಲ್ಲಿನ ಸಮಾಜಕ್ಕೆ ಹೊಂದಿಕೊಂಡು ನಡೆದರೆ ಸಾಕು ಇಲ್ಲಿನ ಜನ ವಲಸಿಗರನ್ನ ತಮ್ಮಲ್ಲಿ ಒಬ್ಬ ಎಂದು ಒಪ್ಪಿಕೊಳ್ಳುತ್ತಾರೆ. ಮುಕ್ಕಾಲು ಪಾಲು ಜನರು ಇರುವುದು ಹೀಗೆ, ಅಲ್ಲೊಂದು, ಇಲ್ಲೊಂದು ಅಪವಾದಗಳು ಕೂಡ ಇದ್ದೇ ಇರುತ್ತದೆ.

ಸ್ಪೇನ್ ದೇಶದ ಮಹಿಳೆಯರು ಜಪಾನಿಗರ ನಂತರ ಅತಿ ಹೆಚ್ಚು ಜೀವಿತಾವಧಿ ಹೊಂದಿದವರು ಎನ್ನುವ ಹೆಗ್ಗಳಿಕೆಯನ್ನ ಹೊಂದಿದ್ದಾರೆ. ಪುರುಷರು ಕೂಡ ಕಡಿಮೆಯೇನಿಲ್ಲ, ಹೆಂಗಸಿರಿಗಿಂತ ನಾಕು ವರ್ಷ ಕಡಿಮೆ ಬದುಕುತ್ತಾರೆ ಅಷ್ಟೇ! ಹೀಗೆ ಮಹಿಳೆಯರ ಸರಾಸರಿ ಆಯಸ್ಸು 83–84 ಆದರೆ ಪುರಷರು 79–80 ಎನ್ನುತ್ತದೆ ಅಂಕಿ ಅಂಶ. ಮೆಡಿಟೇರಿಯನ್ ವಾತಾವರಣ ಮತ್ತು ಊಟ ತಿಂಡಿ ಜೊತೆಗೆ ದೈಹಿಕವಾಗಿ ಆಕರ್ಷಕವಾಗಿ ಕಾಣಬೇಕು ಎಂದು ಕಸರತ್ತು ಮಾಡುವ ಇಲ್ಲಿನ ಜನರ ಮನಸ್ಥಿತಿ ಇದಕ್ಕೆ ಕಾರಣ.

ಸ್ಪೇನ್ ದೇಶ ಯೂರೋಪಿನ ಇತರ ದೇಶಗಳಿಗಿಂತ ಭಿನ್ನವಾಗಿ ನಿಲ್ಲುವುದು ಎರಡು ಪ್ರಮುಖ ಕಾರಣಗಳಿಂದ, ಎಲ್ಲಕ್ಕೂ ಮೊದಲನೆಯದಾಗಿ ಜನರನ್ನ, ಅವರು ಯಾರೇ ಆಗಿರಲಿ ಇದ್ದಹಾಗೆ ಒಪ್ಪಿಕೊಳ್ಳುವುದು, ಇದಕ್ಕೆ ಅವರು ಬಳಸುವ ಪದ ಕೂಡ ಸಾವಿರಾರು ಬಾರಿ ಕೇಳಿದ ಅನುಭವ ನನ್ನದು. 'ಕಾದ ಉನೋ ಈಸ್ ಕೊಮೋ ಈಸ್' ಎನ್ನುವುದು ಆ ಪದ. ಅಂದರೆ 'ಎಲ್ಲರೂ ಅವರರವರಂತೆ ಇರುತ್ತಾರೆ' ಎನ್ನುವುದು, ಅಥವಾ ಒಬ್ಬರಂತೆ ಒಬ್ಬರಿಲ್ಲ ಹೀಗಾಗಿ ಯಾರು ಹೇಗಿರುತ್ತಾರೆ ಅವರನ್ನ ಹಾಗೇ ಗೌರವಿಸಬೇಕು, ಸ್ವೀಕರಿಸಬೇಕು ಎನ್ನುವುದು ಮತ್ತು ಎರಡನೆಯದಾಗಿ ಕೆಲಸ ಯಾವುದೇ ಇರಲಿ, ಯಾರು ಎಷ್ಟೇ ಒತ್ತಡ ತರಲಿ, ಇಲ್ಲಿನ ಜನ ಮಾತ್ರ ಬಹಳ ಕೂಲ್! 'ಸಿಯಂಪ್ರೆ ಆಯ್ ಮನ್ಯಾನ' ಎನ್ನುವುದು ಇವರ ಧ್ಯೇಯವಾಕ್ಯ! ಅಂದರೆ ನಾಳೆ ಎನ್ನುವುದು ಇದ್ದೇ ಇರುತ್ತದೆ ಇಂದು ಕೆಲಸವಾಗಲಿಲ್ಲ ಎಂದು ಬಹಳ ತಲೆ ಕೆಡಿಸಿಕೊಳ್ಳಬೇಕಾದ ಆವಶ್ಯಕತೆಯಿಲ್ಲ ಎನ್ನುವುದು ಇವರ ಫಿಲಾಸಫಿ. ಇದರ ಅರ್ಥ ಇವರು ಕೆಲಸವನ್ನ ಮುಂದೂಡುತ್ತಾರೆ ಎನ್ನುವುದಲ್ಲ ಬದಲಿಗೆ ಒತ್ತಡಕ್ಕೆ ಮಣಿದು ಕುಳಿತುಕೊಳ್ಳುವುದಿಲ್ಲ, ತಮ್ಮ ಕೈಲಾದ ವೇಗದಲ್ಲಿ ಕೆಲಸ ಮಾಡಿಕೊಂಡು ಹೋಗುತ್ತಾರೆ. ಇವತ್ತು ಮುಗಿಯದಿದ್ದರೆ ಏನಾಯ್ತು ನಾಳೆ ಇದ್ದೇ ಇದೆಯಲ್ಲ ಎನ್ನುವುದು ಒತ್ತಡವನ್ನ ಕಡಿಮೆ ಮಾಡುತ್ತದೆ.

ಸ್ಪ್ಯಾನಿಷ್ ಭಾಷೆ ಮತ್ತು ಇಲ್ಲಿನ ಸಂಸ್ಕೃತಿ ಕೂಡ ಜಗತ್ತಿನ ಇತರ ದೇಶಗಳಿಗಿಂತ ಬಹಳ ವಿಶೇಷವಾಗಿದೆ. ಇದಕ್ಕೆ ಸಾಕಷ್ಟು ಉದಾಹರಣೆಯನ್ನ ನೀಡಬಹುದು. ಎಲ್ಲಕ್ಕೂ ಮೊದಲಿಗೆ ಇಲ್ಲಿ ನಾವು ಸ್ಪ್ಯಾನಿಷ್ ಭಾಷೆಯನ್ನ ಸ್ಪಷ್ಟವಾಗಿ ಮಾತನಾಡದಿದ್ದರೆ ಇಲ್ಲಿನ ಜನ ಎಂದಿಗೂ ನಮ್ಮನ್ನ ಅವಹೇಳನ ಮಾಡಿ ನಗುವುದಿಲ್ಲ, ಬದಲಿಗೆ ನೀನು ಚೆನ್ನಾಗಿ ಮಾತನಾಡುತ್ತಿದೀಯಾ ಎಂದು ಪ್ರೋತ್ಸಾಹದ ನುಡಿಗಳನ್ನ ಆಡುತ್ತಾರೆ. ಇಂಗ್ಲಿಷ್ ಭಾಷೆಯ ವಿಷಯದಲ್ಲಿ ನನಗಾದ ಅನುಭವ ಬೇರೆಯದು. ವೃತ್ತಿಯ ಸಲುವಾಗಿ ಪ್ರಥಮ ದಿನಗಳು ಇಂಗ್ಲೆಂಡ್ ದೇಶದ ಲಂಡನ್ ನಗರದಲ್ಲಿ ಕೂಡ ಸಾಕಷ್ಟು ದಿನ ಇದ್ದು ಕೆಲಸ ಮಾಡಿದ ಅನುಭವ ನನ್ನದು. ಅಲ್ಲಿನವರ ಇಂಗ್ಲಿಷ್ ಅರ್ಥವಾಗದೇ 'ಸಾರೀ'

ಅಂತಲೋ 'ಎಕ್ಸ್‌ಕ್ಯೂಸ್ ಮೀ' ಅಂತಲೂ ಕೇಳುವುದು ಸಾಮಾನ್ಯವಾಗಿತ್ತು. ಜಗತ್ತನ್ನ ಆಳಿದವರು ನಾವು ಎನ್ನುವ ಹಮ್ಮು ಇನ್ನೂ ಆ ಜನರಲ್ಲಿ ಇಳಿದಿಲ್ಲ. ನಮಗೆ ಇಂಗ್ಲಿಷ್ ಸರಿಯಾಗಿ ಮಾತನಾಡಲು ಬಾರದೆ ಇದ್ದರೆ ಇಲ್ಲಿನ ಜನ ಸರಿಯಾಗಿ ಸ್ಪಂದಿಸುವುದಿಲ್ಲ. ಇನ್ನು ಫ್ರೆಂಚರ ಕಥೆ ಕೂಡ ಇದಕ್ಕಿಂತ ವಿಭಿನ್ನವೇನಲ್ಲ, ಆ ದೃಷ್ಟಿಯಲ್ಲಿ ಸ್ಪ್ಯಾನಿಶರು ಉದಾರಿಗಳು, ಅಕಿ ಕಾವೇಮೂಸ್ ತೋದೋಸ್ ಎಂದು ಖುಷಿಯಾಗಿ ಎಲ್ಲರನ್ನೂ ತಮ್ಮ ತೆಕ್ಕೆಗೆ ತೆಗೆದುಕೊಳ್ಳುತ್ತಾರೆ.

ಇನ್ನೊಂದು ಉದಾಹರಣೆ ನೋಡಿ, ಇಲ್ಲಿನ ಭಾಷೆಯಲ್ಲಿ ಗುಡ್ ಇವಿನಿಂಗ್ ಪದಕ್ಕೆ ಪರ್ಯಾಯವಿಲ್ಲ. ಗುಡ್ ನೈಟ್‌ಗೆ ಸಮವಾಗಿ ಬಳಸುವ ಬೋನಸ್ ನೋಚೇಸ್ ಎನ್ನುವ ಪದವನ್ನ ಗುಡ್ ಇವಿನಿಂಗ್‌ಗೆ ಕೂಡ ಬಳಸುತ್ತಾರೆ. ಅಂದರೆ ಗಮನಿಸಿ, ನೀವು ಇಂಗ್ಲೆಂಡ್ ದೇಶದಲ್ಲಿ ಸಾಯಂಕಾಲ ಸಿಕ್ಕ ಯಾರಿಗಾದರೂ 'ಹಾಯ್ ಗುಡ್ ನೈಟ್' ಎಂದರೆ ಅದು ಆಭಾಸವಾಗುತ್ತದೆ. ಬೀಳ್ಕೊಡುಗೆಯ ಸಮಯದಲ್ಲಿ ಗುಡ್ ನೈಟ್ ಹೇಳುತ್ತಾರೆ. ಸಿಕ್ಕಾಗ ಗುಡ್ ನೈಟ್ ಹೇಗೆ ಹೇಳುವುದು? ಆದರೆ ಸ್ಪ್ಯಾನಿಷ್ ಸಂಸ್ಕೃತಿಯಲ್ಲಿ ಗುಡ್ ಇವಿನಿಂಗ್ ಜಾಗ ಪಡೆದಿಲ್ಲ, ಇಲ್ಲೇನಿದ್ದರೂ ನೀವು ಸಾಯಂಕಾಲ ಸಿಕ್ಕರೂ 'ಓಲಾ ಬೋನಸ್ ನೋಚೇಸ್' (ಹಲೋ ಗುಡ್ ನೈಟ್) ಎನ್ನುವುದು ಸಂಪ್ರದಾಯ. ಇಂಗ್ಲೆಂಡ್‌ನಲ್ಲಿ ಭಾವಿಸಿದಂತೆ ಇಲ್ಲಿ ಭಾವಿಸುವುದಿಲ್ಲ, ಹೀಗಾಗಿ ಇಲ್ಲಿ ಸಾಯಂಕಾಲ ಸಿಕ್ಕಾಗ ಗುಡ್ ನೈಟ್ ಎನ್ನುವ ಪದ ಬಳಸಿದರೆ ಇಲ್ಲಿ ಆಭಾಸ ಎನ್ನಿಸುವುದಿಲ್ಲ. ಪ್ರದೇಶದಿಂದ ಪ್ರದೇಶಕ್ಕೆ ಭಾಷೆ, ಸಂಸ್ಕಾರಗಳು ಬದಲಾಗುವ ರೀತಿ ಅಚ್ಚರಿ ಹುಟ್ಟಿಸುತ್ತದೆ.

ಇಲ್ಲಿನ ಸಂಸ್ಕೃತಿಯ ಅನಾವರಣ ಮಾಡಲು ಇನ್ನೊಂದು ಘಟನೆಯನ್ನ ಉದಾಹರಿಸುವೆ, ಅದು ನನ್ನ ಮೊದಲ ತಿಂಗಳುಗಳು, ಇಲ್ಲಿನ ಜನರ ನಯ, ವಿನಯ ಮತ್ತು ಭೂತದಯೆಗಳಿಗೆ ಮಾರುಹೋಗಿದ್ದೆ. ನಮಗೆ ಪರಿಚಯವಿರುವ ಜನರು ನಮ್ಮನ್ನ ಚೆನ್ನಾಗಿ ಕಾಣುವುದು ಸಹಜ, ಊಟ ಅಥವಾ ತಿಂಡಿ ತಿನ್ನುವ ಸಮಯದಲ್ಲಿ ಕಂಡರೆ 'ನಿಧಾನವಾಗಿ ಆಗಲಿ' ಅಥವಾ 'ಸಾವಧಾನವಾಗಿ ಮಾಡಿ' ಎನ್ನುವುದು ಸಾಮಾನ್ಯ. ಅದು ಕೂಡ ಯಾವುದಾದರೂ ಸಭೆ ಅಥವಾ ಸಮಾರಂಭದಲ್ಲಿ ಇದು ಸಹಜ. ಉಳಿದಂತೆ ನಿತ್ಯದ ಬದುಕಿನಲ್ಲಿ ನಮ್ಮಲ್ಲಿ ಇದು ಇಲ್ಲವಾಗಿದೆ. ಆದರೆ ಇಲ್ಲಿನ ಜನರು ಬದುಕುವ ರೀತಿಯೇ ಬೇರೆ, ನಿಮಗೆ ಪರಿಚಯವಿರಲಿ ಬಿಡಲಿ, ನೀವು ಊಟ ಅಥವಾ ತಿಂಡಿ ಸೇವಿಸುತ್ತಾ ಕುಳಿತಿದ್ದರೆ ನಿಮ್ಮ ದೃಷ್ಟಿ ಒಂದಾದರೆ ಸಾಕು ತಕ್ಷಣ 'ಬೊನ್ಪ್ರವೇಚ್ಚೆ' ಅಥವಾ 'ಅಪ್ರವೇಚ್ಚೆ' ಎನ್ನುವ ಪದವನ್ನ ಹೇಳಿ ಮುಂದೆ ಸಾಗಿ ಹೋಗುತ್ತಾರೆ. ಅಂದರೆ ಒಳ್ಳೆಯ ಊಟ ಸಾಗಲಿ, ಆಸ್ವಾದಿಸಿಕೊಂಡು ಮೆಲ್ಲಗೆ

ತಿನ್ನಿ ಎನ್ನುವ ಅರ್ಥವನ್ನ ನೀಡುತ್ತದೆ. ಸಹಜವಾಗಿ ತಿನ್ನುತ್ತಾ ಕುಳಿತವರು 'ಗ್ರಾಸಿಯಾಸ್' ಅಂದರೆ ಧನ್ಯವಾದ ಎಂದು ಹೇಳುತ್ತಾರೆ.

ಸ್ಪ್ಯಾನಿಷ್ ಸಂಸ್ಕೃತಿಯ ಇನ್ನೊಂದು ಉತ್ತಮ ಮತ್ತು ನನಗೆ ಅತ್ಯಂತ ಇಷ್ಟವಾಗುವ ಅಂಶವೆಂದರೆ 'ಬದುಕಲಿಕ್ಕೆ ದುಡ್ಡು ಬೇಕು ಆದರೆ ದುಡ್ಡಿಗಾಗಿ ಬದುಕು ಆಗಬಾರದು' ಎನ್ನುವ ಜೀವನಪರಿ. ದೂರದೂರಿನಲ್ಲಿ ಅಥವಾ ಹತ್ತಾರು ಕಿಲೋಮೀಟರ್ ದೂರದಲ್ಲಿ ದುಪ್ಪಟ್ಟು ಹಣ ಕೊಡುತ್ತೇನೆ ಎಂದರೂ ಇವರು ಅಲ್ಲಾಡುವುದಿಲ್ಲ. ಅವರಿಗೆ ಅವರ 'ಬಾರಿಯೋ' (ಬಡಾವಣೆ) ಸ್ವರ್ಗ. ಅಲ್ಲಿಂದ ಅಲುಗಾಡುವುದು ಸ್ವಲ್ಪ ಕಷ್ಟ. ಇನ್ನು ಕೆಲಸ ಬದಲಾವಣೆ ಬಗ್ಗೆಯೂ ಇವರ ನಿಲುವು ಇದೆ ಆಗಿದೆ. ಸಾಮಾನ್ಯವಾಗಿ ಸ್ಪ್ಯಾನಿಶರು ಕೂಡ ಜಪಾನಿಯರಂತೆ ಒಂದು ಕೆಲಸಕ್ಕೆ ಸೇರಿದರೆ ಹತ್ತಾರು ವರ್ಷ ಅದೇ ಸಂಸ್ಥೆಗೆ ಬದ್ಧರಾಗಿ ದುಡಿಯುತ್ತಾರೆ. ತೀರಾ ಇತ್ತೀಚಿಗೆ ಹೊಸ ತಲೆಮಾರು ಇದರಿಂದ ದೂರವಾಗುತ್ತಿದೆ. ಇಲ್ಲಿ ಸ್ಪ್ಯಾನಿಶರ ನಿಲುವು ಸರಳ, ಕೆಲಸ ಯಾವುದೇ ಇರಲಿ, ಬಾಸ್ ಅಥವಾ ಮಾಲೀಕ (ಸ್ಪ್ಯಾನಿಷ್ ಭಾಷೆಯಲ್ಲಿ ಹೇಫೆ) ಮಾತ್ರ ಸೇಮ್. ಹೆಸರು ಬದಲಾಗುತ್ತದೆ ಆದರೆ ಮಾಲೀಕರ ಗುಣಗಳು ಮಾತ್ರ ಹೆಚ್ಚು ಕಡಿಮೆ ಒಂದೇ ರೀತಿ ಇರುತ್ತದೆ ಎನ್ನುವುದು ಇವರ ಅಭಿಮತ. ಇದನ್ನ ಸ್ಪಾನಿಶರು Es el mismo perro con diferente collar (ಈಸ್ ಎಲ್ ಮಿಸ್ಮೋ ಪೆರ್ರೋ ಕೋನ್ ಡಿಫರೆಂತೆ ಕೊಯರ್) ಎನ್ನುತ್ತಾರೆ. 'ಅದೇ ನಾಯಿ ಬದಲಾದ ಕತ್ತಿನಪಟ್ಟಿ' ಎನ್ನುವುದು ಯಥಾವತ್ತು ಅನುವಾದ. ನೀವು ಕೆಲಸ ಮಾಡುವ ಕಂಪನಿಯ ಹೆಸರು ಬದಲಾಯಿತು ನಿಮ್ಮ ಜೀವನದಲ್ಲಿ ನಿಜವಾಗಿ ಬದಲಾವಣೆ ಸಿಕ್ಕಿತೇ? ಎನ್ನುವುದು ಪ್ರಶ್ನೆ. ಹೀಗಾಗಿ ಇಲ್ಲಿನ ಜನರು ಬದುಕನ್ನ ಪೂರ್ಣ ಪ್ರಮಾಣದಲ್ಲಿ ಆಸ್ವಾದಿಸಲು ಬಯಸುತ್ತಾರೆ. ಕೆಲಸ ಎನ್ನುವುದು ಸುಂದರವಾದ ಬದುಕನ್ನ ಜೀವಿಸಲು ಸಹಾಯವಾಗಬೇಕೇ ಹೊರತು ಅದು ಕೊರಳಿಗೆ ಬಿಗಿದ ನೇಣಿನ ಕುಣಿಕೆಯಾಗಬಾರದು ಎನ್ನುವುದು ಇಲ್ಲಿನ ಬಹುತೇಕರ ಅಭಿಪ್ರಾಯ.

ಬಯಕೆಗಳಿಗೆ ಬಡವರಿಲ್ಲ ಎನ್ನುವುದು ಎಷ್ಟು ಸರಳವಾದ ಮತ್ತು ಸಹಜವಾದ ಮಾತು. ಜಗತ್ತಿನ ಸಕಲ ಜೀವಿಗಳೂ ತಮ್ಮ ಮಿತಿಯಲ್ಲಿ ಏನನ್ನಾದರೂ ಬಯಸುವುದು ಸಹಜ. ಗಮನಿಸಿ ನೋಡಿ ಇಲ್ಲಿ ಬಡವ ಶ್ರೀಮಂತ ಎನ್ನುವ ಭೇದಭಾವವಷ್ಟೇ ಅಳಿಯುವುದಿಲ್ಲ ಜೊತೆಗೆ ವಯಸ್ಸು ಮತ್ತು ಲಿಂಗದ ನಡುವೆ ಉಂಟಾಗುವ ತಾರತಮ್ಯ ಕೂಡ ದೂರವಾಗುತ್ತದೆ. ಹುಟ್ಟಿದ ಮಗುವಿನಿಂದ ಹಿಡಿದು ನಾಳೆ ಮಣ್ಣು ಸೇರುವವರೆಗೆ ಬಯಕೆಗಳು ಯಾರನ್ನೂ ಬಿಟ್ಟಿಲ್ಲ, ಬಿಡುವುದೂ ಇಲ್ಲ. ಹಾಗೆ ನೋಡಲು ಹೋದರೆ ಬಯಕೆಗಳು ಇರದಿದ್ದರೆ ಬದುಕೇ ಇರುತ್ತಿರಲಿಲ್ಲ. ಹೀಗಾಗಿ ಬಯಕೆಯೇ ಬದುಕು ಎನ್ನಬಹುದು. ಬಯಕೆಗಳಿಗೆ ಸಮಾಜದಲ್ಲಿ ಒಂದು ಬೌಂಡರಿ

ನಿರ್ಮಿಸಿದ್ದಾರೆ. ಬಯಸಿದ್ದೆಲ್ಲಾ ಮಾಡಲು ಸಾಧ್ಯವಿಲ್ಲ ಎನ್ನುವ ಮಾತನ್ನ ಹಿರಿಯರು ಕಿರಿಯರ ತಲೆಗೆ ತುಂಬಿಬಿಡುತ್ತಾರೆ. ಜೀವನದಲ್ಲಿ ಹೊಂದಾಣಿಕೆ ಬಹಳ ಮುಖ್ಯ, ಅಂದುಕೊಂಡದ್ದು, ಬಯಸಿದ್ದೆಲ್ಲಾ ನೆರವೇರುವುದಿಲ್ಲ ಎನ್ನುವುದು ಸಾಧಾರಣವಾಗಿ ನಮ್ಮಲ್ಲಿ ತುಂಬಿಬಿಡುತ್ತಾರೆ.

ಬಯಕೆಗಳು ಬದುಕನ್ನ ಹಸನಾಗಿಸುತ್ತವೆ, ಜೊತೆಗೆ ಸಹಜವಲ್ಲದ ಬಯಕೆಗಳು ಬದುಕನ್ನ ಬರಡಾಗಿಸುತ್ತವೆ ಕೂಡ. ಹೀಗಾಗಿ ಸಮಾಜದಲ್ಲಿ ಬಯಕೆಗಳ ಬಗ್ಗೆ ಮುಕ್ತವಾಗಿ ಮಾತನಾಡಲು ಸಾಕಷ್ಟು ಕಟ್ಟುಕಟ್ಟಳೆಗಳಿವೆ. ಇಂದಿನ ದಿನದಲ್ಲಿ ತಮಗೇನು ಬೇಕು ಎನ್ನುವುದರ ಬಗ್ಗೆ ಜನ ಹೆಚ್ಚು ಹೆಚ್ಚಾಗಿ ಮಾತನಾಡಲು ಶುರು ಮಾಡಿದ್ದಾರೆ. ಬಯಕೆ ಇರದಿದ್ದರೆ ಬದುಕು ಇಂದಿನಷ್ಟು ಸುಂದರವಾಗಂತೂ ಇರುತ್ತಿರಲಿಲ್ಲ. ಬಯಕೆ ಎನ್ನುವುದು ಒಂಥರಾ ಇಂಧನವಿದ್ದ ಹಾಗೆ, ಬದುಕೆಂಬ ಬಂಡಿ ಸಾಗಲು ಬಯಕೆ ಬೇಕೇ ಬೇಕು. ಬಯಕೆಗಳು ಇಲ್ಲದಿದ್ದರೆ ಬದುಕಿಲ್ಲ, ಎಲ್ಲವೂ ನಿಂತು ಹೋಗಿಬಿಡುತ್ತದೆ. ನಾಳೆ ನಾನು ಬಯಸಿದ್ದು ಸಾಧಿಸುತ್ತೇನೆ ಅಥವಾ ನನ್ನ ಬಯಕೆ ಪೂರ್ಣಗೊಳ್ಳುತ್ತದೆ ಎನ್ನುವ ನಂಬಿಕೆ ಬದುಕಿಗೆ ಇನ್ನೊಂದು ಇಂಧನ. ಬೇಕುಗಳಿಲ್ಲದ ಬದುಕನ್ನ ಊಹಿಸಿಕೊಳ್ಳುವುದು ಕಷ್ಟ. ಬೇಕು ಎನ್ನುವುದು ಹಿತವಾಗಿರಬೇಕು, ಮಿತವಾಗಿರಬೇಕು. ಒಟ್ಟಿನಲ್ಲಿ ಬೇಕು ಎನ್ನುವುದು ಬೇಕೇ ಬೇಕು!

ಇದನ್ನ ಸ್ಪಾನಿಶರು El querer es todo en nuestra vida (ಎಲ್ ಕೆರೇರ್ ಈಸ್ ತೊದೊ ಎನ್ ನ್ಯೂಸ್ತ್ರ ವಿದಾ) ಎನ್ನುತ್ತಾರೆ. ಬಯಕೆಗಳೇ ನಮ್ಮ ಜೀವನ ಎನ್ನುವ ಅರ್ಥ ಕೊಡುತ್ತದೆ. ಕೆರೇರ್ ಎಂದರೆ ವಾಂಟ್, ಬೇಕು ಅಥವಾ ಬಯಕೆ ಎನ್ನುವ ಅರ್ಥದ ಜೊತೆಗೆ ಪ್ರೀತಿ, ಲವ್ ಎನ್ನುವ ಅರ್ಥವನ್ನ ಸಹ ಕೊಡುತ್ತದೆ. ಕೆರೇರ್ ಎನ್ನುವುದು ಕೇವಲ ಪ್ರೀತಿ ಎನ್ನುವ ಅರ್ಥಕ್ಕೆ ಸೀಮಿತವಾಗುವುದಿಲ್ಲ, ಬಯಕೆ ಎನ್ನುವುದು ವಿಶಾಲ ಅರ್ಥ ಕೊಡುತ್ತದೆ. ಅದು ಪರೀಕ್ಷೆ ಪಾಸಾಗುವ ಬಯಕೆಯಿರಬಹುದು, ಹೊಸ ಕೆಲಸ ಗಳಿಸುವ ಬಯಕೆ ಹೀಗೆ, ಅದು ಕೇವಲ ಪ್ರೀತಿಗಷ್ಟೇ ಏಕೆ ಸೀಮಿತವಾಗಬೇಕು? ಭಾಷೆಯಲ್ಲಿ ಕೂಡ ಕೆರೇರ್ ಎಂದರೆ ಪ್ರೀತಿ ಎಂದಷ್ಟೇ ಅರ್ಥವೇನಿಲ್ಲ, ಹೀಗಾಗಿ ಸ್ಪಾನಿಷ್ ಜನರು ಕೂಡ ಈ ಮಾತನ್ನ ವಿಶಾಲ ಅರ್ಥದಲ್ಲಿ ಬಳಸಿದ್ದಾರೆ ಆದರೆ ದೇಹಕ್ಕೆ, ಮತ್ತು ದೈಹಿಕ ಕ್ರಿಯೆಗೆ ಹೆಚ್ಚು ಮನ್ನಣೆ ನೀಡುವ ಪ್ರಕ್ರಿಯೆ ಯೂರೋಪಿನಲ್ಲಿ ಹೆಚ್ಚಾಗಿರುವುದರಿಂದ ಈ ಮಾತು ಸೀಮಿತ ಅರ್ಥದಲ್ಲಿ ಉಪಯೋಗಿಸಲ್ಪಡುತ್ತಿದೆ. ಹೀಗೆ ಸ್ಪ್ಯಾನಿಶರು ಮಾತ್ರ ಯೂರೋಪಿನಲ್ಲಿ ಇದ್ದೂ ಅವರಿಗಿಂತ ವಿಶೇಷವಾಗಿ ನಿಲ್ಲುತ್ತಾರೆ.

# ‘ತೇ ಗುಸ್ತಾ ಸ್ಟೂಧಿಯಾರ್?’ ನಿನಗೆ ಓದಲು ಇಷ್ಟವೇ??

ಸೆಪ್ಟೆಂಬರ್ ಐದು ಬಂತೆಂದರೆ ಸಾಕು, ಶಾಲೆ, ಬಾಲ್ಯ ಮತ್ತು ಆಗಿನ ಕಲಿಕೆಯಲ್ಲಿ ಸಹಾಯ ಮಾಡುತ್ತಿದ್ದ ಶಿಕ್ಷಕ ವರ್ಗ ಎಲ್ಲವೂ ಮನಸ್ಸಿನಲ್ಲಿ ಮೂಡುತ್ತವೆ. ಗುರುಗಳು ಎಂದರೆ ಅಂದಿನ ದಿನಗಳಲ್ಲಿ ಅದೊಂತರ ಭಯ! ದಾನಪ್ಪ ಮೇಷ್ಟ್ರು ಬಳಿ ಇರುತ್ತಿದ್ದ ಸಣ್ಣನೆಯ ಬಿದಿರಿನ ಕಡ್ಡಿಯ ಏಟು ತಿಂದವರು ದಾನಪ್ಪ ಮೇಷ್ಟ್ರಿಗೆ ಹೆದರದೇ ಇರಲು ಹೇಗೆ ತಾನೇ ಸಾಧ್ಯ? ಅವತ್ತಿನ ದಿನದಲ್ಲಿ ಮುಲಾಜಿಲ್ಲದೆ ಕಪಾಳಕ್ಕೆ ಮೇಷ್ಟ್ರು ಹೊಡೆಯುತ್ತಿದ್ದರು. ಕೈ ಮೇಲೆ ಮತ್ತು ಅಂಡಿನ ಮೇಲೆ ಬಾರಿಸುವುದು ಉಸಿರಾಡಿದಷ್ಟೇ ಸಹಜವಾಗಿತ್ತು. ಶಿಕ್ಷಕ ವೃತ್ತಿಗೆ ಒಂದಷ್ಟು ಗೌರವವಿದ್ದ ದಿನಗಳವು. ಪೋಷಕರು ಕೂಡ ನಮ್ಮ ಮಕ್ಕಳಿಗೆ ಹೊಡೆಯಲು ನೀನ್ಯಾರು ಎಂದು ಯಾವತ್ತೂ ಶಿಕ್ಷಕರ ಕೊರಳಿನ ಪಟ್ಟಿ ಹಿಡಿದದ್ದು ನಾನಂತೂ ನೋಡಲಿಲ್ಲ. ಅಕ್ಷರ ಮಟ್ಟಿಗೆ

ಪೋಷಕರು ಕೂಡ ಗುರುಗಳು ಹೇಳುವುದು ನಮ್ಮ ಮಗುವಿನ ಒಳಿತಿಗೆ ಎನ್ನುವ ಭಾವನೆಯನ್ನ ಇಟ್ಟುಕೊಂಡಿದ್ದರು. ಇವತ್ತಿಗೆ ಎಲ್ಲವೂ ಉಲ್ಟಾ!! ಶಿಕ್ಷಕರು ಮಕ್ಕಳನ್ನ ಹೊಡೆಯುವುದು ದೂರದ ಮಾತು ಅವರನ್ನ ಮುಟ್ಟುವಂತೆ ಕೂಡ ಇಲ್ಲ. ನಾವು ವಿದ್ಯಾರ್ಥಿಗಳಾಗಿದ್ದಾಗ ಶಿಕ್ಷಕರ ಕಂಡರೆ ಇದ್ದ ಭಯ ಈಗಿನ ವಿಧ್ಯಾರ್ಥಿಗಳಲ್ಲಿ ಇಲ್ಲ. ಬದಲಿಗೆ ಹೇಗೋ ಹುಡುಗರು ಶಾಲೆಗೆ ಬಂದರೆ ಸಾಕು, ತರಗತಿಯಲ್ಲಿ ಕುಳಿತರೆ ಸಾಕು ಎನ್ನುವ ಮಟ್ಟಕ್ಕೆ ಶಿಕ್ಷಣ ವ್ಯವಸ್ಥೆ ಬಂದು ನಿಂತಿದೆ.

ಸ್ಪೇನ್‌ಗೆ ಬಂದ ಮೊದಲ ದಿನಗಳಲ್ಲಿ ಇಲ್ಲಿನ ಮಕ್ಕಳು ತಮ್ಮ ಗುರುಗಳನ್ನ 'ಒಯ್ಯೇ ಪ್ರೊಫೆ' ಎಂದು ಕರೆಯುವುದು ಕಂಡೆ, ಅರೆರೆ ಇದೇನಿದು ಪ್ರೊಫೆ ಎಂದು ಅಚ್ಚರಿಯಿಂದ ಸಹದ್ಯೋಗಿ ಮಿತ್ರರನ್ನ ಕೇಳಿದ್ದೆ. ಇಲ್ಲಿ ಕಿಂಡರ್ ಗಾರ್ಟನ್‌ನಲ್ಲಿ ಕಲಿಸುವ ಶಿಕ್ಷಕನನ್ನ ಸಹ ಪ್ರೊಫೆಸರ್ ಎನ್ನುವುದು ವಾಡಿಕೆ. ಅದನ್ನ ತುಂಡು ಮಾಡಿ ವಿದ್ಯಾರ್ಥಿಗಳು ಪ್ರೊಫೆ ಮಾಡಿದ್ದಾರೆ. ಇಲ್ಲಿನ ಟೀಚರ್‌ಗಳು ಕೂಡ ವ್ಯವಸ್ಥೆಯನ್ನ ಒಪ್ಪಿಕೊಂಡಿದ್ದಾರೆ. ಹೆಸರು ಹಿಡಿದು ಕರೆಯುವುದು ಇಲ್ಲವೇ ಪ್ರೊಫೆ ಎನ್ನುವುದು ತೀರಾ ಕಾಮನ್.

ಪಕ್ಕದ ಇಂಗ್ಲೆಂಡ್‌ನಲ್ಲಿ ದೂರದ ಅಮೇರಿಕಾದಲ್ಲಿ ಶಾಲೆಯ ಶಿಕ್ಷಕ ವೃತ್ತಿ ಎಂದರೆ ಅದೊಂದು ಟಾರ್ಚರ್ ಎನ್ನುವ ಮಟ್ಟಕ್ಕೆ ಹೋಗಿದೆ. ಎಲ್ಲೆಡೆ ಎಂದಲ್ಲ ಬಹಳ ಪ್ರದೇಶದಲ್ಲಿ ಈ ಮಾತು ಸತ್ಯ. ಇದಕ್ಕೆ ಕಾರಣ ಮಕ್ಕಳ ನಡವಳಿಕೆ. ಅವರದ್ದು ಗೂಂಡಾಗಾರಿಕೆ. ಶಿಕ್ಷಕರು ನಿತ್ಯವೂ ಅಪ್ಡೇಟ್ ಆಗಿ ಹೋಗಿದ್ದರೂ ಕೂಡ ಸ್ವಲ್ಪ ಹೆಚ್ಚು ಕಡಿಮೆಯಾದರೆ ಸಾಕು ಅವರನ್ನ ಟ್ರೋಲ್ ಮಾಡುವುದು ಸಾಮಾನ್ಯವಾಗಿದೆ. ಸ್ಪೇನ್‌ನಲ್ಲಿ ಈ ಮಟ್ಟಿಗೆ ಇಲ್ಲದಿದ್ದರೂ ಇತ್ತೀಚೆಗೆ ಶಿಕ್ಷಕ ವೃತ್ತಿ ಎಂದರೆ ಉಸ್ಸಪ್ಪಾ ಎನ್ನುವಂತಾಗಿದೆ.

ಸ್ಪೇನ್‌ನಲ್ಲಿ ಸ್ವೀಡನ್ ಮತ್ತಿತರ ನಾರ್ಡಿಕ್ ಯೂರೋಪಿಯನ್ ದೇಶಗಳಲ್ಲಿ ನೀಡುವಂತೆ ಶಿಕ್ಷಕರಿಗೆ ಹೆಚ್ಚಿನ ಅಥವಾ ಉತ್ತಮ ಭತ್ಯೆ ಕೂಡ ಇಲ್ಲ. ಇಲ್ಲಿನ ಶಾಲೆಯ ಶಿಕ್ಷಕರಿಗೆ ಬೇರೆಯ ವೃತ್ತಿಗಳಲ್ಲಿ ಸಿಗುವಷ್ಟು ಅಥವಾ ಅದಕ್ಕಿಂತ ಒಂದಷ್ಟು ಕಡಿಮೆ ವೇತನವಿದೆ. ಇವರ ಆಯ್ಕೆಗೆ ಕೂಡ ವಿಶೇಷ ಮಾನದಂಡಗಳು ಕೂಡ ಇಲ್ಲ. ಹೀಗಾಗಿ ಶಿಕ್ಷಣ ವ್ಯವಸ್ಥೆ ನಮ್ಮ ಭಾರತಕ್ಕಿಂತ ಬಹಳ ಚೆನ್ನಾಗಿದೆ ಎಂದು ಹೇಳಲು ಬಾರದು. ಇಲ್ಲಿನ ಜನರ, ಶಿಕ್ಷಕರ ಅಥವಾ ಶಿಕ್ಷಣ ವ್ಯವಸ್ಥೆಯ ಮಹಾನ್ ನ್ಯೂನತೆಯೆಂದರೆ ಮಕ್ಕಳನ್ನ 'ತೇ ಗುಸ್ತಾ ಸ್ಟೂಢಿಯಾರ್' ಎಂದು ಕೇಳುವುದು. ಅಂದರೆ ಮಕ್ಕಳನ್ನ ಕುರಿತು 'ನಿನಗೆ ಓದಲು ಇಷ್ಟವೇ?' ಎಂದು ಪ್ರಶ್ನಿಸುವುದು. ಯಾವ ಮಗು ಅಥವಾ ಮಕ್ಕಳು ಹೌದು ನನಗೆ ಓದಲು ಇಷ್ಟ ಎಂದು ಹೇಳುತ್ತವೆ? ಮಕ್ಕಳನ್ನ ಬಲವಂತ ಮಾಡಬಾರದು, ಅವರ ಇಚ್ಛೆಯಂತೆ ಬಿಡಬೇಕು ಎನ್ನುವ ಸಿದ್ಧಾಂತಕ್ಕೆ

ಸ್ಪೇನ್ ಬೆಲೆ ತೆರುತ್ತಿದೆ. ಪಕ್ಕದ ಜರ್ಮನಿ ಮತ್ತು ಫ್ರಾನ್ಸ್‌ಗಳಲ್ಲಿ ಇರುವಷ್ಟು ಪದವೀಧರರು ಸ್ಪೇನ್‌ನಲ್ಲಿ ತಯಾರಾಗುತ್ತಿಲ್ಲ. ತಯಾರಾದವರು ಕೂಡ ಆರ್ಟ್ಸ್, ಸೋಶಿಯಲ್, ಪೊಲಿಟಿಕಲ್ ಸೈನ್ಸ್, ಎನ್ವಿರಾನ್ಮೆಂಟಲ್ ಹೀಗೆ ಪಟ್ಟಿ ಸಾಗುತ್ತದೆ. ಇಂಜಿನಿಯರಿಂಗ್ ಮತ್ತು ಮೆಡಿಸಿನ್ ಓದುವವರ ಸಂಖ್ಯೆ ಮತ್ತು ಪಿಎಚ್.ಡಿ. ಮಾಡಿ ಸಂಶೋಧನೆಗೆ ಹೋಗುವವರ ಸಂಖ್ಯೆ ಬಹಳ ಕಡಿಮೆಯಾಗಿದೆ. ಹೀಗೆ ಸ್ಪ್ಯಾನಿಶರು ತುಂಬಲಾಗದ ಜಾಗವನ್ನ ವಿಶ್ವವಿದ್ಯಾಲಯದಲ್ಲಿ ಭಾರತೀಯರು, ಸೌತ್ ಅಮೆರಿಕನ್ನರು, ಚೀನಿಯರು ತುಂಬುತ್ತಿದ್ದಾರೆ.

ಕೆಲವೊಮ್ಮೆ ದೇಶವನ್ನ ಕುಸಿಯುವಂತೆ ಮಾಡಲು ಬೇರೆ ಹೊರಗಿನ ಯಾರ ಸಹಾಯವೂ ಬೇಡವಾಗುತ್ತದೆ. ನಮ್ಮ ಆಂತರಿಕ ವ್ಯವಸ್ಥೆಯಲ್ಲಿ ಬದಲಾವಣೆ ಮಾಡಿಕೊಳ್ಳುವುದರಲ್ಲಿ ಸ್ವಲ್ಪ ನಿಧಾನ ಮಾಡಿದರೂ ಅಷ್ಟು ಸಾಕು. ಇದರ ನಡುವೆ ವಿದ್ಯಾವಂತ ಸ್ಪ್ಯಾನಿಶರು ಉತ್ತಮ ಬದುಕನ್ನ ಅರಸಿ ಜರ್ಮನಿ, ಫ್ರಾನ್ಸ್, ಅಮೇರಿಕಾ ಮತ್ತಿತರ ದೇಶಗಳಿಗೆ ಗುಳೆ ಹೋಗುವುದು ಕೂಡ ಕಳೆದ ಒಂದು ದಶಕದಿಂದ ಸಾಮಾನ್ಯವಾಗಿದೆ. 2010ರ ನಂತರದ ಆರ್ಥಿಕ ಕುಸಿತ ಇಂತಹ ಒಂದು ವಲಸೆಗೆ ನಾಂದಿ ಹಾಡಿತು ಎನ್ನಬಹುದು.

ಕೆಲಸದಲ್ಲಿ ಕೂಡ ಸಿಗುವ ಮುಕ್ಕಾಲು ಪಾಲು ಜನ ಸಹೋದ್ಯೋಗಿಗಳು ಪದವೀಧರರಲ್ಲ, ನಮ್ಮಲ್ಲಿ ಕಾಲ್ ಸೆಂಟರ್‌ನಲ್ಲಿ ಕೆಲಸ ಮಾಡಲು ಕೂಡ ಡಿಗ್ರಿ ಬೇಕು ಎನ್ನುತ್ತಾರೆ. ಆದರೆ ಇಲ್ಲಿ ತೀರಾ ಉನ್ನತ ವೃತ್ತಿ ಪರತೆಯನ್ನ ಬೇಡುವ ಹುದ್ದೆಯನ್ನ ಬಿಟ್ಟು, ಡೇಟಾ ಎಂಟ್ರಿ, ಅಡ್ಮಿನಿಸ್ಟ್ರೇಷನ್, ಸೇಲ್ಸ್ ಇತ್ಯಾದಿ ಕೆಲಸಗಳಿಗೆ ಡಿಗ್ರಿ ಕಡ್ಡಾಯವಲ್ಲ. ಇದೆಲ್ಲಕ್ಕಿಂತ ಹೆಚ್ಚಿನ ಆಶ್ಚರ್ಯ ತಂದ ವಿಷಯ ನನ್ನ ಮಟ್ಟಿಗೆ ಅಂದಿನ ದಿನಕ್ಕೆ ಉನ್ನತ ವಿದ್ಯಾಭ್ಯಾಸ ಮಾಡಿದ ಹೆಣ್ಣು ಮಕ್ಕಳು ಕಾರ್ಪೆಂಟರ್, ವೆಲ್ಡರ್, ಪೈಂಟರ್ ವೃತ್ತಿಯವರನ್ನ ಬಾಳಸಂಗಾತಿಯಾಗಿ ಆಯ್ಕೆ ಮಾಡಿಕೊಳ್ಳುವುದು! ಇಂತಹ ವಿಷಯವನ್ನ ನಾವು ಭಾರತದಲ್ಲಿ ಊಹೆ ಮಾಡಿಕೊಳ್ಳಲು ಅಸಾಧ್ಯ. ಅಲ್ಲೊಂದು ಇಲ್ಲೊಂದು ಅಪವಾದವಿರಬಹುದು, ಆದರೆ ಇಲ್ಲಿನ ಸಮಾಜ ಒಪ್ಪಿಕೊಂಡಂತೆ ನಮ್ಮ ಸಮಾಜ ಯಾವುದೇ ಪೂರ್ವಾಗ್ರಹವಿಲ್ಲದೆ ಹೀಗೆ ಒಪ್ಪಿಕೊಳ್ಳುವುದೇ? ಎನ್ನುವುದು ಇಂದಿಗೂ ನನಗೆ ಸಂಶಯ.

ಇದು ಶಿಕ್ಷಣ ವ್ಯವಸ್ಥೆಯಲ್ಲಿ ಮತ್ತು ಶಿಕ್ಷಣ ಕುರಿತು ಸಾಮಾಜಿಕ ವ್ಯವಸ್ಥೆಯಲ್ಲಿ ಭಾರತೀಯರಿಗೂ ಮತ್ತು ಸ್ಪ್ಯಾನಿಷ್ ಜನರಿಗೂ ಇರುವ ಮೂಲಭೂತ ವ್ಯತ್ಯಾಸ. ಉಳಿದಂತೆ ಇಂತಹ ಅನೇಕ ವಿಷಯಗಳು ಅಂದಿನ ದಿನದಲ್ಲಿ ನನ್ನನ್ನ ಅಚ್ಚರಿಯ ಕೂಪಕ್ಕೆ ತಳ್ಳಿದ್ದವು.

ಅದು 2002ರ ಸೆಪ್ಟೆಂಬರ್ ತಿಂಗಳ ಒಂದು ದಿನ. ನಾನು ಬಾರ್ಸಿಲೋನಾ ಮೆಟ್ರೋದಲ್ಲಿ ಪ್ರಯಾಣಿಸುತ್ತಿದ್ದೆ. ಸುಮಾರು ಐದಾರು ವರ್ಷದ ಹೆಣ್ಣು

ಮಗುವೊಂದು ಜೀಕುತ್ತಾ, ಕುಣಿಯುತ್ತಾ ಆಸನದ ಮೇಲೇರಿ ನಂತರ ಕೈಗೆ ಸಿಕ್ಕ ಸ್ಟೀಲ್ ಸಲಾಕೆಯನ್ನ ಹಿಡಿದು ಅದರ ಸಹಾಯದಿಂದ ಮೆಟ್ರೋ ರೈಲಿನ ಮೇಲ್ಛಾವಣಿಯನ್ನ ಮುಟ್ಟಿ ಬಿಟ್ಟಿತು! ಆ ಪುಟಾಣಿಯ ಹೆತ್ತವರು ಮಗಳಾಡುತ್ತಿದ್ದ ಕ್ರೀಡೆಯನ್ನ ಆಸ್ವಾದಿಸುತ್ತಿದ್ದರು. ಅರೆರೆ ಇದೇನಿದು? ಈ ಯುವ ಜೋಡಿಗೆ ಸ್ವಲ್ಪವೂ ಬುದ್ಧಿಯಿಲ್ಲ, ಮಗು ಬಿದ್ದರೇನು ಗತಿ ಎನ್ನುವ ಧಾವಂತ ನನ್ನದು. ಅದನ್ನ ಪಕ್ಕದಲ್ಲಿ ಕುಳಿತ್ತಿದ್ದ ಗೆಳೆಯ ಸಹೋದ್ಯೋಗಿ ಫ್ರಾನ್ಸಿಯ ಕಿವಿಯಲ್ಲಿ ಉಸಿರಿದ್ದೆ. ಅವನು ಮೆಲ್ಲಗೆ ಇದೆಲ್ಲಾ ಇಲ್ಲಿ ಸಾಮಾನ್ಯ ಎನ್ನುವ ಲುಕ್ ಒಂದನ್ನ ಕೊಟ್ಟ. ನಾವು ಸ್ಪ್ಯಾನಿಶರು ಇರುವುದು ಹೀಗೆ ಎಂದ. ಮಗು ಹುಟ್ಟಿದ ಎರಡು ತಿಂಗಳ ನಂತರ ಅದನ್ನ ಬೇರೆಡೆ ಮಲಗಿಸಲು ಶುರು ಮಾಡುತ್ತಾರೆ. ಮಗು ಐದು ವರ್ಷದ ವೇಳೆಗೆ ಬಹುತೇಕ ಇಂಡಿಪೆಂಡೆಂಟ್ ಆಗಿರುತ್ತದೆ. ತನ್ನ ಬೇಕು ಬೇಡಗಳ ಬಗ್ಗೆ ಅಷ್ಟೊಂದು ಸ್ಪಷ್ಟತೆ ಇರುವುದನ್ನ ಕಂಡಾಗ ಬೇಗ ಈ ಮಕ್ಕಳ ಬಾಲ್ಯವನ್ನ ಕಸಿದುಕೊಂಡರೇನೋ ಅನ್ನಿಸುತ್ತದೆ. ಆದರೆ ಈ ಸಮಾಜ ಇರುವುದು ಹೀಗೆ.

ಮೆಟ್ರೋ ಮೇಲ್ಛಾವಣಿಯನ್ನ ಸಲೀಸಾಗಿ ಏರಿದ ಆ ಮುದ್ದು ಮಗುವ ಕೆನ್ನೆಯನ್ನ ಹಿಂಡಿ ಒಂದು ಮುತ್ತು ಕೊಡಬೇಕು ಎನ್ನುವ ಮನಸ್ಸಿನ ಭಾವನೆಗೆ ಕೂಡ ಇಲ್ಲಿ ಬೆಲೆಯಿಲ್ಲ. ಭಾರತದಲ್ಲಿ ಇಂದಿಗೂ ಮುದ್ದಾದ ಮಕ್ಕಳು ರಸ್ತೆಯಲ್ಲಿ ಕಂಡರೆ ಧೈರ್ಯವಾಗಿ ಅವುಗಳ ಗಲ್ಲ ಸವರಿ 'ಏನು ಪುಟ್ಟ ನಿನ್ನ ಹೆಸರು?' ಎನ್ನಬಹುದು. ಆದರೆ ಇದು ಸ್ಪೇನ್‌ನಲ್ಲಿ ಸಾಧ್ಯವಿಲ್ಲ. ನಮಗೆ ತೀರಾ ಪರಿಚಿತರಲ್ಲದ ಹೊರತು ಹೀಗೆ ಬೇರೆ ಯಾವುದೇ ಮಗುವನ್ನು ಮುಟ್ಟುವುದು ಇಲ್ಲಿ ಸಮಾಜ ಒಪ್ಪುವುದಿಲ್ಲ. ಹೀಗಾಗಿ ಮುದ್ದಾದ ಆ ಮುಗುವನ್ನ ಮುಟ್ಟುವ ತವಕವನ್ನ ಕೂಡ ಅದುಮಿಟ್ಟುಕೊಳ್ಳಬೇಕಾಯಿತು. ನನ್ನೆಲ್ಲ ಪ್ರಶ್ನೆಗೆ ಉತ್ತರಿಸಿದ್ದ ಫ್ರಾನ್ಸಿ ನಾನು ನಿನಗೊಂದು ಪ್ರಶ್ನೆ ಕೇಳಲೇ ಎಂದಾಗ ಇಲ್ಲ ಎನ್ನಲಾದೀತೆ? ಕೇಳಪ್ಪ ಎಂದಿದ್ದೆ. ಅವನು 'ನಿಮ್ಮಲ್ಲಿ ಹೀಗೆ ಮಕ್ಕಳಿಗೆ ಸ್ವತಂತ್ರವಾಗಿ ಬಿಡುವುದಿಲ್ಲವೇ' ಎಂದ. ಅವನಿಗೇನು ಉತ್ತರ ಹೇಳುವುದು? ಸಾಮನ್ಯವಾಗಿ 'ಏಯ್ ಇಳಿಬೇಗ ಬಿದ್ದು ತಲೆಗೆ ತಂದೀಯ' ಎಂದೂ ಅಥವಾ 'ಹುಷಾರು ಬಿದ್ದೀಯ' ಎನ್ನುವುದು ನಮ್ಮಲ್ಲಿ ಕಾಮನ್ ಎಂದಿದ್ದೆ. ಸ್ಪ್ಯಾನಿಷ್ ಸಮಾಜದಂತೆ ನಮಗೆ ನಮ್ಮ ಮಕ್ಕಳು ಬೇಗ ಇಂಡಿಪೆಂಡೆಂಟ್ ಆಗಲಿ ಎನ್ನುವ ಧಾವಂತ ಇಲ್ಲ ಎನ್ನುವುದನ್ನ ಕೂಡ ಹೇಳಿದೆ.

ಫ್ರಾನ್ಸಿ ಅಲ್ಲದೆ ಅವನ ಕುಟುಂಬದ ಇತರ ಸದಸ್ಯರ ಪರಿಚಯ ಕೂಡ ನನಗಿತ್ತು. ಫ್ರಾನ್ಸಿ ತನ್ನ ಪ್ರೀತಿಯ ಹುಡುಗಿಯ ಜೊತೆಗೆ ಲಿವಿನ್ ರಿಲೇಷನ್ಶಿಪ್ ನಲ್ಲಿದ್ದ. ಹಾಗೊಮ್ಮೆ ಹೀಗೊಮ್ಮೆ ಹೆತ್ತವರ ನೋಡಲು ಹೋಗುತ್ತಿದ್ದ. ಇದು ಈ ಸಮಾಜದಲ್ಲಿ ಅತ್ಯಂತ ಸಹಜ ಮತ್ತು ಸಾಮಾನ್ಯ. ವಯಸ್ಸಿಗೆ ಬಂದ

ಮಗ ಅಥವಾ ಮಗಳು ವಿದ್ಯಾಭ್ಯಾಸ ಮಾಡುತ್ತಿದ್ದರೂ ಸಹ ಸಂಗಾತಿಯಿಲ್ಲ ಎನ್ನುವುದನ್ನ ಈ ಸಮಾಜದಲ್ಲಿ ಕೊರತೆ ಎನ್ನುವಂತೆ ನೋಡಲಾಗುತ್ತದೆ. ಹೀಗೆ ಒಮ್ಮೆ ಫ್ರಾನ್ಸಿಯ ತಾತ ಮಾತಿಗೆ ಸಿಕ್ಕಿದ್ದರು. ಅವರೊಂದಿಗೆ ಮಾತನಾಡುವುದು ಎಂದರೆ ನನಗೆ ಅತ್ಯಂತ ಖುಷಿಯ ವಿಷಯ. ಫ್ರಾನ್ಸಿ ಮಾತ್ರ ಅದೇನು ಅಷ್ಟೊಂದು ನನ್ನ ತಾತನ ಹತ್ತಿರ ಮಾತನಾಡುತ್ತೀಯ? ಆತನ ಮಾತುಗಳು ಬರಿ ಬೋರಿಂಗ್ ಎನ್ನುತ್ತಿದ್ದ. ಹೌದಪ್ಪ ನಿನಗೆ ಬೋರಿಂಗ್ ನನಗೆ ಅವರೊಂದು ಇತಿಹಾಸದ ತುಣುಕು ಎನ್ನುತ್ತಿದ್ದೆ. ಅವನಿಗೆ ಅದು ಅರ್ಥವಾಗುತ್ತಿರಲಿಲ್ಲ 'ಕೊಮೊ ತು ಕಿಯರೆಸ್' (ನಿನ್ನಿಷ್ಟ ಎನ್ನುವ ಅರ್ಥ) ಎಂದು ನಮ್ಮಿಬ್ಬರನ್ನ ಬಿಟ್ಟು ಹೊರಟುಬಿಡುತ್ತಿದ್ದ.

ಫ್ರಾನ್ಸಿಯ ತಾತ 1930ರ 40ರ ಸ್ಪ್ಯಾನಿಷ್ ಬದುಕು, ಶಿಕ್ಷಣದ ಬಗ್ಗೆ ಬಹಳ ಹೇಳುತ್ತಿದ್ದರು. ಅಲ್ಲಿನ ಶಾಲೆಯಲ್ಲೂ ತಪ್ಪು ಮಾಡಿದ ಮಕ್ಕಳಿಗೆ ಬಸ್ಕಿ ಹೊಡೆಸುವುದು, ಕಪ್ಪೆ ಕೂಡಿಸುವುದು, ಮಂಡಿಯ ಮೇಲೆ, ಗೆಣ್ಣ ಮೇಲೆ ಹೊಡೆಯುವುದು, ತರಗತಿಯಿಂದ ಹೊರಗಡೆ ನಿಲ್ಲಿಸುವುದು, ಬೇರೆ ಮಕ್ಕಳ ಕೈಯಲ್ಲಿ ಮೂಗು ಹಿಡಿಸಿ ಕೆನ್ನೆಗೆ ಬಾರಿಸುವುದು ಎಲ್ಲವೂ ಇತ್ತಂತೆ!! ಕಾಲ ಬದಲಾಯಿತೋ ಅಥವಾ ನಾವು ಬದಲಾದೆವೋ ಗೊತ್ತಿಲ್ಲ ರಂಗ, ಇವತ್ತು ಮಕ್ಕಳನ್ನ ಮುಟ್ಟುವಂತೆಯೂ ಇಲ್ಲ, ಹೊಡೆಯುವುದೂ ದೊಡ್ಡ ಮಾತು, ಶಿಕ್ಷೆ ಇಲ್ಲದೆ ಶಿಕ್ಷಣ ಕಲಿಸುವುದಾದರೂ ಹೇಗೆ ಎಂದು ನಿಟ್ಟುಸಿರು ಬಿಟ್ಟ ಆತನ ಮುಖ ಇನ್ನೂ ಮಸ್ತಕದಲ್ಲಿ ಹಸಿರಾಗಿದೆ. ಭಾರತದಲ್ಲಿ ಕೂಡ ವ್ಯವಸ್ಥೆಯಲ್ಲಿ ಬಹಳ ವ್ಯತ್ಯಾಸವೇನೂ ಉಳಿದುಕೊಂಡಿಲ್ಲ. ಬೇಡವಾದದ್ದು ಜಾಗತಿಕವಾಗಿ ಅದೆಷ್ಟು ವೇಗವಾಗಿ ಹಬ್ಬಿಬಿಡುತ್ತದೆ ಎನ್ನುವುದನ್ನ ಕಂಡಾಗೆಲ್ಲ ಫ್ರಾನ್ಸಿಯ ತಾತನ ನಿಟ್ಟುಸಿರು ನನ್ನದು ಕೂಡ!

# 21

## ‘ಬಾರಿಗ ಯೇನ, ಕರಸೊನ್ ಕೊಂತೆಂತೋ’

ಈಗ ನಾನು ಹೇಳಲು ಹೋಗುವ ಮಾತನ್ನ ನೀವು ಪೂರ್ಣವಾಗಿ ಒಪ್ಪದೇ ಇದ್ದರೂ ಪರವಾಗಿಲ್ಲ, ನಾನಂತೂ ಹೇಳುತ್ತೇನೆ. ದೇಶ ಯಾವುದಾದರೂ ಆಗಿರಲಿ, ಭಾಷೆ ಯಾವುದಾದರೂ ಆಗಿರಲಿ, ಮನುಷ್ಯ ಪ್ರಾಣಿ ಇದ್ದಾನಲ್ಲ ಆತನಿಗೆ ಊಟ, ತಿಂಡಿ ಅರ್ಥಾತ್ ತಿನ್ನುವುದರಲ್ಲಿ ಮಾತ್ರ ಎಲ್ಲಿಲ್ಲದ ಆಸಕ್ತಿ. ಈ ಜಗತ್ತಿನಲ್ಲಿ ಕೆಲವೇ ಕೆಲವು ಜನರು ಮಾತ್ರ ನಾನು ಬದುಕಿರುವುದಕ್ಕಾಗಿ ತಿನ್ನುತ್ತೇನೆ ಎಂದು ಹೇಳಬಹುದು! ಉಳಿದ ಮೆಜಾರಿಟಿ ಜನ ತಿನ್ನುವುದನ್ನ ಆಸ್ವಾದಿಸುತ್ತಾರೆ. ತಿನ್ನುವುದೇ ಬದುಕು ಎನ್ನುವ ಹೇಳಿಕೆಯನ್ನ ಅವರು ಜಗತ್ತಿನ ಮುಂದೆ ನೀಡದೆ ಹೋದರೂ, ತಿನ್ನುವುದು ಬದುಕಿನ ಅವಿಭಾಜ್ಯ ಕಾರ್ಯ ಎನ್ನುವುದನ್ನ ಮಾತ್ರ ನಿರ್ಭಿಡೆಯಿಂದ ಒಪ್ಪಿಕೊಳ್ಳುತ್ತಾರೆ ಎನ್ನುವ ನಂಬಿಕೆ ನನ್ನದು.

ಸುಮ್ಮನೆ ಒಮ್ಮೆ ಯೋಚಿಸಿ ನೋಡಿ, ಆಕಸ್ಮಾತ್ ಈ ಹೊಟ್ಟೆ ಎನ್ನುವುದು ಇರದೇ ಇದ್ದಿದ್ದರೆ? ದಿನದಲ್ಲಿ ಮೂರು ಕೆಲವೊಮ್ಮೆ ನಾಲ್ಕು ಬಾರಿ ತಿನ್ನುವುದು ಇರದೇ ಇದ್ದಿದ್ದರೆ? ನಾವು ಬದುಕಲು ಮಾತ್ರ ಅಥವಾ ಹೊಟ್ಟೆ ತುಂಬಿಸಿ ಕೊಳ್ಳಲು ಮಾತ್ರ ರುಚಿಗೆ ಹೆಚ್ಚು ಪ್ರಾಶಸ್ತ್ಯವಿಲ್ಲದ ಯಾವುದೋ ಒಂದು ಆಹಾರ ತಿಂದು ಮುಗಿಸುವಂತಿದ್ದರೆ? ಇವುಗಳಲ್ಲಿ ಒಂದು ಜನತೆ ಒಪ್ಪಿಕೊಂಡು ಪಾಲಿಸಿಕೊಂಡು ಬಂದಿದ್ದರೂ ಇವತ್ತು ನಾವು ನೋಡುತ್ತಿರುವ ಸಮಾಜ ಹೀಗೆ ಇರುತ್ತಿರಲಿಲ್ಲ. ಅದರ ಚಿತ್ರಣವೇ ಬೇರೆ ಇರುತ್ತಿತ್ತು.

ಹೌದು ಇದೇನಿದು, ಇದ್ದಕ್ಕಿದ್ದ ಹಾಗೆ ಊಟ, ತಿಂಡಿ, ತಿನ್ನುವಿಕೆ ಬಗ್ಗೆ ಮಾತು ಶುರುವಾಗಿದೆ ಎಂದು ನಿಮ್ಮ ಮಸ್ತಕದಲ್ಲಿ ಉತ್ಪನ್ನವಾಗುತ್ತಿರುವ ಪ್ರಶ್ನೆಗೆ ಉತ್ತರ ಇಗೂ ಇಲ್ಲಿದೆ. ಸ್ಪೇನ್‌ಗೆ ಬಂದ ಮೊದಲ ದಿನಗಳಲ್ಲಿ ಇದೇನಿದು ಇಲ್ಲಿನ ಜನರಿಗೆ ತಿನ್ನುವ ಬಗ್ಗೆ ವ್ಯಾಮೋಹ ಇಲ್ಲ, ಅಲ್ಲದೆ ನಮ್ಮಲ್ಲಿ ಇರುವಂತೆ ರುಚಿಕರವಾದ ಆಹಾರವೂ ಇವರ ಬಳಿ ಇಲ್ಲ, ಇದೇನಿದು ಇವರ ಜೀವನ ಬಹಳ ನೀರಸ ಎಂದುಕೊಂಡಿದ್ದೆ. ವರುಷಗಳು ಕಳೆಯುತ್ತಾ ಹೋದಂತೆ, ಇದೇನಿದು ಇವರಲ್ಲೂ ಇಷ್ಟೊಂದು ವೆರೈಟಿ ತಿನಿಸುಗಳಿವೆ ಎನ್ನಿಸಿತು. ನನ್ನ ಮೊದಲ ಬರಹಗಳಲ್ಲಿ ಬರೆದಂತೆ ಇಲ್ಲಿಯೂ ಕೂಡ ಭಾರತದಲ್ಲಿ ಇರುವಂತೆ ಬಹಳಷ್ಟು ಹಬ್ಬಗಳಿವೆ. ಪ್ರತಿ ಹಬ್ಬಕ್ಕೂ ಅದರದೇ ಆದ ತಿನಿಸುಗಳನ್ನ ಜನ ಮಾಡಿಕೊಂಡು ತಿನ್ನುತ್ತಾರೆ. ನಿತ್ಯ ಜೀವನದಲ್ಲಿ ಅಡುಗೆ ಮಾಡಲು ಹೊಸ ಪೀಳಿಗೆ ಅಷ್ಟೊಂದು ಒಲವು ತೋರುತ್ತಿಲ್ಲ ಎನ್ನುವುದು ನಿಜವಾದರೂ ಹಬ್ಬದ ದಿನಗಳಲ್ಲಿ ಇಲ್ಲಿನ ಖದರ್ ಬೇರೆಯದೇ!

ಜಗತ್ತಿನ ಬಹುಪಾಲು ದೇಶಗಳು ಬದಲಾವಣೆಯ ಗಾಳಿಗೆ ಸಿಲುಕಿವೆ. ಸ್ಪೇನ್ ಕೂಡ ಇದಕ್ಕೆ ಹೊರತಲ್ಲ. ಸಾಮಾನ್ಯವಾಗಿ ಸ್ಪೇನ್ ಜನರು ಬೇಳೆ ಮತ್ತು ಕಾಳುಗಳ ಜೊತೆಗೆ ಮಾಂಸವನ್ನ ಸೇವಿಸುತ್ತಾರೆ. ನಿಧಾನಕ್ಕೆ ಫಾಸ್ಟ್ ಫುಡ್ ಇಲ್ಲಿನ ಸಮಾಜದಲ್ಲಿ ಜಾಗ ಕಂಡುಕೊಂಡಿದೆ. ಭಾರತದಲ್ಲಿ ಇರುವಂತೆ ಇಲ್ಲಿ ಕೂಡ ಎರಡು ತಲೆಮಾರುಗಳ ಘರ್ಷಣೆಯನ್ನ ಕಾಣಬಹುದು. ಹಳೆಯ ತಲೆಮಾರಿಗೆ ಇಂದಿನ ಪಿಜ್ಜಾ, ಬರ್ಗರ್ ಅಲರ್ಜಿ. ಅವರೇನಿದ್ದರೂ ಹೊಟ್ಟೆ ತುಂಬಾ ಮನೆಯಲ್ಲಿ ಬೇಯಿಸಿದ ಆಹಾರವನ್ನ ತಿನ್ನಲು ಬಯಸುತ್ತಾರೆ. ಅವರದು 'ಬಾರಿಗ ಯೇನ, ಕರಸೊನ್ ಕೊಂತೆಂತೋ' ಎನ್ನುವ ಫಿಲಾಸಫಿ. ಬಾರಿಗ ಯೇನ ಎಂದರೆ ತುಂಬಿದ ಹೊಟ್ಟೆ ಎಂದರ್ಥ. ಕರಸೊನ್ ಕೊಂತೆಂತೋ ಎಂದರೆ ಮನಸ್ಸು ಖುಷಿಯಾಗಿರುತ್ತದೆ ಎನ್ನುವ ಅರ್ಥ. ಅಂದರೆ ಹೊಟ್ಟೆ ತುಂಬಿದ್ದರೆ ಮನಸ್ಸು ಆಹ್ಲಾದಕರವಾಗಿ, ಖುಷಿಯಾಗಿ ಇರುತ್ತದೆ ಎನ್ನುವುದು ಇವರ ನಂಬಿಕೆ. ಇತ್ತೀಚಿನ ಜನತೆಗೆ ವೇಳೆ ಎನ್ನುವುದು ಇಲ್ಲ, ಪಿಜ್ಜಾ, ಬರ್ಗರ್ ಜೊತೆಗೆ ಸಕ್ಕರೆ ಹೆಚ್ಚಾಗಿರುವ ಸಾಫ್ಟ್ ಡ್ರಿಂಕ್, ಆಲ್ಕೋಹಾಲ್ ಎಲ್ಲವೂ

ಖುಷಿ ನೀಡುತ್ತದೆ. ಆಲ್ಕೋಹಾಲ್ ಎನ್ನುವುದು ಇವತ್ತಿನದೇನಲ್ಲ ಆದರೂ ಅದರ ಬಳಕೆಯಲ್ಲಿ ಆಗಿರುವ ವ್ಯತ್ಯಾಸ ಮಾತ್ರ ಸ್ವಲ್ಪ ಯೋಚನೆಗೆ ಹಚ್ಚುವ ವಿಷಯವಾಗಿದೆ.

ಸ್ಪ್ಯಾನಿಷ್ ಜನತೆ ಒಬ್ಬರೇ ಅಲ್ಲ, ಪೂರ್ಣ ಯೂರೋಪಿನಲ್ಲಿ ಖಾರ ತಿನ್ನುವುದು ಬಹಳ ಕಡಿಮೆ. ಮಾಂಸವನ್ನ ಬೇಯಿಸಿ ಅದರ ಮೇಲೆ ರುಚಿಗೆ ಬೇಕಾದಷ್ಟು ಉಪ್ಪು ಮತ್ತು ಒಂದಷ್ಟು ಕಾಳು ಮೆಣಸಿನ ಪುಡಿಯನ್ನ ಹಾಕಿಕೊಂಡರೆ ಅಲ್ಲಿಗೆ ಕಥೆ ಮುಗಿಯಿತು. ಇಲ್ಲಿ ಮೆಣಸಿನಕಾಯಿಯನ್ನ ಚೆನ್ನಾಗಿ ಎಣ್ಣೆಯಲ್ಲಿ ಬಾಡಿಸಿ ಅದಕ್ಕೆ ಉಪ್ಪು ಬೆರೆಸಿ ಬಿಯರ್ ಜೊತೆಗೆ ತಿನ್ನುತ್ತಾರೆ. ಖಾರ ತಿನ್ನದ ಇವರ ಈ ಖಾದ್ಯವನ್ನ ನೋಡಿ ನನಗೆ ಅತ್ಯಂತ ಆಶ್ಚರ್ಯವಾಗಿತ್ತು. ಇದರ ಹೆಸರು ಪಿಮಿಯಂತೋಸ್ ದೆ ಪಾದ್ರರೊನ್! ನಮ್ಮ ಗುಣಗಳು ಅಥವಾ ನಮ್ಮತನ ಎನ್ನುವುದು ಬಹಳ ದಿನ ಮುಚ್ಚಿಡಲು ಆಗುವುದಿಲ್ಲ. ಒಂದೆರಡು ವಾರಕ್ಕೂ, ತಿಂಗಳಿಗೂ ನಾವು ನಾಟಕ ಮಾಡಿಕೊಂಡು ಬದುಕಬಹುದು, ಆದರೆ ಜೀವನ ಪೂರ್ತಿ ನಾಟಕವಾಡಲು ಹೇಗೆ ಸಾಧ್ಯ? ನನ್ನ ಮೆಣಸಿನಕಾಯಿ ಪ್ರೀತಿ ಕೂಡ ಸ್ನೇಹಿತರಿಗೆ ಮತ್ತು ಸಹೋದ್ಯೋಗಿಗಳಿಗೆ ಬೇಗ ಗೊತ್ತಾಯಿತು. ನಿನಗೆ ಬಹಳ ಇಷ್ಟವಾಗುತ್ತದೆ ಎಂದು ಈ ಪಿಮಿಯಂತೋಸ್ ಹೆಸರಾಂಕಿತ ಖಾದ್ಯವನ್ನ ಆರ್ಡರ್ ಮಾಡಿದ್ದರು. ನನಗೂ ಸ್ವರ್ಗಕ್ಕೆ ಮೂರೇ ಗೇಣು ಎನ್ನುವ ಭಾವನೆ. ಅದನ್ನ ತಿಂದ ಮೇಲೆ ಒಮ್ಮೆಲೇ ಭ್ರಮನಿರಸನವಾಯ್ತು. ನಾನು ಖಾರವನ್ನ ಮನಸ್ಸಿನಲ್ಲಿ ಕಲ್ಪನೆ ಮಾಡಿಕೊಳ್ಳುತ್ತಿದ್ದೆ. ಆದರೆ ಅದು ಸ್ವಲ್ಪವೂ ಖಾರವಿರಲಿಲ್ಲ. ಬದಲಿಗೆ ಬಾಯಿಗೆ ಹಿತವಾಗಿ ರುಚಿಯಾಗಿತ್ತು. ಇದು ಮೊದಲ ಅನುಭವ. ಇದಾದ ಮೇಲೆ ನೂರಾರು ಬಾರಿ ಪಿಮಿಯಂತೋಸ್ ತಿಂದಿದ್ದೇನೆ. ಅದರ ರುಚಿಗೆ ತಲೆಬಾಗಿದ್ದೇನೆ. ನೀವು ಬಾರ್ಸಿಲೋನಾಗೆ ಹೋಗುವವರಿದ್ದರೆ ಇದನ್ನ ತಿನ್ನಲು ಮರೆಯದಿರಿ.

ರಂಗನಿಗೆ ಎಂತಹ ಮೆಣಸಿನಕಾಯಿ ಕೊಟ್ಟರೂ ಅದು ಅವನಿಗೆ ಖಾರ ಎನ್ನಿಸುವುದೇ ಇಲ್ಲ ಎಂದು ನನ್ನ ಸುತ್ತಲಿನ ಬಳಗ ಮಾತ್ನಾಡಿಕೊಳ್ಳುತಿತ್ತು. ಭಾರತದಲ್ಲಿ ಇದ್ದಾಗ ಕೂಡ ರಾಮನ, ಕಾಂತನ ತಟ್ಟೆಯಲ್ಲಿ ಇದ್ದ ಎಲ್ಲಾ ಮೆಣಸಿನಕಾಯಿ ನನ್ನ ತಟ್ಟೆಗೆ ವರ್ಗಾವಣೆ ಆಗುತ್ತಿತ್ತು. ನಿಧಾನಕ್ಕೆ ಅದು ಸ್ನೇಹಿತರ ಬಳಗಕ್ಕೂ ಹಬ್ಬಿ, ಅವರ ತಟ್ಟೆಯಲ್ಲಿನ ಮೆಣಸಿನಕಾಯಿ ಕೂಡ ನನ್ನ ತಟ್ಟೆಗೆ ಬಂದು ಬೀಳುತಿತ್ತು. ಬಾರ್ಸಿಲೋನಾ ಮಿತ್ರರಿಗೂ ಎಲ್ಲವೂ ತಿಳಿದಿತ್ತು. ಆದರೆ ಇವರ ತಟ್ಟೆಯಿಂದ ನನ್ನ ತಟ್ಟೆಗೆ ವರ್ಗಾವಣೆ ಆಗುವಂತಹುದು ಏನಿದ್ದಿತ್ತು?

ನಾನು ಖಾರ ತಿನ್ನುವುದು ನೋಡಿ ನನ್ನ ಗೆಳೆಯ ಸಾಲ್ವನ ಮಗ ಜೂನಿಯರ್ ಸಾಲ್ವ ಬಹಳಷ್ಟು ಪ್ರೇರಿತನಾಗಿದ್ದ. ಅವನಿಗೆ ತಕ್ಕ ಮಟ್ಟಿಗೆ ಖಾರ

ಇಷ್ಟವಿತ್ತು. ಅದನ್ನ ಅವನೇ ಬಾಯಿಬಿಟ್ಟು ಹೇಳಿದ್ದ. ಇತರೆ ಸ್ಪ್ಯಾನಿಷ್ ಜನರಿಗೆ ಹೋಲಿಸಿದರೆ ಅವನ ಖಾರ ತಡೆದುಕೊಳ್ಳುವ ತಾಕತ್ತು ಸ್ವಲ್ಪ ಹೆಚ್ಚು ಎಂದು ಹೇಳಬಹುದು. ನೂರಾರು ಸ್ಪ್ಯಾನಿಷ್ ಗೆಳೆಯರ ಜೊತೆಗೆ ಭಾರತೀಯ ರೆಸ್ಟುರೆಂಟ್‌ಗೆ ಊಟಕ್ಕೆ ಹೋಗಿದ್ದೇನೆ. ಆಗೆಲ್ಲಾ ಸ್ವಲ್ಪ ಖಾರ ಹೆಚ್ಚಾದರೂ ಮುಖವೆಲ್ಲಾ ಕೆಂಪಿಟ್ಟುಕೊಂಡು, ಕೆಮ್ಮುತ್ತ ಕುಳಿತುಬಿಡುತ್ತಿದ್ದರು. ಇದನ್ನ ನೋಡಿ ಅನುಭವದ ಮೇಲೆ ಆರ್ಡರ್ ಮಾಡುವಾಗ ಖಾರ ಸೊನ್ನೆ ಎನ್ನುವುದನ್ನ ಹೇಳಿಬಿಡುತ್ತಿದ್ದೆ. ನನಗೆ ಖಾರ ಬೇಕು, ಹೀಗಾಗಿ ಹಸಿರು ಮೆಣಸಿನಕಾಯಿಯನ್ನ ತರಿಸಿಕೊಂಡು ತಿನ್ನುತ್ತಿದ್ದೆ. ಹೀಗೆ ಹಸಿರು ಮೆಣಸಿನಕಾಯಿ ತಿನ್ನುವ ನಾನು ಸ್ಪ್ಯಾನಿಶರ ಕಣ್ಣಿನಲ್ಲಿ 'ಅಬ್ಬಾ' ಎನ್ನಿಸಿಕೊಳ್ಳುತ್ತಿದ್ದೆ. ಜೂನಿಯರ್ ಸಾಲ್ವ ಕೂಡ ಬಹಳ ಬಾರಿ ನನ್ನೊಂದಿಗೆ ಭಾರತೀಯ ರೆಸ್ಟುರೆಂಟ್‌ಗೆ ಬಂದಿದ್ದ. ಹೀಗೆ ಒಂದು ದಿನ ಮಾತುಕತೆಯಲ್ಲಿ ಮುಂದಿನ ಬಾರಿ ಹೋದಾಗ ನೀನು ತಿಂದಂತೆ ತಿನ್ನುತ್ತೇನೆ ಎನ್ನುವ ಸವಾಲು ಹಾಕಿದ. ನಾನು ಮೆಕ್ಸಿಕೋ ದೇಶದ ಕಾಲಪಿನ್ಯೋ ಮೆಣಸಿನಕಾಯಿ ತಿಂದವನು ಗೊತ್ತ? ಎನ್ನುವ ಬಿಲ್ಡಪ್ ಬೇರೆ ಕೊಟ್ಟ. ಸರಿ ಹೋಗೋಣ ಬಾ ಎಂದಾಗ ಜೂನಿಯರ್ ಜೊತೆಗೆ ಜೊತೆಯಾದವನು ಶ್ರೀನಿ.

ಹೀಗೆ ನಾನು ಶ್ರೀನಿ ಮಾತು ಜೂನಿಯರ್ ಸಾಲ್ವ ಮಹಾರಾಜಾ ಎನ್ನುವ ಒಂದು ಪಾಕಿಸ್ತಾನಿ ನಡೆಸುವ ಭಾರತೀಯ ಹೋಟೆಲ್ ಹೊಕ್ಕೆವು. ಇಲ್ಲಿನ ಬಹುತೇಕ ಇಂಡಿಯನ್ ರೆಸ್ಟುರೆಂಟ್‌ಗಳ ಕಥೆಯಿದು. ನಮ್ಮ ಹೆಸರಲ್ಲಿ ಬಾಂಗ್ಲಾ, ಮತ್ತು ಪಾಕಿಸ್ತಾನಿಗಳು ಹೋಟೆಲ್ ನಡೆಸುತ್ತಾರೆ. ಇರಲಿ.

ಮೆಕ್ಸಿಕೋ ಕಾಲಪಿನ್ಯೋ ಎಲ್ಲವೂ ಖಾರವಿರುವುದಿಲ್ಲ. ನನ್ನ ಮಟ್ಟಿಗೆ ಅದು ತಡೆದುಕೊಳ್ಳಲಾಗದ ಖಾರವಲ್ಲ. ಖಾರ ಎಂದರೇನು ಗೊತ್ತ? ತಿಂದವನು ಖಾರಕ್ಕೆ ನೆಲದಲ್ಲಿ ಬಿದ್ದು ಒದ್ದಾಡಬೇಕು. ಮೂಗು ಮಾತು ಬಾಯಿಂದ ಗೊತ್ತಿಲ್ಲದೇ ನೀರು ಸುರಿಯಬೇಕು. ಕಣ್ಣಿನಿಂದ ನೀರು ಒಸರಬೇಕು, ಕಣ್ಣು ಕತ್ತಲಿಡಬೇಕು. ಹೃದಯ ಬಡಿತ ಹೆಚ್ಚಾಗಬೇಕು. ಇಷ್ಟೆಲ್ಲಾ ಆದಾಗ ತಿಂದದ್ದು ಖಾರವಿದೆ ಎಂದಂತೆ!! ಇದೆಲ್ಲ ಆಗದಿದ್ದರೆ? ಅದು ಖಾರವಲ್ಲವೇ?? ಅಲ್ಲ ಎಂದು ನಾನು ಬಹಳ ವರ್ಷ ನಂಬಿದ್ದೆ. ಒಬ್ಬಬ್ಬರಿಗೆ ಒಂದೊಂದು ಖಾರ ತಡೆದುಕೊಳ್ಳುವ ಶಕ್ತಿ ಇರುತ್ತದೆ. ಒಬ್ಬರನ್ನ ನೋಡಿ ಇನ್ನೊಬ್ಬರು ಖಾರ ತಿನ್ನಲು ಹೋಗಬಾರದು.

ಪೀಣ್ಯದಲ್ಲಿ ಒಂದು ದಿನ ರಸ್ತೆ ಬದಿಯಲ್ಲಿ ಮೆಣಸಿನಕಾಯಿ ಬಜ್ಜಿ ಮಾರುತ್ತಿದ್ದರು. ಅದನ್ನ ಅವರು ಅದ್ಯಾವುದೋ ಬಾರ್ ಮುಂದೆ ಕುಳಿತು ಮಾರುತ್ತಿದ್ದರು. ನನ್ನ ಖಾರದ ಕಥೆ ಕೇಳಿದ ಸ್ನೇಹಿತನೊಬ್ಬ ಇಲ್ಲಿ ತಿಂದು ನೋಡು ಎಂದು ಕರೆದುಕೊಂಡು ಹೋಗಿ ಕೊಡಿಸಿದ್ದ. ಮೇಲೆ ಹೇಳಿದ ಎಲ್ಲಾ ಲಕ್ಷಣಗಳು ಅಂದರೆ ಹೃದಯ ಬಡಿತ ಹೆಚ್ಚಾಗುವುದು, ಕಣ್ಣು ಕಪ್ಪಿಡುವುದು

ಹೀಗೆ ಎಲ್ಲವೂ ಆಯ್ತು. ಅವತ್ತಿನ ನಂತರ ಅಷ್ಟು ಖಾರ ಈವರೆಗೆ ಮತ್ತೆ ನನಗೆ ಸಿಕ್ಕಿಲ್ಲ.

ಜೂನಿಯರ್ ಸಾಲ್ವ ವೀರನಂತೆ ನೀನು ಯಾವ ಮಟ್ಟಿನ ಖಾರ ಹೇಳುತ್ತೀಯಾ ಅದೇ ನನಗೂ ಇರಲಿ ಎಂದ. ಜೊತೆಯಲ್ಲಿದ್ದ ಶ್ರೀನಿ ನನ್ನ 3 ದಶಕದ ಗೆಳೆಯ ಅವನಿಗೆ ನನ್ನ ಖಾರದ ಲೆವೆಲ್ ಗೊತ್ತಿತ್ತು. ಸುಮ್ಮನೆ ತೊಂದರೆ ಬೇಡ ಎಂದು ಅವನಿಗೆ ಮೀಡಿಯಂ ಆರ್ಡರ್ ಮಾಡಿದ. ಜೂನಿಯರ್ ನನ್ನ ಆಹಾರವನ್ನ ಶೇರ್ ಮಾಡಿಕೊಳ್ಳುವುದಾಗಿ ಹೇಳಿದ್ದ, ಹೀಗಾಗಿ ನನ್ನ ಲೆವೆಲ್ ಸ್ಪೈಸಿ ಮಾಡು ಎಂದಿದ್ದೆ. ನನ್ನಿಂದ ಪ್ರಮಾದ ಆಗಿತ್ತು. ನಾನು ಜೂನಿಯರ್ ಅದನ್ನ ತಡೆದುಕೊಳ್ಳಬಹುದು ಎಂದುಕೊಂಡಿದ್ದೆ. ಮೊದಲೆರಡು ತುತ್ತು ತಿಂದವನ ಮುಖ ಕೆಂಪಿಟ್ಟಿತು. ಆದರೆ ಅವನು ಅವಮಾನವಾಗುತ್ತದೆ, ಇಷ್ಟೆಲ್ಲಾ ಮಾತನಾಡಿ ಬಂದವನು ಎರಡು ತುತ್ತಿಗೆ ಕುಸಿದ ಎನ್ನುವ ಪಟ್ಟವನ್ನ ಪಡೆಯಲು ಸಿದ್ಧನಿರಲಿಲ್ಲ. ಅವನಲ್ಲಿ ಆಗುತ್ತಿರುವುದು ನಮಗೆ ತಿಳಿಯುವುದಾದರೂ ಹೇಗೆ? ಮುಂದಿನ ಐದಾರು ತುತ್ತು ಅವನ ದೇಹ ಸೇರಿ ಕರಾಮತ್ತು ತೋರಿಸ ತೊಡಗಿತು. ಮೊದಲೇ ಕೆಂಪಗಿದ್ದ ಜೂನಿಯರ್ ಮತ್ತಷ್ಟು ಕೆಂಪಾಗಿಬಿಟ್ಟ. ಮೂಗಿನಿಂದ, ಬಾಯಿಂದ ನೀರು ಹರಿಯತೊಡಗಿತು. ಕಣ್ಣು ತುಂಬಾ ಕಣ್ಣೀರು!

ತಕ್ಷಣ ನೀರು ಕುಡಿಸಿದೆವು, ಅದು ಪ್ರಯೋಜನಕ್ಕೆ ಬರಲಿಲ್ಲ. ಸ್ವೀಟ್ ಲಸ್ಸಿ ಮಾಡಲು ಹೇಳಿದೆವು. ಅದಕ್ಕಿಂತ ಮುಂಚೆ ಗುಲಾಬ್ ಜಾಮೂನ್ ತರಿಸಿ ತಿನ್ನಿಸಿದೆವು. ಈ ಮಧ್ಯೆ ಶ್ರೀನಿ ಕಂಗೆಟ್ಟು ಆಂಬುಲೆನ್ಸ್‌ಗೆ ಕರೆ ಮಾಡಿದ್ದ. ಐದಾರು ನಿಮಿಷದಲ್ಲಿ ಆಂಬುಲೆನ್ಸ್ ಬಂತು. ಅಷ್ಟರಲ್ಲಿ ಜೂನಿಯರ್ ಸ್ವಲ್ಪ ಸುಧಾರಿಸಿಕೊಂಡಿದ್ದ. ಗುಲಾಬ್ ಜಾಮೂನ್ ಸಹಾಯ ಮಾಡಿತ್ತು. ನಂತರ ಸ್ವೀಟ್ ಲಸ್ಸಿ ಕೂಡ ಸುಧಾರಿಸಿಕೊಳ್ಳಲು ಸಹಾಯ ಮಾಡಿತು. ಒಂದೈದು ನಿಮಿಷ ನಿಂತು ಅವನು ಓಕೆ ಎಂದು ಖಾತ್ರಿ ಮಾಡಿಕೊಂಡು ಪ್ಯಾರಾಮೆಡಿಕ್ ಟೀಮ್ ಅಲ್ಲಿಂದ ಹೋಗುವ ಮುನ್ನ 'ಕುಯ್ದಾದೋ ಅಮಿಗೊಸ್' (ಬಿ ಕೇರ್ ಫುಲ್, ಫ್ರೆಂಡ್ಸ್) ಎಂದು ಕೈ ಬೀಸಿ ಹೊರಟರು.

ಅದೇ ಕೊನೆಯ ದಿನ, ಅಂದಿನಿಂದ ಇಂದಿನವರೆಗೆ ಯಾರಿಗೂ, ಕೇವಲ ಊಟ ಅಂತಲ್ಲ, ಯಾವುದಕ್ಕೂ ಚಾಲೆಂಜ್ ಮಾಡಲು ಹೋಗಿಲ್ಲ. ಹೋಗುವುದೂ ಇಲ್ಲ. ತುಂಬಿದ ಹೊಟ್ಟೆ, ತಿನ್ನುವ ಊಟ ಮನಸ್ಸಿಗೆ ಮುದ ನೀಡುವಂತಿರಬೇಕು ವಿನಃ ಅದು ನೋವಾಗಬಾರದು. ಹೌದು 'ಬಾರಿಗ ಯೇನ, ಕರಸೊನ್ ಕೊಂತೆಂತೋ' ಎನ್ನುವ ಮಾತು ನಿತ್ಯ ಸತ್ಯ.

# ನಮ್ಮ ದೀಪಾವಳಿಯ ತಮ್ಮ, ಸ್ಪೇನ್‌ನ ಮೆರ್ಸೆ (Merce) ಹಬ್ಬ!!

ಅವರು ಯೂರೋಪಿಯನ್ನರು ಬಹಳ ಮುಂದುವರೆದ ಜನ, ಅವರು ತಮ್ಮ ಪುರಾತನ ರೀತಿ ನೀತಿಗಳನ್ನ ಪಾಲಿಸುತ್ತಾರೆಯೇ? ಎನ್ನುವ ಪ್ರಶ್ನೆ ನಿಮ್ಮಲ್ಲಿ ಬಂದಿರುತ್ತದೆ. ನಿಮಗೆಲ್ಲಾ ತಿಳಿದಿರಲಿ ಯೂರೋಪು ಇಂದಿಗೂ ತನ್ನತನವನ್ನ ಬಿಟ್ಟುಕೊಡದ ಒಂದು ಪುಟಾಣಿ ಹಳ್ಳಿ. ಜಗತ್ತು ತಂತ್ರಜ್ಞಾನದ ಸಹಾಯದಿಂದ ಹೆಚ್ಚು ಮುಂದುವರಿದಂತೆಲ್ಲಾ ಇವರು ಮಾತ್ರ ತಮ್ಮ ಹಳೆಯ ಕಾಲದ ಆಚರಣೆಗಳನ್ನ ಇನ್ನಷ್ಟು ಸಂಭ್ರಮದಿಂದ ಆಚರಿಸುತ್ತಿದ್ದಾರೆ. ಎಲ್ಲಕ್ಕಿಂತ ಅತ್ಯಂತ ಖುಷಿ ಕೊಡುವ ವಿಷಯವೆಂದರೆ, ಹೊಸ ತಲೆಮಾರಿನ ಜನತೆ ಕೂಡ ಇಂತಹ ಹಬ್ಬ, ಆಚರಣೆಗಳಲ್ಲಿ ಬಹಳ ಆಸ್ಥೆಯಿಂದ ಭಾಗವಹಿಸುವುದು. ಹೊಸತು ಬಂತೆಂದು ಹಳತನ್ನ ಬಿಡುವ ಅದನ್ನ ಹಳತನ್ನ ಹೀಯಾಳಿಸುವ ಮನಸ್ಥಿತಿ ಇಲ್ಲಿಲ್ಲ! ಹಳೆಬೇರು,

ಹೊಸ ಚಿಗುರು ಇದ್ದರೆ ಜೀವನ ಸೊಗಸು ಎನ್ನುವ ಮಂತ್ರವನ್ನ ಇವರು ಪಾಲಿಸುತ್ತಿದ್ದಾರೆ.

ಸ್ಪೇನ್ ಹಬ್ಬಗಳ ವಿಷಯದಲ್ಲಿ ಥೇಟ್ ಭಾರತವೇ ಸರಿ! ವರ್ಷದಲ್ಲಿ ಕಡಿಮೆಯೆಂದರೂ 25 ದಿನವನ್ನ ಒಂದಲ್ಲ ಒಂದು ಹಬ್ಬದ ಹೆಸರು ಹೇಳಿ ರಜಾ ಎಂದು ಇಲ್ಲಿ ಘೋಷಿಸಲಾಗುತ್ತದೆ. ಅವರು ಕ್ರಿಶ್ಚಿಯನ್ನರು ಅವರಿಗೆ ಕ್ರಿಸ್ಮಸ್ ದೊಡ್ಡ ಮತ್ತು ಒಂದೇ ಹಬ್ಬ ಎಂದು ನೀವು ತಿಳಿದಿದ್ದರೆ ಅದು ತಪ್ಪು. ಇವರು ಕೂಡ ಹಬ್ಬಗಳಲ್ಲಿ ನಮ್ಮನ್ನ ಹೋಲುತ್ತಾರೆ. ಹಬ್ಬದ ದಿನಗಳಲ್ಲಿ ಊಟ ಹೆಚ್ಚಾಗಿ, ಅಯ್ಯೋ ತೂಕ ಹೆಚ್ಚಾಗುತ್ತದೆ ಎಂದು ಇಲ್ಲಿನ ಜನ ಕೂಡ ಗೊಣಗುವುದು ಸಾಮಾನ್ಯ.

ಪ್ರತಿಯೊಂದು ಹಬ್ಬಕ್ಕೂ ಅದರದೇ ಆದ ಇತಿಹಾಸ ಕೂಡ ಇದೆ, ಅಲ್ಲದೆ ಪ್ರತೀ ಹಬ್ಬದಲ್ಲೂ ನಮ್ಮಲ್ಲಿ ಇದ್ದಂತೆ ಹಲವಾರು ಆಚರಣೆಯಿದೆ. ಜಗತ್ತಿಗೆ ಮಾತ್ರ ಕ್ರಿಸ್ಮಸ್ ಕಣ್ಣಿಗೆ ಕಾಣುತ್ತದೆ. ಇಲ್ಲಿನ ಜನರು ಕೂಡ ಕರ್ಮ ಸಿದ್ಧಾಂತದಲ್ಲಿ ನಂಬಿಕೆಯನ್ನ ಇಟ್ಟಿದ್ದಾರೆ. ನಮ್ಮಲ್ಲಿ ಇದ್ದಂತೆ ಜಾತಕ ಇಲ್ಲದಿದ್ದರೂ ಭವಿಷ್ಯವನ್ನ ನಂಬುತ್ತಾರೆ. ಇಲ್ಲಿ ಕೂಡ ಅವರಿರುವ ಪರಿಸ್ಥಿತಿ ಕೆಲಸ ಮಾಡುತ್ತದೆ. ಎಲ್ಲವೂ ಚನ್ನಾಗಿ ನಡೆಯುತ್ತಿದ್ದರೆ ಯಾರು ಬೇಡ ಎನ್ನುವಂತೆ ಬದುಕುತ್ತಾರೆ. ಸಂಕಟ ಬಂದಾಗ ವೆಂಕಟರಮಣ ಎನ್ನುವುದು ಕೇವಲ ಭಾರತದಲ್ಲಿ ಮಾತ್ರವಲ್ಲ ಅದು ಜಾಗತಿಕ. ಭವಿಷ್ಯ, ಟಾರೋಟ್ ಹೀಗೆ ಎಲ್ಲವನ್ನೂ ನಂಬುತ್ತಾರೆ.

ಇನ್ನೊಂದು ಮುಖ್ಯ ವಿಷಯವೇನು ಗೊತ್ತೇ? ನಾವು ಹೇಗೆ ಪ್ರತಿಯೊಂದು ತಿಂಗಳಿಗೂ ನಮ್ಮದೇ ಆದ ಮಾಸಗಳ ಹೆಸರಿನಲ್ಲಿ ಕರೆಯುತ್ತೇವೆ, ನಮ್ಮದೇ ಆದ ಕಾಲೆಂಡರ್ ಬಳಸುತ್ತೇವೆ ಹಾಗೆ ಇಲ್ಲಿ ಇವರು ಕೂಡ ಪ್ರತಿಯೊಂದು ತಿಂಗಳಿಗೂ ತಮ್ಮದೇ ಆದ ಹೆಸರುಗಳಲ್ಲಿ ಕರೆಯುತ್ತಾರೆ. ಇಂಗ್ಲಿಷ್ ಕಾಲೆಂಡರ್ ಅಥವಾ ಜಗತ್ತು ಒಪ್ಪಿಕೊಂಡಿರುವ ಜನವರಿಯಿಂದ ಡಿಸೆಂಬರ್ ಕಾಲೆಂಡರ್ ಕೇವಲ ವ್ಯವಹಾರಿಕವಾಗಿ ಬಳಕೆಗೆ ಉಳಿಸಿಕೊಂಡಿದ್ದಾರೆ. ಉಳಿದಂತೆ ತಮ್ಮದೇ ಆದ ಕಾಲೆಂಡರ್ ಪ್ರಕಾರ ಕೆಲಸ ಕಾರ್ಯಗಳನ್ನ ನಡೆಸುತ್ತಾರೆ. ಕೆಲವೊಂದು ಹಬ್ಬಗಳು ವರ್ಷದ ಅದೇ ತಿಂಗಳು ಮತ್ತು ದಿನಗಳಲ್ಲಿ ಆಚರಿಸಿದರೆ, ಕೆಲವೊಂದು ಹಬ್ಬಗಳ ದಿನಾಂಕ ಬದಲಾಗುತ್ತದೆ. ಇವರು ಕೂಡ ನಕ್ಷತ್ರಗಳ ಚಲನೆಯ ಆಧಾರದ ಮೇಲೆ ತಮ್ಮ ಕ್ಯಾಲೆಂಡರ್ ತಯಾರಿಸಿರುವುದರಿಂದ ಹೀಗಾಗುತ್ತದೆ.

ಪ್ರತಿ ವರ್ಷ ಸೆಪ್ಟೆಂಬರ್ ಅಂತ್ಯದ ವೇಳೆಗೆ (18ರಿಂದ 24) ಬಾರ್ಸಿಲೋನಾದಲ್ಲಿ ಮೆರ್ಸೆ (Merce) ಎನ್ನುವ ಹಬ್ಬ ಐದು ದಿನಗಳ ಕಾಲ ನಡೆಯುತ್ತೆ, ಇದು ನಮ್ಮ ದೀಪಾವಳಿಯ ತಮ್ಮ!! ಹೌದು ರೀ ನಿಮ್ಮ ಊಹೆ ಸರಿ ಇದೆ, ಪಟಾಕಿ ಸಖತ್ ಹೊಡೆಯುತ್ತಾರೆ! ಹಬ್ಬಕ್ಕೆ ಮೂರ್ನಾಲ್ಕು ದಿನ

ಮುಂಚೆಯೇ ಪಾರ್ಕ್‌ನಲ್ಲಿ ಪಟಾಕಿ ಮಾರುವ ಅಂಗಡಿ ಠಿಕಾಣಿ ಹೂಡಿರುತ್ತೆ, ಮಕ್ಕಳು ಹೆತ್ತವರ ಕೈ ಹಿಡಿದು ಪಟಾಕಿ ಕೊಳ್ಳಲು ಹೋಗುವ ರೀತಿ ಎಲ್ಲೆಡೆ ಸೇಮ್!! ನಮ್ಮಲ್ಲಿ ಆದಂತೆ ಮುಖ ಬೆಲೆಯ ಪಟಾಕಿಯನ್ನ ಐವತ್ತು, ಅರವತ್ತು ಪ್ರತಿಶತ ಡಿಸ್ಕೌಂಟ್‌ನಲ್ಲಿ ಮಾರುತ್ತಾರೆ. ಜನರು ತಮ್ಮ ಜೇಬಿನ ತಾಕತ್ತಿನ ಪ್ರಕಾರ ಪಟಾಕಿಯನ್ನ ಕೊಳ್ಳುತ್ತಾರೆ. ನಮ್ಮಲ್ಲಿ ಆದಂತೆ ದಿನದಲ್ಲಿ ಕೂಡ ಪಟಾಕಿ ಸದ್ದು ಕೇಳಿಬರುತ್ತದೆ. ಆದರೆ ರಾತ್ರಿಯಲ್ಲಿ ಹೆಚ್ಚು ಸದ್ದು, ಹೆಚ್ಚು ಜೀವಂತಿಕೆ ಪಡೆದುಕೊಳ್ಳುತ್ತದೆ.

ನಮ್ಮಲ್ಲಿ ದೀಪಾವಳಿ ಸಮಯದಲ್ಲಿ ನರಕ ಚತುರ್ದಶಿ, ಬಳಿ ಪಾಡ್ಯಮಿ, ಲಕ್ಷ್ಮಿ ಪೂಜೆ ಹೀಗೆ ಆಚರಿಸುತ್ತೇವೆ ಅಲ್ಲವೇ, ಬಲಿ ಚಕ್ರವರ್ತಿ ತನ್ನ ನಾಗರಿಕರು ಹೇಗೆ ಜೀವಿಸುತ್ತಿದ್ದಾರೆ ಎಂದು ನೋಡಲು ಬರುತ್ತಾನೆ ಎನ್ನುವ ನಂಬಿಕೆ ಕೂಡ ಇದೆ. ಹಾಗೆಯೇ ಇಲ್ಲಿ Mare de Deu de la Mercè, ಎನ್ನುವ ಋಷಿ(ಸಂತ)ಯ ಗೌರವಿಸುವ, ನೆನಪಿಸಿಕೊಳ್ಳುವ ಸಲುವಾಗಿ 1902ರಿಂದ ಈ ರಿವಾಜು ಶುರುವಾಗಿದೆ.

ನಮ್ಮಲ್ಲಿ ದೀಪಾವಳಿಯಲ್ಲಿ ಏನು ಮಾಡುತ್ತಾರೆ ಎನ್ನುವುದು ಗೊತ್ತಿದೆಯಷ್ಟೆ, ಮೆರ್ಸೆ ಹಬ್ಬದಲ್ಲಿ ಏನೇನು ಮಾಡ್ತಾರೆ?? ಹಬ್ಬದ ಆಚರಣೆ ಏನು ಎನ್ನುವ ಕುತೂಹಲವಿದ್ದರೆ, ಅದಕ್ಕೆ ಮುಂದಿನ ಸಾಲುಗಳಲ್ಲಿ ವಿವರಣೆಯಿದೆ.

1. **Correfoc-Fire Run:** ಮಕ್ಕಳಿಗೆ ಹಾಗು ವಯಸ್ಕರಿಗೆ ಹೀಗೆ ಎರಡು ರೀತಿಯಲ್ಲಿ ಇದನ್ನ ವಿಭಾಗಿಸಲಾಗುತ್ತದೆ. ಹೆಸರೇ ಹೇಳುವಂತೆ ರಸ್ತೆಯಲ್ಲಿ ಎಲ್ಲಂದರೆ ಅಲ್ಲಿ ಪಟಾಕಿ ಹಚ್ಚಿ ಇಟ್ಟಿರುತ್ತಾರೆ, ಅವುಗಳ ಗಮನಿಸಿ ಹೆದರದೆ, ಬೆದರದೆ ಓಡಬೇಕು ಅಷ್ಟೇ. ಇನ್ನು ಕೆಲವು ಕಡೆಗಳಲ್ಲಿ ಪಟಾಕಿ ಜೊತೆಗೆ ರಸ್ತೆಯಲ್ಲಿ ಬೆಂಕಿಯನ್ನ ಸಹ ಹಾಕಿರುತ್ತಾರೆ. ಅಲ್ಲಲ್ಲಿ ಜಾಗ ಮಾಡಿಕೊಂಡು ಬೆಂಕಿಯಿಂದ ಬಚಾವಾಗುತ್ತ ಓಡಬೇಕಾಗುತ್ತದೆ. ವಯಸ್ಕರಿಗೆ ಇದರ ಜೊತೆ ರಸ್ತೆಯ ಇಕ್ಕೆಲಗಳಲ್ಲಿ ನಿಂತ ಜನ ಕೂಡ ಫೈರ್ ವರ್ಕ್‌ನಲ್ಲಿ ತೊಡಗಿರುತ್ತಾರೆ, ಹೀಗಾಗಿ ಇದು ಇನ್ನಷ್ಟು ಕಷ್ಟಕರ. ಇದರಲ್ಲಿ ಎಲ್ಲಾ ಜನರೂ ಭಾಗವಹಿಸಬೇಕು ಅಥವಾ ಭಾಗವಹಿಸಬೇಕು ಎನ್ನುವ ಕಡ್ಡಾಯವೇನಿಲ್ಲ. ಅವರವರ ದೈಹಿಕ ತಾಕತ್ತು ಇಚ್ಛೆಗೆ ಅನುಗುಣವಾಗಿ ಜನರು ಇದರಲ್ಲಿ ಪಾಲ್ಗೊಳ್ಳುತ್ತಾರೆ.
2. **Castellers-Human Towers:** ಹೆಸರೇ ಹೇಳುವಂತೆ ಒಬ್ಬರ ಮೇಲೊಬ್ಬರು ನಿಂತು ನಿಧಾನವಾಗಿ ದೊಡ್ಡ ಗೋಡೆಯನ್ನ ಕಟ್ಟುತ್ತಾರೆ. ಕೆಳಗಿನ ಸಾಲಿನಲ್ಲಿ ಹತ್ತು ಜನರಿದ್ದರೆ ನಂತರದ ಹಂತದಲ್ಲಿ ಆ ಸಂಖ್ಯೆ ಕಡಿಮೆಯಾಗುತ್ತದೆ. ಹೀಗೆ ಕೊನೆಗೆ ಗುಂಪಿನ ಚಿಕ್ಕ ಹುಡುಗ ಎಲ್ಲರಿಗಿಂತ ಮೇಲೆ ನಿಂತು ಜನರಿಗೆ ಕೈ ಬಿಸುತ್ತಾನೆ. ಇದು ಅತ್ಯಂತ ಶ್ರಮದಾಯಕ,

ಒಬ್ಬರ ನಿಗಾ ಕಡಿಮೆ ಆದರೂ ಎಲ್ಲರೂ ಬೀಳುವುದು ಖಂಡಿತ. ಹೀಗಾಗಿ ಇದು ಕೇವಲ ದೈಹಿಕ ಶಕ್ತಿಯ ಜೊತೆಗೆ ಮಾನಸಿಕ ಸಿದ್ಧತೆಯನ್ನ ಕೂಡ ಬಯಸುತ್ತದೆ. ಸ್ಪೇನ್ ದೇಶದಲ್ಲಿ ಈ ಹಬ್ಬದ ಸಮಯದಲ್ಲಿ ಇದನ್ನ ಬಹಳಷ್ಟು ಕಡೆ ಏರ್ಪಡಿಸುತ್ತಾರೆ. ಈ ಹಬ್ಬದ ಹೊರತಾಗಿ ಕೂಡ ಹ್ಯೂಮನ್ ಟವರ್ ಕಟ್ಟುವುದು ಸ್ಪೇನ್‌ನಲ್ಲಿ ಸಾಮಾನ್ಯ.

3. **Gigantes (Giants Parade)**: ರಾಜ, ರಾಣಿಯರ ದೊಡ್ಡ ಪ್ರತಿಮೆಗಳ ಒಳಗೆ ಜನರು ಹೊಕ್ಕು ಅವುಗಳನ್ನು ರಸ್ತೆಯಲ್ಲಿ ಮೆರವಣಿಗೆ ಮಾಡುತ್ತಾರೆ ಇವರ ಹಿಂದೆ ಮುಂದೆ, ಡೋಲು ಬಾರಿಸುತ್ತ ಒಂದಷ್ಟು ಜನರ ಗುಂಪು ನೆಡೆದು ಹೋಗುತ್ತದೆ. ಸ್ಪೇನ್‌ನ ರಾಜ ರಾಣಿಯರ ಮುಖವನ್ನ ಹೋಲುವ ದೊಡ್ಡ ಬೊಂಬೆಗಳ ಜೊತೆಗೆ, ಇತರ ಪ್ರಸಿದ್ಧ ವ್ಯಕ್ತಿಗಳನ್ನ ಹೋಲುವ ಬೊಂಬೆಗಳನ್ನ ಕೂಡ ಇತ್ತೀಚೆಗೆ ಮೆರವಣಿಗೆಯಲ್ಲಿ ತರುತ್ತಿದ್ದಾರೆ.

ಇದಿಷ್ಟೇ ಅಲ್ಲ ಕಣ್ರೀ, ನಿಮಗೆ ಆಶ್ಚರ್ಯ ಅನ್ನಿಸುವ ವಿಷಯ ಕೂಡ ಇದೆ. ನಮ್ಮಲ್ಲಿ ಪ್ರಾಣಿದಯಾ ಸಂಘದವರು ಪಟಾಕಿ ಹೊಡೆಯುವುದರಿಂದ ನಾಯಿಗಳಿಗೆ ಭಯವಾಗುತ್ತದೆ, ಪರಿಸರ ಹಾಳಾಗುತ್ತದೆ ಎಂದಂತೆ, ಇಲ್ಲಿಯೂ ಪ್ರಾಣಿದಯಾ ಸಂಘದವರು ನಾಯಿಗಳು ಬೆಚ್ಚಿಬೀಳುತ್ತವೆ, ಹೀಗಾಗಿ ಪಟಾಕಿ ಹೊಡೆಯಬೇಡಿ ಅಂತ ಫರ್ಮಾನು ಹೊರಡಿಸುತ್ತಾರೆ. ಇನ್ನಷ್ಟು ಮಂದಿ ಪರಿಸರ ಅಂತ ಶುರು ಮಾಡುತ್ತಾರೆ. ಕೆಲವೊಂದು ವಿಷಯಗಳು ಜಾಗತಿಕ. ಆದರೆ ಇಲ್ಲಿನ ಬಹುತೇಕ ಜನರು ಇದಕ್ಕೆಲ್ಲ ಸೊಪ್ಪು ಹಾಕುವುದಿಲ್ಲ. ಅಚ್ಚರಿ ಎನ್ನುವಂತೆ ಹಬ್ಬದ ಹಿಂದೆ ಮುಂದೆ ಶತ್ರುವಾಗುವ ಇಂತಹ ವರಾತಗಳು ಆ ನಂತರದ ದಿನಗಳಲ್ಲಿ ನಿಂತು ಹೋಗುತ್ತವೆ.

ಇನ್ನು ಹಬ್ಬದ ದಿನಗಳಲ್ಲಿ ತಯಾರಾಗುವ ಖಾದ್ಯಗಳ ಬಗ್ಗೆ ಹೇಳದಿದ್ದರೆ ಹೇಗೆ? ನಮ್ಮಲ್ಲಿ ತಿನ್ನುವಂತೆ ಗೆಣಸನ್ನ ಸುಡುವುದು ಅಥವಾ ಬೇಯಿಸಿ ತಿನ್ನುವುದು ಕೂಡ ಸಾಮಾನ್ಯ. ಮನೆ ಮನೆಗಳಲ್ಲಿ ಹತ್ತಾರು ರೀತಿಯ ಮಾಂಸದ ಖಾದ್ಯಗಳು ತಯಾರಾಗುತ್ತವೆ. ಇತ್ತೀಚಿನ ದಿನಗಳಲ್ಲಿ ನಮ್ಮಲ್ಲಿ ಹೇಗೆ ಒಬ್ಬಟ್ಟು, ಇತ್ಯಾದಿ ವಿಶೇಷ ಖಾದ್ಯಗಳನ್ನ ಪ್ರಸಿದ್ಧ ಅಂಗಡಿಗಳಿಂದ ಕೊಂಡುತರುತ್ತೇವೆ ಹಾಗೆ ಇಲ್ಲಿಯ ಜನರು ಕೂಡ ಅಂಗಡಿಯಿಂದ ಕೊಂಡುತರುತ್ತಾರೆ. ಹಳೆಯ ತಲೆಮಾರಿನ ಜನ ಎಷ್ಟೇ ಕಷ್ಟವಾದರೂ ಸರಿಯೇ ಮನೆಯಲ್ಲೇ ಮಾಡುವುದಕ್ಕೆ ಜೈ ಎನ್ನುತ್ತಾರೆ.

ಹಬ್ಬದ ನಂತರ ಆಫೀಸ್‌ನಲ್ಲಿ, ದಾರಿಯಲ್ಲಿ ಸಿಕ್ಕ ಜನ ಎಲ್ಲರದೂ ಒಂದೇ ಮಾತು, ಹಬ್ಬದ ಊಟ ಜಾಸ್ತಿಯಾಗಿದೆ, ನಾನು ಒಂದಷ್ಟು ತೂಕವನ್ನ ಪಡೆದುಕೊಂಡಿದ್ದೇನೆ ಎನ್ನುವುದು ಆ ಮಾತು. ಆಮೇಲೆ ಮಾತು ಹೇಗೆ ಡಯಟ್ ಮಾಡಬೇಕು, ತೂಕವನ್ನ ಹೇಗೆ ಕಂಟ್ರೋಲ್

ಮಾಡಬೇಕು ಎನ್ನುವುದಾಗಿರುತ್ತದೆ. ಹೇಳಿಕೇಳಿ ಇಲ್ಲಿನ ಜನ ದೈಹಿಕವಾಗಿ ಸದೃಢರಾಗಿರುವುದಕ್ಕೆ ಹೆಚ್ಚಿನ ಮಹತ್ವವನ್ನ ನೀಡುತ್ತಾರೆ. ಹೀಗಾಗಿ ಇಂತಹ ಮಾತುಗಳು ಇಲ್ಲಿ ಅತಿ ಸಾಮಾನ್ಯ.

ಇನ್ನಷ್ಟು ಜನ ಹಬ್ಬದ ಸಮಯದಲ್ಲಿ ಕ್ಯಾಲೋರಿ, ಡಯಟ್ ಎನ್ನುವುದನ್ನ ನೋಡಬಾರದು, ಜೀವನದ ಆ ಕ್ಷಣವನ್ನೇ ಪೂರ್ಣವಾಗಿ ಆಸ್ವಾದಿಸಿ ಬಿಡಬೇಕು ಎನ್ನುವ ತತ್ವದವರು. ಒಟ್ಟಿನಲ್ಲಿ ನೀವು ಎಲ್ಲಿಂದ ಎಲ್ಲಿಗೆ ಹೋಗಿ, ನೀವು ಒಪ್ಪಿ ಅಥವಾ ಬಿಡಿ ಜನರು ದೇಶ–ಭಾಷೆ–ವೇಷದಿಂದ ಮಾತ್ರ ಬದಲಾಗಬಹುದು ಮುಕ್ಕಾಲು ಪಾಲು ಭಾವನೆಗಳಿವೆಯಲ್ಲ ಅವು ಮಾತ್ರ ಎಲ್ಲಿಂದ ಎಲ್ಲೇ ಹೋಗಿ, ಸೇಮ್!

# ಹೆಸರಲ್ಲೇನಿದೆ? ಅಥವಾ ಹೆಸರಲ್ಲಿ ಎಲ್ಲವೂ ಇದೆಯೇ!?

ನಮ್ಮ ಹೆಸರು ಜಗತ್ತಿನ ಯಾವುದೇ ದೇಶಕ್ಕೆ ಹೋಗಲಿ ಬದಲಾಗುವುದಿಲ್ಲ ಅಲ್ಲವೇ? ಹೌದು ನಮ್ಮ ಮಟ್ಟಿಗೆ ಇದು ಸತ್ಯ. ಆದರೆ ಜಗತ್ತಿನ ಬೇರೆ ಭಾಗದಲ್ಲಿ ನಮ್ಮ ಹೆಸರನ್ನ ಉಚ್ಚರಿಸುವ ರೀತಿ ಬೇರೆಯಿರುತ್ತದೆ. ಜೊತೆಗೆ ಕೆಲವೊಮ್ಮೆ ಪೂರ್ಣ ಪ್ರಮಾಣದಲ್ಲಿ ಮೂಲಕ್ಕಿಂತ ಬದಲಾಗಿರುತ್ತದೆ. ಇದೇನಿದು ಈ ರೀತಿ ಹೇಳುತ್ತಿದ್ದಾನೆ ಎನ್ನುವ ನಿಮ್ಮ ಸಂಶಯವನ್ನ ಹೆಚ್ಚು ಹೊತ್ತು ಹಾಗೆ ಇರಲು ಬಿಡುವುದಿಲ್ಲ. ಮೊದಲ ಮೂರು ಸಾಲುಗಳನ್ನ ಈ ರೀತಿ ಬರೆಯಲು ಕಾರಣವೇನು ಎನ್ನುವುದನ್ನ ಮುಂದಿನ ಕೆಲವು ಸಾಲುಗಳು ಹೇಳಿಬಿಡುತ್ತವೆ.

ಸ್ಪ್ಯಾನಿಷ್ ಭಾಷೆಯಲ್ಲಿ ಸ್ಪ್ಯಾನಿಷ್‌ಗೆ ಏನೆನ್ನುತ್ತಾರೆ ಗೊತ್ತೇ? ಸ್ಪ್ಯಾನಿಷ್ ಎನ್ನುವುದು ಇಂಗ್ಲಿಷರು ಇಟ್ಟಿರುವ ಹೆಸರು. ಸ್ಪ್ಯಾನಿಷ್‌ಗೆ ಸ್ಪ್ಯಾನಿಷ್‌ನಲ್ಲಿ ಕಾಸ್ತೆಯಾನೊ ಅಥವಾ ಎಸ್ಪಾನಿಯೋಲ್ ಎನ್ನುತ್ತಾರೆ. ಹಾಗೆ

ಸ್ಪ್ಯಾನಿಷ್‌ನಲ್ಲಿ ಇಂಡಿಯಾಗೆ 'ಇಂದಿಯ' ಎಂದೂ ಹಿಂದೂವನ್ನ 'ಇಂದು' ಎಂದು ಕರೆಯುತ್ತಾರೆ. ಜರ್ಮನಿಯನ್ನ ಅಲೆಮಾನಿಯಾ ಎಂದೂ, ಫ್ರಾನ್ಸ್ ದೇಶವನ್ನ ಫ್ರಾನ್ಸಿಯ ಎಂದೂ ಕರೆಯುತ್ತಾರೆ. ಆಸ್ಟ್ರೇಲಿಯಾ ವನ್ನ ಔಸ್ಟ್ರಾಲಿಯ ಎನ್ನುತ್ತಾರೆ, ನ್ಯೂಜಿಲ್ಯಾಂಡ್ ನುವಜಿಲ್ಯಾಂಡ ಎನ್ನುತ್ತಾರೆ. ಪೋರ್ಚುಗಲ್, ಪೊರ್ತುಗಲ್ ಆಗಿದೆ. ರಷ್ಯವನ್ನ ರುಸಿಯ ಎನ್ನಲಾಗುತ್ತದೆ. ಹೀಗೆ ನಮ್ಮ ದೇಶದ ಹೆಸರು ಇತರರ ಬಾಯಿಯಲ್ಲಿ ಬದಲಾಗುತ್ತದೆ. ಹೇಗೆ ಸ್ಪ್ಯಾನಿಶರು ಇತರ ದೇಶಗಳ ಹೆಸರನ್ನ ತಮ್ಮ ಭಾಷೆಯಲ್ಲಿ ತಮಗೆ ಬೇಕಾದ ಹಾಗೆ ಉಚ್ಚರಿಸುತ್ತಾರೆ, ಹಾಗೆಯೇ ಜರ್ಮನರು, ಫ್ರೆಂಚರು, ರಷ್ಯನ್ನರು ಎಲ್ಲರೂ ತಮ್ಮ ತಮ್ಮ ಭಾಷೆಯ ಸೊಗಡಿಗೆ ತಕ್ಕಂತೆ ದೇಶಗಳ ಹೆಸರನ್ನ ಕರೆಯುತ್ತಾರೆ.

ಈ ವೇಳೆಗೆ ನಿಮಗೂ ನಾನು ಏನು ಹೇಳುತ್ತಿದ್ದೇನೆ ಎನ್ನುವುದರ ಅರಿವಾಗಿರುತ್ತದೆ. ಇಂಗ್ಲಿಷರು ನಮ್ಮ ದೇಶಕ್ಕೆ ವ್ಯಾಪಾರಕ್ಕೆ ಬಂದವರು, ಇಲ್ಲಿನ ಸಂಪತ್ತು ಸುಖ ಶಾಂತಿ ನೋಡಿ ನೆಲೆ ನಿಂತರು. ಆದರೇನು? ಅವರಿಗೆ ನಮ್ಮ ಊರುಗಳ ಹೆಸರನ್ನ ಉಚ್ಚರಿಸಲು ಕಷ್ಟವಾಯ್ತು. ಚನ್ನೈ ಮದ್ರಾಸ್ ಆಯ್ತು, ತಿರುವನಂತಪುರ ತ್ರಿವೇಂಡ್ರಮ್, ಬೆಂಗಳೂರು, ಬ್ಯಾಂಗಲೋರ್ ಹೀಗೆ ಬಹಳಷ್ಟು ಊರುಗಳು ತಮ್ಮ ಮೂಲ ಹೆಸರನ್ನ ಇವರಿಂದ ಕಳೆದುಕೊಂಡವು. ಇತ್ತೀಚೆಗೆ ಎಲ್ಲರೂ ತಮ್ಮ ಹಳೆಯ ಹೆಸರುಗಳನ್ನ ಮತ್ತೆ ಚಾಲ್ತಿಗೆ ತರುತ್ತಿದ್ದಾರೆ.

ಯುರೋಪ್ ಭಾಷೆಯ ಕಾರಣಕ್ಕಾಗಿ ಅತಿ ಹೆಚ್ಚು ದೇಶಗಳಾಗಿ ವಿಭಜಿತವಾಗಿರುವ ಖಂಡ ಎನ್ನುವುದು ಮೇಲ್ನೋಟಕ್ಕೆ ತಿಳಿದುಬಿಡುತ್ತದೆ. ಇಲ್ಲಿನ ಜನರು ತಮ್ಮ ತಮ್ಮ ಭಾಷೆಯ ಬಗ್ಗೆ ಅತಿ ವ್ಯಾಮೋಹ ಹೊಂದಿದ್ದಾರೆ. ಹೀಗಾಗಿ ಇವುಗಳು ಪುಟಾಣಿ ದೇಶಗಳಾಗಿ ಭಾಗವಾಗಿವೆ. ಇಂತಹ ಪುಟಾಣಿ ದೇಶಗಳಲ್ಲಿ ಕೂಡ ಮತ್ತೆ ನಾಲ್ಕಾರು ಭಾಷೆಗಳ ನಡುವೆ ತಿಕ್ಕಾಟ ಕೂಡ ನಡೆಯುತ್ತಿರುತ್ತದೆ. ಸಾಮಾನ್ಯ ದಿನಗಳಲ್ಲಿ, ಅಥವಾ ಪ್ರವಾಸಿಗರ ಕಣ್ಣಿಗೆ ಎಲ್ಲವೂ ಚಂದವಾಗಿ, ಶಾಂತಿಯುತವಾಗಿ ಕಾಣುತ್ತದೆ. ಅಲ್ಲಿ ನೆಲೆ ನಿಂತು ಸ್ಥಳೀಯರ ಜೊತೆಗೆ ವ್ಯವಹರಿಸಲು ಶುರು ಮಾಡಿದ ನಂತರ ನಿಧಾನವಾಗಿ ಅಯ್ಯೋ ಇವರು ನಮಗಿಂತ ಏನೂ ಭಿನ್ನರಲ್ಲ ಎನ್ನುವ ಅರಿವಾಗುತ್ತದೆ.

ಹೆಸರಲ್ಲೇನಿದೆ ಎನ್ನುವವರದು ಒಂದು ಪಕ್ಷ, ಹೆಸರಲ್ಲಿ ಎಲ್ಲವೂ ಇದೆ ಎನ್ನುವವರದು ಇನ್ನೊಂದು. ಹೆಸರಲ್ಲಿ ಏನಿದೆಯೋ ಅಥವಾ ಇಲ್ಲವೋ ನನಗೆ ತಿಳಿಯದು. ಆದರೆ ಒಂದಂತೂ ಸತ್ಯ, ಯಾರಾದರೂ ನಮ್ಮ ಹೆಸರನ್ನ ಸರಿಯಾಗಿ ಕರೆಯದಿದ್ದರೆ ಮಾತ್ರ ಸ್ವಲ್ಪ ಇರಿಸುಮುರಿಸು ಉಂಟಾಗುವುದು ಸತ್ಯ. ಸ್ಪೇನ್‌ನಲ್ಲಿ ನನ್ನ ಹೆಸರನ್ನ ಒಂದು ದಿನವೂ ಕರೆಯಲಿಲ್ಲ! ಹೌದು ಆಸ್ಪತ್ರೆ, ಏರ್‌ಪೋರ್ಟ್, ಬ್ಯಾಂಕು ಹೀಗೆ ಯಾವುದೇ ಪಬ್ಲಿಕ್ ಜಾಗಗಳಲ್ಲಿ ಸದಾ ಮೂಕನಹಳ್ಳಿ ಎಂದೂ ಅಥವಾ ರಾಮಶೇಷ ಎಂದೂ ಕರೆದದ್ದೇ ಹೆಚ್ಚು.

ರಾಮಶೇಷ ನನ್ನ ಅಪ್ಪನ ಹೆಸರು ಪಾಸ್ಪೋರ್ಟ್‌ನಲ್ಲಿ ಎಲ್ಲವನ್ನೂ ಉದ್ದವಾಗಿ ಬರೆಯುವುದರಿಂದ ನನ್ನ ಹೆಸರು ರಂಗಸ್ವಾಮಿ ಮೂಕನಹಳ್ಳಿ ರಾಮಶೇಷ ಎಂದಾಗಿತ್ತು. ನಾನು ಕೆಲಸ ಮಾಡುವ ಸಂಸ್ಥೆಯಲ್ಲಿ ಯಾರು ರಂಗನ ಹೆಸರನ್ನ ತಪ್ಪಿಲ್ಲದೇ ಹೇಳುತ್ತಾರೆ ಅವರಿಗೆ ಬಹುಮಾನ ಕೊಡುವುದಾಗಿ ಹೇಳುತ್ತಿದ್ದರು. ನನ್ನ ಪೂರ್ಣ ಹೆಸರು ಸರಿಯಾಗಿ ಯಾರೂ ಹೇಳಲಿಲ್ಲ ಅದಕ್ಕೆ ಕಾರಣ ಭಾಷೆ. ರಂಗ ಹೇಳುತ್ತಿದ್ದರು ಆದರೆ ಸ್ವಾಮಿ ಎನ್ನುವುದನ್ನ ಹೇಗೆ ಉಚ್ಚರಿಸಬೇಕು ಎನ್ನುವುದು ಗೊತ್ತಾಗದೆ ತಿಣುಕುತ್ತಿದರು. ಬಹುಪಾಲು ದಕ್ಷಿಣ ಭಾರತೀಯರು ತಮ್ಮ ಮಕ್ಕಳಿಗೆ ಹೆಸರು ಇಡುವಾಗ ಬಹಳ ಯೋಚಿಸುವುದಿಲ್ಲ, ಕೆಲವೊಂದು ಮನೆಯಲ್ಲಿ ಅಣ್ಣ-ತಮ್ಮನ ಹೆಸರಿನ ಮುಂದಿನ ಸರ್‌ನೇಮ್ ಕೂಡ ಬದಲಾಗಿರುತ್ತದೆ. ಭಾರತದಲ್ಲಿ ಇದ್ದರೆ ಎಲ್ಲವೂ ಓಕೆ, ಹೊರದೇಶದಕ್ಕೆ ಹೋಗಿ, ಒಂದು ಪಕ್ಷ ಆ ದೇಶದ ಪೌರತ್ವವನ್ನ ಪಡೆದುಕೊಳ್ಳುವ ಸನ್ನಿವೇಶದಲ್ಲಿ ಈ ಹೆಸರು ಅದೇಕೆ ಅಷ್ಟು ಪ್ರಾಮುಖ್ಯ ಎನ್ನುವುದು ತಿಳಿಯುತ್ತದೆ. ನಮ್ಮಪ್ಪನ ಹೆಸರು ಒಂದು ಕಡೆ ಶ್ರೀ ರಾಮಶೇಷ ಎಂದೂ ಇನ್ನೊಂದು ದಾಖಲೆಯಲ್ಲಿ ರಾಮಶೇಷ ಎಂದೂ ಮತ್ತೊಂದು ಕಡೆ ರಮೇಶ. ಹೀಗೆ ಅದೊಂದು ದೊಡ್ಡ ಕಥೆ. ಅಮ್ಮನದು ನಾಗಲಕ್ಷ್ಮಮ್ಮ ಮತ್ತು ನಾಗಲಕ್ಷಮ್ಮ ನಡುವಿನ ಗುದ್ದಾಟ. ಇವೆಲ್ಲವೂ, ಅತಿ ಸಣ್ಣ ಬದಲಾವಣೆಗಳೂ ಲೆಕ್ಕಕ್ಕೆ ಬರುತ್ತವೆ.

ಅಲ್ಲದೆ ಸ್ಪೇನ್ ದೇಶದಲ್ಲಿ ಅಪ್ಪನ ಹೆಸರಿನ ಒಂದು ಸರ್‌ನೇಮ್ ಮತ್ತು ಅಮ್ಮನ ಹೆಸರಿನ ಒಂದು ಸರ್‌ನೇಮ್ ಕಡ್ಡಾಯವಾಗಿ ಮಕ್ಕಳ ಹೆಸರ ಮುಂದೆ ಜೋಡಣೆಯಾಗಲೇ ಬೇಕು. ಇದು ಪೌರತ್ವ ಪಡೆಯಲು ಇರುವ ಒಂದು ನಿಬಂಧನೆ ಕೂಡ. ಇದನ್ನ ಧಿಕ್ಕರಿಸುವಂತಿಲ್ಲ. ನಮ್ಮಲ್ಲಿ ಸರ್‌ನೇಮ್ ವ್ಯವಸ್ಥೆ ದೇವರಿಗೆ ಪ್ರೀತಿ. ನನ್ನ ಕಸಿನ್‌ಗಳು ಕೆಲವರು ರಾವ್, ಇನ್ನು ಕೆಲವರು ಶರ್ಮ, ಸಿಂಹ ಒಂದಕ್ಕೊಂದು ಸಂಬಂಧವಿಲ್ಲ. ಒಂದೇ ಕುಟುಂಬದ ಕಥೆಗಳು ಸಾವಿರ. ಹೀಗಾಗಿ ನಾವು ಯಾರು? ನಮ್ಮ ಅಸ್ಮಿತೆಯೇನು? ಎನ್ನುವ ಪ್ರಶ್ನೆ ಬಂದದ್ದು ಈ ಹೊಸ ಸನ್ನಿವೇಶದಲ್ಲಿ. ಅದಕ್ಕೆ ಈಗ ನಾವು ಮೂಕನಹಳ್ಳಿ ಹೆಸರನ್ನ ಭದ್ರವಾಗಿ ಹಿಡಿದುಕೊಂಡಿದ್ದೇವೆ. ಅನನ್ಯ ಎಷ್ಟಾದರೂ ಸ್ಪೇನ್ ದೇಶದ ಪ್ರಜೆ, ಹೀಗಾಗಿ ಅಮ್ಮನ ತಾಳಗುಂದ ಕೂಡ ಅವಳ ಹೆಸರಿಗೆ ಸೇರಿಕೊಂಡಿದೆ.

ನಿಮಗೆ ಇನ್ನೊಂದು ಸ್ವಾರಸ್ಯಕರ ಸಂಗತಿ ಹೇಳಬೇಕು. ಸ್ಪೇನ್ ದೇಶದಲ್ಲಿ ಹತ್ತು ವರ್ಷಗಳ ಕಾಲ ನೆಲಸಿದ ಮೇಲೆ ಇಲ್ಲಿನ ಪೌರತ್ವ ಪಡೆಯಲು ಅರ್ಜಿ ಸಲ್ಲಿಸಬಹುದು. ಭಾಷೆ, ದೇಶದ ಬಗ್ಗೆ ನಮಗಿರುವ ಜ್ಞಾನ, ಇತರ ಸಾಮಾನ್ಯ ಜ್ಞಾನದ ಒಂದಷ್ಟು ಪರೀಕ್ಷೆ ನಂತರ ಪೌರತ್ವ ಸಿಗುವ ವೇಳೆಗೆ ನಮಗಲ್ಲಿ 15 ವರ್ಷವಾಗಿರುತ್ತದೆ. ಸ್ವಾರಸ್ಯ ಏನೆಂದರೆ ಹೀಗೆ ಹೊಸದಾಗಿ ಸ್ಪ್ಯಾನಿಷ್ ಪೌರತ್ವ ಪಡೆಯುವ ವೇಳೆಯಲ್ಲಿ ನಮ್ಮ ಭಾರತೀಯ ಹೆಸರಿನ ಅರ್ಥವನ್ನ ಬಿಡಿಸಿ

ಹೇಳಿ ಅದನ್ನ ನೋಟರಿ ಮಾಡಿಸಿ, ಎಕ್ಸ್ಟರ್ನಲ್ ಅಫೇರ್ಸ್ ಮಿಸಿಟ್ರಿ ಇಂದ ಅಪೋಸ್ಟಿಲ್ ಮಾಡಿಸಿ ಕೊಟ್ಟರೆ ನಾವು ಆ ಹೆಸರನ್ನ ಇಟ್ಟುಕೊಳ್ಳಬಹುದು. ಉದಾಹರಣೆಗೆ ರಂಗಸ್ವಾಮಿ ಹೆಸರಿನಲ್ಲಿ ರಂಗ ಎಂದರೆ ಆರ್ಟ್ ಅಥವಾ ಕಲೆ ಎನ್ನುವ ಅರ್ಥವನ್ನ ಕೊಡುತ್ತದೆ, ಸ್ವಾಮಿ ಎಂದರೆ, ಲಾರ್ಡ್, ಸರ್, ಅಥವಾ ಆಧಿಪತ್ಯ ಹೊಂದಿದವನು ಎನ್ನುವ ಅರ್ಥವನ್ನ ಕೊಡುತ್ತದೆ. ಇದನ್ನ ಸ್ಪ್ಯಾನಿಷ್‌ನಲ್ಲಿ ದಿಯೋಸ್ ದೆಲ್ ಆರ್ತೆ ಎನ್ನಬಹುದು. ಇದರರ್ಥ ನಾನು ಸ್ಪ್ಯಾನಿಷ್‌ನಲ್ಲಿ ನನ್ನ ಹೆಸರನ್ನ ದಿಯೋಸ್ ದೆಲ್ ಆರ್ತೆ ಎಂದು ಡಿಕ್ಲೇರ್ ಮಾಡಿಕೊಳ್ಳಬಹುದು.

ಒಂದೇ ಭೂಮಿ, ಒಂದೇ ಭಾನು ಇದರ ನಡುವಿನ ಬದುಕಿನಲ್ಲಿ ಅದೆಷ್ಟು ವೈಚಿತ್ರ್ಯಗಳು ಅಲ್ಲವೇ. ನಮ್ಮ ಹೆಸರಿನ ಸಮೀಪವೂ ಇಲ್ಲದ ಹೊಸ ಹೆಸರು ಕೂಡ ನಾವು ಲೀಗಲ್ ಆಗಿ ಪಡೆದುಕೊಳ್ಳಬಹದು. ಎಲ್ಲಕ್ಕೂ ವಿಚಿತ್ರವೇನು ಗೊತ್ತೇ? ನಮ್ಮ ಹೆಸರಿಗೆ ನಮ್ಮಲ್ಲಿರುವ ಅರ್ಥದ ತದ್ವಿರುದ್ಧ ಅರ್ಥ ಜಗತ್ತಿನ ಯಾವುದೋ ದೇಶದ ಭಾಷೆಯಲ್ಲಿ ಇರಬಹುದು. ಅಥವಾ ನಮ್ಮ ಹೆಸರನ್ನ ಹೇಳಿದೊಡನೆ ಜನ ನಗಬಹುದು. ನಮ್ಮ ಹೆಸರಿನ ಅರ್ಥ ಹೇಳಲು ಕೂಡ ಅವರು ನಾಚಿಕೆ ಪಡಬಹುದು. ನಮ್ಮ ದೇಶದಲ್ಲಿ, ನಮ್ಮ ಭಾಷೆಯಲ್ಲಿ ಅತ್ಯಂತ ಸಭ್ಯ ಎನ್ನಿಸಿದ ಪದ ಜಗತ್ತಿನ ಇನ್ಯಾವುದೂ ಮೂಲೆಯಲ್ಲಿ ಬಳಸಲು ಹಿಂಜರಿಯಬಹುದು. ಇದಕ್ಕೆ ಇರಬೇಕು ಹಿಂದಿಯಲ್ಲಿ 'ಕಿಸಿಕಿ ಬೋಲಿ, ಕಿಸಿಕ ಗಾಲಿ' ಎಂದಿರಬಹುದು.

ಇದಕ್ಕೆ ಸಂಬಂಧಿಸಿದ ಒಂದು ಘಟನೆಯನ್ನ ಹೇಳಿ ಈ ಬರಹಕ್ಕೆ ವಿರಾಮ ಹಾಡುವೆ. ಬಹುತೇಕ ದಕ್ಷಿಣ ಅಮೆರಿಕಾದ ದೇಶಗಳಲ್ಲಿ ಸ್ಪ್ಯಾನಿಷ್ ಆಡಳಿತ ಭಾಷೆ. ಜನರ ಭಾಷೆ. ಹೀಗಾಗಿ ನನಗೆ ದಕ್ಷಿಣ ಅಮೇರಿಕಾ ಪ್ರವಾಸ ಕಷ್ಟವಲ್ಲ. ಸ್ಪೇನ್‌ನ ಸ್ಪಾನಿಶಿನಲ್ಲಿ ಉಗ್ರಾಣಕ್ಕೆ ಅಲ್ಮೇಸೆನ್ ಎನ್ನುತ್ತೇವೆ, ಇದನ್ನ ದಕ್ಷಿಣ ಅಮೆರಿಕಾದ ಬಹುತೇಕ ದೇಶದಲ್ಲಿ ಬೋದೆಗಾ ಎನ್ನುತ್ತಾರೆ. ಹೀಗೆ ನನಗೆ ಸ್ಪ್ಯಾನಿಷ್ ಬರುತ್ತದೆ ಎನ್ನುವ ವಿಶ್ವಾಸಕ್ಕೆ ಒಂದಷ್ಟು ಈ ದೇಶಗಳು ಬ್ರೇಕ್ ಹಾಕುತ್ತವೆ. ಕೆಲವೊಮ್ಮೆ ನಮ್ಮ ಉತ್ತರ ಕರ್ನಾಟಕದ ಕೆಲವು ಕನ್ನಡ ಪದಗಳ ಅರ್ಥ ತಿಳಿಯದೆ ಪರದಾಡಿದ್ದು ಇದೆ. ಇದು ಆಲ್ಮೋಸ್ಟ್ ಸೇಮ್. ಹೀಗೆ ಒಮ್ಮೆ ಬೊಲಿವಿಯಾ ದೇಶದಲ್ಲಿ ಸಂಚರಿಸುತ್ತಿದ್ದೆ. ಅಲ್ಲಿನ ಜನ ಹಮ್ಮು ಬಿಮ್ಮು ಇಲ್ಲದ ಸರಳ ಜೀವಿಗಳು. ನಮ್ಮಲ್ಲಿ ಹೇಗೆ ವಿದೇಶಿ ಜನರು ಬಂದರೆ ಓಲೈಸಲು ನೋಡುತ್ತೇವೆ ಹಾಗೆಯೇ ಇಲ್ಲಿನ ಜನರಿಗೆ ನಾನು ವಿದೇಶಿ, ಅವರಿಗೆ ನಾನು ಸ್ಪ್ಯಾನಿಷ್ ಮಾತನಾಡುವುದು ಆಶ್ಚರ್ಯ ತಂದಿತ್ತು. ಹೆಚ್ಚು ಕಡಿಮೆ ಅವರಂತೆ ಮಾತನಾಡುತ್ತಿದ್ದ ನನ್ನ ಕಂಡವರು 'ಕೊಮೊ ತೇ ಯಾಮಾಸ್?' ಎನ್ನುತ್ತಿದ್ದರು. ಅಂದರೆ ನಿನ್ನ ಹೆಸರೇನು? ಎನ್ನುವ ಅರ್ಥ. ನಾನು ಸಭ್ಯತೆಯಿಂದ 'ಸೊಯ್

ರಂಗ' ಎನ್ನುತ್ತಿದ್ದೆ. ಮುಂದಿನ ಒಂದೆರಡು ಕ್ಷಣ ಅವರ ನಡುವೆ ಮುಖ ಮುಖ ನೋಡಿಕೊಳ್ಳುತ್ತಿದ್ದರು. ಕೆಲವರು ನಕ್ಕರು. ಹೀಗೇಕೆ ಎನ್ನುವುದು ತಿಳಿಯಲಿಲ್ಲ. ಕೊನೆಗೆ ಹೋಟೆಲ್ ಒಂದರಲ್ಲಿ ಕುಳಿತು ನಾನು ಸಸ್ಯಾಹಾರಿ ಎನ್ನುವುದನ್ನ ಬಿಡಿಸಿ ಹೇಳಿ ಕುಳಿತಿದ್ದೆ, ಮಾಣಿ ಬಂದವನು ಹೆಸರೇನು ಎಂದ, ಹೇಳಿದೆ. ಅವನು ಒಂದು ಕ್ಷಣ ದಂಗಾದವನಂತೆ ಕಂಡ, ಮತ್ತು ತಕ್ಷಣ ನಕ್ಕ, ಜೋಕ್ ಮಾಡಬೇಡ ನಿನ್ನ ಹೆಸರೇಳು ಎಂದ. ಇಲ್ಲಪ್ಪ ನನ್ನ ಹೆಸರು ರಂಗ ಎಂದೇ, ಮತ್ತು ಅದೇಕೆ ಇಲ್ಲಿ ಬಹುತೇಕರು ನನ್ನ ಹೆಸರು ಕೇಳಿದ ತಕ್ಷಣ ವಿಚಿತ್ರವಾಗಿ ವರ್ತಿಸುತ್ತಿದ್ದೀರಿ ಎಂದೇ, 'ರಂಗ' ಎನ್ನುವುದು ಹಸುವಿನ ಹೊಟ್ಟೆಯ ಭಾಗದ ಮಾಂಸದಿಂದ ಮಾಡಿದ ಒಂದು ಖಾದ್ಯದ ಹೆಸರು ಎಂದನಾತ. ದಿನಪೂರ್ತಿ ಜನರು ನನ್ನ ಹೆಸರು ಕೇಳಿದ ತಕ್ಷಣ ಅದೇಕೆ ಹಾಗೆ ವ್ಯವಹರಿಸುತ್ತಿದ್ದರು ಎನ್ನುವುದು ತಡವಾಗಿ ತಿಳಿಯಿತು.

ನಿಮ್ಮ ಹೆಸರು ಯಾವುದೋ ದೇಶದ ಖಾದ್ಯವಾಗಿರಬಹುದು, ಕೆಟ್ಟ ಪದವಾಗಿರಬಹುದು, ಜನ ಹೇಳಲು ನಾಚಿಕೊಳ್ಳಬಹುದು, ನನ್ನ ಹೆಸರಿನ ಘಟನೆ ಭಾಷೆಯ ವೈವಿಧ್ಯತೆಗೆ ಒಂದು ಸಣ್ಣ ಸಾಕ್ಷಿ!

# ಸಮೂಹ ಸನ್ನಿಗೆ ಸಿಲುಕುವುದು ಜನಸಾಮಾನ್ಯನ ಸಾಮಾನ್ಯ ಗುಣ!

ಕ್ರಿಕೆಟ್ ಎನ್ನುವುದು ಭಾರತದಲ್ಲಿ ಧರ್ಮ ಎನ್ನುವ ಮಟ್ಟಿಗೆ ಬೆಳೆದಿದೆ, ಅಥವಾ ಬೆಳೆಸಿದ್ದಾರೆ. ಇವತ್ತು ಅಂತಲ್ಲ ನನ್ನ ಏರು ಯೌವ್ವನದ ದಿನಗಳಲ್ಲಿ ಕೂಡ ನಾನು ಟಿವಿಯ ಮುಂದೆ ಕುಳಿತವನಲ್ಲ. ಆದರೆ ಅಣ್ಣ(ಅಪ್ಪ)ನಿಗೆ ಕ್ರಿಕೆಟ್ ಎಂದರೆ ಪಂಚಪ್ರಾಣ. ಟಿವಿ ಇರದ ಸಮಯದಲ್ಲಿ ಅಪ್ಪ ರೇಡಿಯೋಗೆ ಅಂಟಿಕೊಂಡು ಕೂತಿರುತ್ತಿದ್ದರು. ಕಾಮೆಂಟರಿ ಕೇಳುವುದು ಅವರಿಗೆ ಅತೀವ ಇಷ್ಟವಾದ ಕೆಲಸವಾಗಿತ್ತು. ಮನೆಯಲ್ಲಿ ನಾವ್ಯಾರಾದರೂ ಮಾತನಾಡಿದರೆ ಅಥವಾ ಶಬ್ದ ಮಾಡಿದರೆ ಸಾಕು ಅಪ್ಪ ಸಿಡಿಮಿಡಿ ಗೊಳ್ಳುತ್ತಿದ್ದರು. ಅವರು ಹೇಳುವ ಪ್ರತಿ ಪದವನ್ನೂ ಕೇಳಿಸಿಕೊಳ್ಳುತ್ತಿದ್ದರು. ಟಿವಿ ಬಂದ ಮೇಲೆ ಇದರ ಕಥೆ ಇನ್ನೂ ಬದಲಾಯ್ತು. ರಜಾ ದಿನಗಳಾದರೆ ಇಡೀ ದಿನ ಅಪ್ಪ ಟಿವಿಯ ಮುಂದೆ ಕುಳಿತು ಪ್ರತಿ ಬಾಲನ್ನು ಬಿಡದೆ ನೋಡುತ್ತಿದ್ದರು. ಜಾಹಿರಾತು

ಬಂದಾಗ ಮಾತ್ರ ಟಾಯ್ಲೆಟ್ ಮತ್ತಿತರೆ ಜರೂರಿ ಕೆಲಸಗಳು ನೆನಪಾಗುತ್ತಿದ್ದವು. ಅದು ಹೇಗೆ ಪೂರ್ಣ ದಿನ ಆ ಆಟವನ್ನ ನೋಡುತ್ತಿದ್ದರು ಎನ್ನುವುದು ನನಗೆ ಇಂದಿಗೂ ಸೋಜಿಗ. ಇದು ನನ್ನಪ್ಪನ ಕಥೆಯಲ್ಲ, ಇದು 95 ಪ್ರತಿಶತ ಭಾರತೀಯರ ಕಥೆ. ಇಷ್ಟೊಂದು ಜನ ಒಂದು ಕ್ರೀಡೆಯನ್ನ ಆರಾಧಿಸಲು ಶುರು ಮಾಡಿದರೆ ಏನಾಗಬಹುದು? ಅದು ಭಾರತದಲ್ಲೂ ಆಗಿದೆ. ಈ ಕ್ರೀಡೆಯನ್ನ ಒಂದು ದೊಡ್ಡ ಉದ್ಯಮವನ್ನಾಗಿ ಮಾರ್ಪಡಿಸಲಾಗಿದೆ. ಸೋಲು-ಗೆಲುವುಗಳ ಮೀರಿ ಆಟಗಾರರು ಹಣವಂತರಾಗುತ್ತಾ ಹೋಗುತ್ತಲೇ ಇದ್ದಾರೆ. ಕ್ರಿಕೆಟ್ ಆಟವಾಗಿ ಉಳಿಯದೆ ಮನರಂಜನೆಯ ಇನ್ನೊಂದು ಸಾಧನವಾಗಿ ಬದಲಾಗಿ ಹೋಗಿದೆ. ಆದರೂ ಜನರಿಗೆ ಕ್ರಿಕೆಟ್ ಪ್ರೇಮ ಒಂದಿಂಚೂ ಕೂಡ ಕಡಿಮೆಯಾಗಿಲ್ಲ.

ಸ್ಪೇನ್‌ಗೆ ಬಂದ ಹೊಸತರಲ್ಲಿ ಇಲ್ಲಿನ ಜನ ಈ ವಿಷಯದಲ್ಲಿ ಸ್ವಲ್ಪವಾಸಿ ಎನ್ನುವ ನನ್ನ ನಂಬಿಕೆ ಬಹಳ ದಿನ ಉಳಿಯಲಿಲ್ಲ. ಇಲ್ಲಿ ಕ್ರಿಕೆಟ್ ಆಡುವುದಿಲ್ಲ, ಹೀಗಾಗಿ ಜನರು ಕ್ರಿಕೆಟ್ ಆಟವನ್ನ ಆರಾಧಿಸುವುದಿಲ್ಲ. ಇಲ್ಲಿ ಫುಟ್ಬಾಲ್ ಆಟದ ಹುಚ್ಚು ಬಹಳವಿದೆ. ಹೀಗಾಗಿ ಇಲ್ಲಿನ ಜನ ಫುಟ್ಬಾಲ್ ಆಟವನ್ನ ಇನ್ನಿಲ್ಲದಷ್ಟು ಇಷ್ಟ ಪಡುತ್ತಾರೆ. ಭಾರತದಲ್ಲಿ ಕ್ರಿಕೆಟ್‌ಗೆ ಇರುವ ಸ್ಥಾನ ಯೂರೋಪಿನಲ್ಲಿ ಫುಟ್ಬಾಲ್ ಗಳಿಸಿಕೊಂಡಿದೆ ಎಂದು ಧಾರಾಳವಾಗಿ ಹೇಳಬಹುದು. ಇಲ್ಲಿನ ಜನರ ಕೈಯಲ್ಲಿ ಹಣದ ಹರಿವು ಕೂಡ ಹೆಚ್ಚಾಗಿದ್ದ ದಿನಗಳವು. ಹೀಗಾಗಿ ಯೂರೋಪಿನ ಯಾವುದೇ ದೇಶದಲ್ಲಿ ಫುಟ್ಬಾಲ್ ಪಂದ್ಯವಾದರೂ ಜನ ತನ್ನ ನೆಚ್ಚಿನ ತಂಡ ಆಡುವುದನ್ನ ನೋಡಲು ಪ್ರಯಾಣ ಮಾಡುತ್ತಿದ್ದರು. ಪ್ರಯಾಣದ ಖರ್ಚು, ಅಲ್ಲಿ ಉಳಿದುಕೊಳ್ಳುವ ಖರ್ಚು, ಊಟ ತಿಂಡಿಯ ಜೊತೆಗೆ ಪಂದ್ಯದ ಎಂಟ್ರನ್ಸ್ ಫೀಸು! ಅದೆಷ್ಟು ಖರ್ಚು!! ಬಟ್ ಜನರಿಗೆ ಇದ್ಯಾವುದರ ಚಿಂತೆ ಇರಲಿಲ್ಲ. ಕೈಯಲ್ಲಿ ಹಣವಿದ್ದಾಗ ನಾಳಿನ ಬಗ್ಗೆ ಚಿಂತಿಸುವುದು ಯೂರೋಪಿಯನ್ನರ ಗುಣವಲ್ಲ. ಇವರನ್ನ ಹತ್ತಿರದಿಂದ ನೋಡುತ್ತಾ ಹೋದಂತೆ ಭಾರತೀಯರೇ ವಾಸಿ ಎನ್ನಿಸುವ ಮಟ್ಟಿಗೆ ಇವರ ಫುಟ್ಬಾಲ್ ಪ್ರೇಮ ನನ್ನ ಮಟ್ಟಿಗೆ ಹೇವರಿಕೆ ತರಿಸಿತು. ಭಾರತದಲ್ಲಿ ಐಪಿಎಲ್ ಶುರುವಾಗುವುದಕ್ಕೆ ಮುಂಚಿನಿಂದ ಫುಟ್ಬಾಲ್ ಆಟವನ್ನ ಐಪಿಎಲ್ ಮಾದರಿಯಲ್ಲಿ ಇಲ್ಲಿ ನಡೆಸಲಾಗುತ್ತಿತ್ತು. ಇಂದಿಗೂ ನಡೆಸುತ್ತಾರೆ. ಜನ ತಮ್ಮ ಇಷ್ಟದ ತಂಡದ ಬಗ್ಗೆ ಯಾವ ಮಟ್ಟದ ಫ್ಯಾನಟಿಸಂ ಹೊಂದಿದ್ದಾರೆ ಎಂದರೆ, ಆಕಸ್ಮಿಕವಾಗಿ ತಮ್ಮ ನೆಚ್ಚಿನ ತಂಡ ಸೋತರೆ ಇಡೀ ಕ್ರೀಡಾಂಗಣ ಯುದ್ಧರಂಗವಾಗಿ ಮಾರ್ಪಡಿಸಿ ಬಿಡುವಷ್ಟು! ಹೌದು ಇತರೆ ತಂಡದ ಫ್ಯಾನ್ಸ್‌ಗಳ ಮೇಲೆ ಹಲ್ಲೆ ಮಾಡುವುದು, ಪೇಪರ್‌ನಿಂದ ಬೆಂಕಿ ಹಚ್ಚುವುದು, ಆಸನಗಳನ್ನ ಮುರಿಯುವುದು ಅತ್ಯಂತ ಸಾಮಾನ್ಯ ಎನ್ನುವಂತಾಗಿತ್ತು. ಇದರ

ಜೊತೆಗೆ ಕೆಲವೊಮ್ಮೆ ಇಂಗ್ಲೆಂಡ್‌ನಿಂದ ಬಾರ್ಸಿಲೋನಾಗೆ ಬಂದ ಫ್ಯಾನ್‌ಗಳು ಕ್ರೀಡಾಂಗಣಕ್ಕೆ ಸೀಮಿತವಾಗದೆ ನಗರದ ಇತರ ಕಡೆಯಲ್ಲೂ ದಾಂದಲೆ ನೆಡೆಸಿದ ಅನೇಕ ಘಟನೆಗಳನ್ನ ಕಣ್ಣಾರೆ ಕಂಡ ಅನುಭವ ನನ್ನದು. ಎಟಿಎಂ ಮಷೀನ್‌ಗಳನ್ನ ಹೊಡೆಯುವುದು, ಸಾರಿಗೆ ಬಸ್ಸಿಗೆ ಬೆಂಕಿ ಹಚ್ಚುವುದು, ಕಸದ ಕಂಟೈನರ್ ಗಳಿಗೆ ಬೆಂಕಿ ಹೆಚ್ಚುವುದು, ಹೀಗೆ ಒಂದಲ್ಲ ಅನೇಕ ಅಮಾನವೀಯ ಘಟನೆಗಳನ್ನ ಕಂಡಿದ್ದೇನೆ. ಇವರನ್ನ ನಿಯಂತ್ರಣಕ್ಕೆ ತರಲು ಪೊಲೀಸರು ನೀರನ್ನ ಎರಚುವುದು ಇತ್ಯಾದಿ ಮಾಡುವುದು ಮತ್ತು ಆ ಪ್ರಕ್ರಿಯೆಯಲ್ಲಿ ಕಣ್ಣು ಕಳೆದುಕೊಂಡ, ಕೈ ಮುರಿದುಕೊಂಡ ಫ್ಯಾನ್‌ಗಳ ಕಥೆಗಳು ಹತ್ತಾರು.

ಭಾರತ, ಪಾಕಿಸ್ತಾನ, ಬಾಂಗ್ಲಾ, ಟರ್ಕಿ, ಸ್ಪೇನ್, ಫ್ರಾನ್ಸ್, ಜರ್ಮನಿ, ಇಂಗ್ಲೆಂಡ್ ಹೀಗೆ ದೇಶಗಳ ಹೆಸರು ಬದಲಾಗುತ್ತದೆ. ಕ್ರೀಡೆಯ ಹೆಸರು ಬದಲಾಗುತ್ತದೆ ಆದರೆ ಜನರ ಫ್ಯಾನಟಿಸಂ ಮಾತ್ರ ಸೇಮ್! ಜನ ಸಾಮಾನ್ಯನಿಗೆ ಹುಚ್ಚುಚ್ಚಾಗಿ ಕಿರಿಚಾಡಲು ಒಂದು ಕಾರಣ ಬೇಕು. ದೇಶ ಭಾಷೆ, ವೇಷ ಬದಲಾದರೂ ಇವನ ಮೂಲಗುಣ ಮಾತ್ರ ಬದಲಾಗುವುದಿಲ್ಲ. ಒಂದೆರಡಲ್ಲ ಅರವತ್ತು ದೇಶಗಳ ಪರ್ಯಟನೆಯ ನಂತರ ಈ ನಿರ್ಧಾರಕ್ಕೆ ಬಂದಿದ್ದೇನೆ. ಕ್ರಿಕೆಟ್ ಅಂತಲ್ಲ, ಧರ್ಮ ಮತ್ತು ಭಾಷೆಯ ವಿಷಯದಲ್ಲೂ ಕೂಡ ಇವನನ್ನ ಬಹಳ ಬೇಗ ಪ್ರವೋಕ್ ಮಾಡಿಬಿಡಬಹುದು. ಹೀಗಾಗಿ ಧರ್ಮ ಮತ್ತು ಭಾಷೆಯ ಹೆಸರಿನಲ್ಲಿ ಕೂಡ ಎಲ್ಲೆಡೆ ಹೊಡೆದಾಟ ಕೂಡ ಸಾಮಾನ್ಯವಾಗಿದೆ.

ಈ ಸಾಮಾನ್ಯ ಜನ, ಅವನು ಯಾವ ದೇಶದ ಪ್ರಜೆಯೇ ಆಗಿರಲಿ, ವಿವೇಕ ಮತ್ತು ಸಾಮಾನ್ಯ ಜ್ಞಾನವನ್ನ ಮನೆಯಲ್ಲಿ ಇಟ್ಟು ಬಂದಿರುತ್ತಾನೆ. ಹೀಗೆ ಹೇಳಲು ಕಾರಣ ಬಹಳ ಸರಳ. ನೀವೇ ಗಮನಿಸಿ ನೋಡಿ, ಭಾನುವಾರದ ಪಂದ್ಯ ಪಾಕಿಸ್ತಾನ ಅಥವಾ ಭಾರತ ಯಾರೇ ಗೆಲ್ಲಲಿ ಜನ ಸಾಮಾನ್ಯನ ಬದುಕಿನಲ್ಲಿ ಏನಾದರೂ ಬದಲಾವಣೆ ಆಯ್ತಾ? ಇಲ್ಲ, ಬದಲಿಗೆ ಸೋಲು ಅಥವಾ ಗೆಲುವು, ಆಟಗಾರರಿಗೆ ತಮ್ಮ ಹಣ ಸಿಗುತ್ತದೆ. ದಿನದಿಂದ ದಿನಕ್ಕೆ ಅವರು ಹೆಚ್ಚೆಚ್ಚು ಸಾಹುಕಾರರಾಗುತ್ತಾರೆ. ಪೂರ್ಣ ದಿನ, ಹಣ ಮತ್ತು ಶಕ್ತಿಯನ್ನ ವ್ಯಯಿಸಿ ಪಂದ್ಯ ನೋಡಿದ ನೂರಾರು ಕೋಟಿ ಜನರ ಕಥೆಯೇನು? 99 ಪ್ರತಿಶತ ಜನರು ಸೋಮವಾರ ತಮ್ಮ ಹಣೆಬರಹವನ್ನ ಹಳಿದುಕೊಂಡು ಕೆಲಸಕ್ಕೆ ಹೋಗುತ್ತಾರೆ. ಇದು ಅವರಿಗೂ ಗೊತ್ತಿದೆ. ಆದರೂ ಮರಳಿ ಮತ್ತೆ ಅದೇ ತಪ್ಪನ್ನ ಮಾಡುತ್ತಾರೆ. ಹೀಗೆ ತಪ್ಪು ಮಾಡುತ್ತಲೇ ಜೀವನ ಸವೆಸುವುದರಲ್ಲಿ ಅವರಿಗೇನೋ ಆನಂದ.

ಭಾರತದಲ್ಲಿ ಹೇಗೆ ಇಂಡಿಯಾ ಮತ್ತು ಪಾಕಿಸ್ತಾನ ಪಂದ್ಯಕ್ಕೆ ಇನ್ನಿಲ್ಲದ ಪ್ರಚಾರ ನೀಡುತ್ತಾರೆ ಮತ್ತು ವೈರತ್ವವನ್ನ ವಿಜೃಂಭಿಸುತ್ತಾರೆ, ಥೇಟ್ ಅದೇ ರೀತಿಯಲ್ಲಿ ಇಲ್ಲಿನ ರಿಯಲ್ ಮ್ಯಾಡ್ರಿಡ್ ಮತ್ತು ಬಾರ್ಸ ಅಂದರೆ ಫುಟ್ಬಾಲ್

ಕ್ಲಬ್ ಬಾರ್ಸಿಲೋನಾ ನಡುವಿನ ಪಂದ್ಯವನ್ನ ಬಿಂಬಿಸುತ್ತಾರೆ. ಈ ಪಂದ್ಯಗಳು ಹೈ ವೋಲ್ಟೇಜ್ ಪಂದ್ಯಗಳು. ಜನರು ಒಂದು ರೀತಿಯ ಸಮೂಹ ಸನ್ನಿಗೆ ಒಳಗಾದವರಂತೆ ಇದರ ಪ್ರಭಾವವಲಯಕ್ಕೆ ಸಿಲುಕಿ ಭ್ರಮೆಯಲ್ಲಿ ಬದುಕುವುದನ್ನ ಕಂಡಿದ್ದೇನೆ. ಬಾರ್ಸಿಲೋನಾದಲ್ಲಿ ನನಗೆ ಬಹಳಷ್ಟು ಜನ ಉತ್ತಮ ಗೆಳೆಯರಾದರು. ಅವರಲ್ಲಿ ಕೆಲವರು ಸಮಾಜದಲ್ಲಿ ಉನ್ನತ ಸ್ಥಾನಮಾನ ಹೊಂದಿದವರು. ಬಾರ್ಸದಲ್ಲಿ ಸದಸ್ಯತ್ವ ಹೊಂದಿದವರು. ಇಂತಹ ಪಂದ್ಯಗಳು ನಡೆಯುವಾಗ ಟಿಕೆಟ್ ಸಿಗುವುದು ಸುಲಭದ ಮಾತಲ್ಲ. ಆದರೆ ನನಗೆ ಪಾಸ್ ನೀಡುವ ಸ್ನೇಹಿತರಿದ್ದರು. ಒಂದು ಪಾಸಿನಲ್ಲಿ ಇಬ್ಬರು ಪ್ರವೇಶ ಪಡೆಯಬಹುದಿತ್ತು. ಆದರೆ ನಾನು ಅವರು ಕೊಡುವ ಪಾಸ್ ಬೇಡ ಎಂದಾಗ ಅವರಿಗೆ ನಾನು ಅನ್ಯಗ್ರಹ ಜೀವಿಯಂತೆ ಕಾಣುತ್ತಿದ್ದೆ. ಎರಡು ತಂಡಗಳು ಸೆಣಸುತ್ತವೆ, ಒಬ್ಬರು ಗೆಲ್ಲುತ್ತಾರೆ, ಒಬ್ಬರು ಸೋಲುತ್ತಾರೆ, ಬಟ್ ಹಣ ಮಾತ್ರ ಎಲ್ಲಾ ಆಟಗಾರರು ಮಾಡಿಕೊಳ್ಳುತ್ತಾರೆ. ಜನ ಸಾಮಾನ್ಯ ಮಾತ್ರ ಹಣ ಮತ್ತು ವೇಳೆ ಎರಡನ್ನೂ ಕಳೆದುಕೊಳ್ಳುತ್ತಾನೆ. ನನ್ನ ವೇಳೆ ಕಳೆದುಕೊಳ್ಳಲು ಇಷ್ಟವಿಲ್ಲ ಎನ್ನುವ ನನ್ನ ಮಾತುಗಳು ಬಹಳಷ್ಟು ಮಿತ್ರರಿಗೆ ಜೀರ್ಣವಾಗುತ್ತಿರಲಿಲ್ಲ.

ನಿಮಗೆಲ್ಲಾ ತಿಳಿದಿರಲಿ, ರೊನಾಲ್ಡೊ, ಮೆಸ್ಸಿ, ನೇಯ್ಮಾರ್ ನಂತಹ ಆಟಗಾರರು ಒಂದು ಸೀಸನ್‌ನಲ್ಲಿ ಗಳಿಸುವ ಹಣವನ್ನ ಯೂರೋಪಿನ ಸಾಮಾನ್ಯ ಪ್ರಜೆ ಗಳಿಸಲು 500 ವರ್ಷ ಅಥವಾ ಅದಕ್ಕಿಂತ ಹೆಚ್ಚು ಸಮಯ ಬೇಕಾಗುತ್ತದೆ. ಇನ್ನು ಭಾರತೀಯ ಪ್ರಜೆಗೆ ಸಾವಿರ ವರ್ಷವಾದರೂ ಸಾಲದು. ಇದೇ ಮಾತು ಕ್ರಿಕೆಟ್ ಆಟಗಾರರಿಗೂ ಅನ್ವಯಸುತ್ತದೆ. ಹೀಗೆ ಮನುಷ್ಯ ಮತ್ತು ಮನುಷ್ಯನ ನಡುವಿನ ಅಂತರವನ್ನ ನಾವೇ ಖುಷಿಯಾಗಿ ಹೆಚ್ಚಿಸಲು ಸಹಾಯ ಮಾಡುತ್ತೇವೆ ಎನ್ನುವುದು ಹೇಯ ವಾಸ್ತವ. ಕನಿಷ್ಠ ನಾನು ಇಂತಹ ಒಂದು ಸಮೂಹ ಸನ್ನಿಗೆ ಒಳಗಾಗುವುದಿಲ್ಲ ಎನ್ನುವ ಶಪಥವನ್ನ ಬಹಳ ಹಿಂದೆಯೇ ಮಾಡಿದ್ದೆ. ಹೀಗಾಗಿ ಇಲ್ಲಿ ಪುಕ್ಕಟೆ ಪಾಸ್ ನೀಡುತ್ತೇನೆ ಎಂದರೂ ನಾನು ಪಂದ್ಯ ವೀಕ್ಷಿಸಲು ಹೋಗಲಿಲ್ಲ. ಪಂದ್ಯದ ಮಾತು ಬಹಳ ದೂರ ಉಳಿಯಿತು, ನಾನು ಬಾರ್ಸಿಲೋನಾ ತಂಡದ ಸ್ಟೇಡಿಯಂ ಕೂಡ ನೋಡಲು ಹೋಗಲಿಲ್ಲ. ಇಲ್ಲಿಗೆ ಬರುವ ಕೋಟ್ಯಾಂತರ ಜನರು ಬಾರ್ಸ ಸ್ಟೇಡಿಯಂ ಟೂರ್ ಮಾಡುತ್ತಾರೆ, ಆಟಗಾರರ ಕೋಣೆಯನ್ನ ನೋಡಿಕೊಂಡು ಅಲ್ಲಿ ಫೋಟೋ ತೆಗೆದುಕೊಂಡು ಹೋಗುತ್ತಾರೆ. ನಮಗೆ ಎಲ್ಲವೂ ಸರದಿಯಲ್ಲಿ ಸಾಲುಗಟ್ಟಿ ನಿಲ್ಲದೆ, ಹಣ ಖರ್ಚು ಮಾಡದೆ ನೋಡುವ ಅವಕಾಶ ಸಿಕ್ಕಿತ್ತು. ಆದರೆ ನನಗೆ ಈ ರೀತಿಯ ಅತಿ ರಂಜಿತ ವ್ಯಕ್ತಿ ಪೂಜೆ ಇಷ್ಟವಾಗುವುದಿಲ್ಲ. ಹೀಗಾಗಿ ನಾನು ಇಲ್ಲಿಯವರೆಗೆ ಬಾರ್ಸ ಪ್ರವೇಶಿಸಿಲ್ಲ, ಚಿನ್ನಸ್ವಾಮಿ ಕ್ರೀಡಾಂಗಣಕ್ಕೂ ಕಾಲಿಟ್ಟಿಲ್ಲ. ರಮ್ಯ, ಕ್ರಿಕೆಟ್ ಕಾಶಿ ಎಂದು ಪ್ರಖ್ಯಾತವಾಗಿರುವ ಇಂಗ್ಲೆಂಡ್‌ನ ಲಾರ್ಡ್ ಸ್ಟೇಡಿಯಂ ಸುತ್ತು

ಹೊಡೆದು ಬರುವವರೆಗೆ ಹೊರಗೆ ನಿಂತು ಕಾಯುತ್ತಿದ್ದೆ. ಕ್ರಿಕೆಟ್ ಅಥವಾ ಫುಟ್ಬಾಲ್ ಅಥವಾ ಇನ್ನ್ಯಾವುದೇ ಆಟದ ಆಟಗಾರರಿಗೆ ಸಿಕ್ಕಿರುವ ದೈವಪಟ್ಟ ನನಗೆ ಇನ್ನಿಲ್ಲದ ಕಿರಿಕಿರಿ ಉಂಟು ಮಾಡುತ್ತದೆ. ಹೀಗಾಗಿ ನಾನು ಇವುಗಳಿಂದ ಗಾವುದ ದೂರ.

ಒಂದಲ್ಲ, ಹಲವು ಬಾರಿ ನನ್ನ ಸ್ಪ್ಯಾನಿಷ್ ಸ್ನೇಹಿತರು ಕೊನೆ ಪಕ್ಷ ಒಂದು ಮ್ಯಾಚ್ ಆದರೂ ಬಂದು ನೋಡು, ನಿನಗೆ ಖಂಡಿತ ಇಷ್ಟವಾಗುತ್ತದೆ ಎನ್ನುವ ಮಾತುಗಳನ್ನ ಆಡಿದರು. ಅಲ್ಲಿನ ಎಲೆಕ್ಟ್ರಿಫೈಯಿಂಗ್ ವಾತಾವರಣಕ್ಕೆ ನಾವು ದುಡ್ಡು ಕೊಟ್ಟು ಹೋಗುವುದು, ನೀನು ಹೇಳುವುದು ಸರಿ ಎಲ್ಲರೂ ದುಡ್ಡು ಮಾಡಿಕೊಳ್ಳುತ್ತಾರೆ. ಆದರೆ ನಾವೇನೂ ಕಳೆದುಕೊಂಡು ಬರುವುದಿಲ್ಲ, ಕೊಟ್ಟ ಹಣಕ್ಕೆ ಪೂರಾ ಪೈಸಾ ವಸೂಲಿಯಾಗುವಷ್ಟು ಖುಷಿಯನ್ನ ಅನುಭವಿಸಿ ಬರುತ್ತೇವೆ, ಎನ್ನುವ ಅವರ ಮಾತು ನನಗಿಲ್ಲಿಯವರೆಗೆ ರುಚಿಸಿಲ್ಲ.

ಎಲ್ಲವೂ ಗೊತ್ತಿದ್ದೂ ಸಮಯ ಮತ್ತು ಹಣವನ್ನ ವ್ಯಯಿಸಿ ಖುಷಿಯನ್ನ ಪಡೆಯುತ್ತೇವೆ ಎನ್ನುವರಿಗೆ ಬೇಡವೆನ್ನಲು ನಾನ್ಯಾರು? ಜಗತ್ತಿನ ಉದ್ದಗಲದ ತುಂಬೆಲ್ಲಾ ಮೆಜಾರಿಟಿ ಸಿಕ್ಕುವುದು ಇಂತಹ ಜನ. ತನ್ನ ಸೀಮಿತ ಜೀವಿತಾವಧಿಯಲ್ಲಿ ಮನುಷ್ಯ ಇದನ್ನ ಮೀರಿ ಯೋಚಿಸದೆ ಹೋಗುವುದು ಮಾತ್ರ ನನ್ನ ಪಾಲಿಗೆ ಸದಾ ಅಚ್ಚರಿ.

# ಹಣದ ಮೌಲ್ಯ ತಿಳಿಯಬೇಕಾದರೆ ಪರಿಶ್ರಮ ಮೀರಿದ ಸವಲತ್ತು ನೀಡಬಾರದು!

ಬಾರ್ಸಿಲೋನಾಗೆ ಬಂದ ಹೊಸತರಲ್ಲಿ ನನಗೆ ಅಚ್ಚರಿಗೊಳಿಸಿದ ಅನೇಕ ವಿಷಯಗಳಲ್ಲಿ ಇಲ್ಲಿನವರು ಮದುವೆ ಎನ್ನುವ ಕಾರ್ಯಕ್ರಮವನ್ನ ಮಾಡುವ ರೀತಿಯೂ ಒಂದು. ಈ ಮಾತನ್ನ ಹೇಳಲು ಕಾರಣ ಬಹುತೇಕ ಇಲ್ಲಿನ ಮದುವೆಗಳು ನೂರು ಜನರಿಗಿಂತ ಕಡಿಮೆ ಸಂಖ್ಯೆಯಲ್ಲಿ ಸಂಪನ್ನಗೊಳ್ಳುತ್ತವೆ. ಮದುವೆ ಎನ್ನುವುದು ತೀರಾ ಖಾಸಗಿ ವಿಷಯ ಎನ್ನುವುದು ಇಲ್ಲಿನ ಜನರ ಅಭಿಪ್ರಾಯ. ಇಲ್ಲಿನ ಮದುವೆಗಳ ವಿಶೇಷತೆ ಏನೆಂದರೆ ನಮ್ಮ ಬೇಕು ಬೇಡಗಳನ್ನ ನಾವು ಮೊದಲೇ ತಿಳಿಸಬಹುದು, ಅಂದರೆ ನಮಗೆ ಶುಂಠಿ ಅಲರ್ಜಿ ಇದ್ದರೆ, ಅಥವಾ ನಟ್ಸ್ ಹಾಕಿದ ಪದಾರ್ಥ ಇಷ್ಟವಿರದಿದ್ದರೆ, ಪೂರ್ಣ ಸಸ್ಯಾಹಾರಿಯಾಗಿದ್ದರೆ, ಹೀಗೆ ನಮ್ಮ ಊಟದ ವಿಷಯದಲ್ಲಿ ಬೇಕು ಬೇಡಗಳ ಪಟ್ಟಿಯನ್ನ ಸಲ್ಲಿಸಬಹುದು. ಮದುವೆಗೆ ಹೋದಾಗ

ನಿಮ್ಮ ಟೇಬಲ್ ನಂಬರ್ ನಿಮಗೆ ತಿಳಿಸಲಾಗುತ್ತದೆ. ಟೇಬಲ್ ಬಳಿಗೆ ಹೋದರೆ ಅಲ್ಲಿ ಹೆಸರು ಸಮೇತ ಒಂದು ಮೆನು ಕಾರ್ಡ್ ಇಟ್ಟಿರುತ್ತಾರೆ. ಅಲ್ಲಿ ನಾವು ಹೇಳಿದ ಬೇಕುಬೇಡಗಳನ್ನ ಗಮನದಲ್ಲಿರಿಸಿಕೊಂಡು ತಯಾರಿಸಲಾದ ಖಾದ್ಯಗಳ ಆಯ್ಕೆಯನ್ನ ನೀಡಲಾಗಿರುತ್ತದೆ. ಇದು ನನಗೆ ಬಹಳ ಇಷ್ಟವಾದ ವಿಷಯ. ಅಂತೆಯೇ ಮದುಮಕ್ಕಳಿಗೆ ನವಜೀವನಕ್ಕೆ ಬೇಕಾಗುವ ವಸ್ತುಗಳ ಪಟ್ಟಿಯನ್ನ ತಯಾರಿಸಿ ಇಟ್ಟಿರುತ್ತಾರೆ. ಕೈಲಾದ ಮಟ್ಟಿಗೆ ಅವುಗಳನ್ನ ಕೊಳ್ಳಲು ನಾವು ದೇಣಿಗೆಯನ್ನ ಉಡುಗೊರೆ ರೂಪದಲ್ಲಿ ನೀಡಬಹುದು. ಇಲ್ಲವೇ ಯಾವುದೇ ದೊಡ್ಡ ಸೂಪರ್ ಮಾರ್ಕೆಟ್‌ನಲ್ಲಿ ರಿಡೀಮ್ ಮಾಡಿಕೊಳ್ಳಬಹುದಾದ ಗಿಫ್ಟ್ ವೋಚರ್ ಕೂಡ ಉಡುಗೊರೆಯಾಗಿ ನೀಡಬಹುದು.

ಎಲ್ಲಕ್ಕಿಂತ ಆಶ್ಚರ್ಯ ಅನ್ನಿಸುವುದು ಇವರು ಮದುವೆಗೆ ಕರೆಯುವ ಜನರ ಪಟ್ಟಿಯನ್ನ ಹೇಗೆ ಅಷ್ಟು ಕಡಿಮೆ ಸಂಖ್ಯೆಗೆ ಇಳಿಸುತ್ತಾರೆ ಎನ್ನುವುದು. ನಮ್ಮಲ್ಲಿ ನೋಡಿ ಮದುವೆ ಎನ್ನುವುದು ಖಾಸಗಿ ವಿಷಯವಲ್ಲ, ಅದು ಎಲ್ಲರಿಗೂ ಸೇರಿದ್ದು. ಮನೆಗೆ ನಿತ್ಯವೂ ಹೂವು, ಪೇಪರ್ ಹಾಕುವ ಹುಡುಗನಿಂದ ಹಿಡಿದು, ರಸ್ತೆ ಬದಿಯ ತರಕಾರಿ ವ್ಯಾಪಾರಿಯನ್ನ ಕೂಡ ನಾವು ಬಿಡದೆ ಮದುವೆಗೆ ಕರೆಯುತ್ತೇವೆ. ಸಮಾಜದಲ್ಲಿ ಒಂದಷ್ಟು ಗುರುತಿಸಿಕೊಂಡ ವ್ಯಕ್ತಿತ್ವ ನಿಮ್ಮದಾಗಿದ್ದರೆ ಇದರ ಕಥೆ ಇನ್ನೂ ಹೆಚ್ಚು! ಮದುವೆ ಎಂದರೆ ಸಾವಿರಾರು ಜನರು ಸೇರುತ್ತಾರೆ. ಅಪ್ಪಿತಪ್ಪಿ ಯಾರನ್ನಾದರೂ ಕರೆಯುವುದು ಮರೆತು ಹೋದರೆ ಅದು ದೊಡ್ಡ ರಾದ್ಧಾಂತವಾಗುತ್ತದೆ. ತೀರಾ ಇತ್ತೀಚಿನವರೆಗೆ ಅಂದರೆ ಈ ಕರೋನ ವೈರಸ್ ಬಂದು ನಾವು ಬದುಕುವ ರೀತಿಯನ್ನ ಬದಲಿಸುವವರೆಗೆ ಮದುವೆ ಮುಂತಾದ ಶುಭ ಸಮಾರಂಭಗಳಿಗೆ ಬಂಧು ಮತ್ತು ಮಿತ್ರರನ್ನ ಕರೆಯುವ ಕೆಲಸವಿದೆಯಲ್ಲ ಅದಕ್ಕಿಂತ ಕಷ್ಟದ ಕೆಲಸ ಏನಿರಲು ಸಾಧ್ಯವಿತ್ತು ನೀವೇ ಹೇಳಿ? ಬೆಂಗಳೂರು ನಗರದ ಟ್ರಾಫಿಕ್‌ನಲ್ಲಿ ಸರ್ಕಸ್ ಮಾಡುತ್ತಾ, ದಿನದಲ್ಲಿ ಐದಾರು ಮನೆಯನ್ನ ಕರೆದು ಅದನ್ನ ದೊಡ್ಡ ಸಾಧನೆ ಎನ್ನುವಂತೆ ಬಿಂಬಿಸಿಕೊಳ್ಳುತ್ತಿದೆವು ನೆನಪಿದೆಯೇ? ಅಂತೂ ಇಂತೂ ಕರೋನ ವೈರಸ್ ಇಂತಹ ಹುಚ್ಚಾಟಗಳಿಗೆ ಒಂದಷ್ಟು ಕಡಿವಾಣ ಹಾಕಿದೆ. ವಾಟ್ಸಪ್‌ನಲ್ಲಿ ಸಂದೇಶ ಕಳುಹಿಸಿ ಫೋನ್ ಮಾಡಿದರೆ, ಅವನೇನು ಮನೆಗೆ ಬಂದು ಕರೆದಿದ್ದಾನೆಯೇ? ಎಂದು ಮೂಗು ಮುರಿಯುತ್ತಿದ್ದ ಒಂದು ತಲೆಮಾರಿನ ಜನ ಕೂಡ ಈಗ ವಾಟ್ಸಪ್ ಸಂದೇಶವನ್ನೇ ಒಪ್ಪಿಕೊಳ್ಳುವ ಮಟ್ಟಕ್ಕೆ ಬದಲಾಗಿದ್ದಾರೆ. ಅಂದಹಾಗೆ ಜನರ ಸಂಖ್ಯೆಯ ದೃಷ್ಟಿಯಿಂದಲೂ ಸಮಾರಂಭಗಳಲ್ಲಿ ಜನರ ಸಂಖ್ಯೆ ಕಡಿಮೆಯಾಗಿದೆ.

ಯೂರೋಪಿನ ಯುವ ಜನತೆಯಲ್ಲಿ ತಮ್ಮ ಮದುವೆಯ ಬಗ್ಗೆ ಸ್ಪಷ್ಟ ಕಲ್ಪನೆಯಿದೆ. ಏಕೆಂದರೆ ಮುಕ್ಕಾಲು ಪಾಲು ನವ ಜೋಡಿಗಳು ತಮ್ಮ

ಮದುವೆಯ ಖರ್ಚನ್ನ ತಾವೇ ಭರಿಸುತ್ತಾರೆ. ಹುಡುಗ ಮತ್ತು ಹುಡುಗಿಯ ಅಪ್ಪ-ಅಮ್ಮ ಒಂದಷ್ಟು ಹಣ ಸಹಾಯ ಮಾಡಿದರೆ ಅದು ಬಹುದೊಡ್ಡ ಉಪಕಾರ ಎನ್ನುವಂತೆ ಮಕ್ಕಳು ಭಾವಿಸುತ್ತಾರೆ. ಹೀಗಾಗಿ ಅವರ ಮದುವೆಗೆ ಯಾರು ಬರಬೇಕು ಎನ್ನುವ ನಿರ್ಧಾರವನ್ನ ಕೂಡ ಅವರೇ ಮಾಡುತ್ತಾರೆ. ಮುಕ್ಕಾಲು ಪಾಲು ತೀರಾ ಫಸ್ಟ್ ಸರ್ಕಲ್ ಬಂಧುಗಳನ್ನ ಮಾತ್ರ ಮದುವೆಗೆ ಕರೆಯುತ್ತಾರೆ, ಉಳಿದಂತೆ ತಮ್ಮ ಸದ್ಯದ ದೈನಂದಿನ ಜೀವನದಲ್ಲಿ ಯಾರು ಹಾಸುಹೊಕ್ಕಿರುತ್ತಾರೆ ಅವರನ್ನ ಮಾತ್ರ ಆಹ್ವಾನಿಸುತ್ತಾರೆ. ಹೀಗಾಗಿ ಇವರ ಆಹ್ವಾನಿತರ ಸಂಖ್ಯೆ ಕಡಿಮೆಯಿರುತ್ತದೆ. ಹೆಣ್ಣು ಹೆತ್ತವರು ಎಲ್ಲಾ ಖರ್ಚನ್ನ ಹೊರುವ ನಮ್ಮ ಸಂಪ್ರದಾಯ ನನ್ನ ಮಟ್ಟಿಗೆ ಸರಿಕಾಣದ ವಿಷಯ.

ಇಲ್ಲಿ ಮಕ್ಕಳನ್ನ ಕೂಡ ಚಿಕ್ಕಂದಿನಿಂದ ಬಹಳ ಇಂಡಿಪೆಂಡೆಂಟ್ ಆಗಿ ಸಾಕುತ್ತಾರೆ. ಪೋಷಕರು ಯಾವುದೇ ಮುಲಾಜಿಲ್ಲದೆ ಇದು ನಾವು ಕಷ್ಟಪಟ್ಟ ಹಣ, ನಾವು ಗಳಿಸಿದ್ದು ಹೀಗಾಗಿ ಬದುಕಲು ಬೇಕಾಗುವ ಬೇಸಿಕ್ ಸವಲತ್ತು ನೀಡುತ್ತೇವೆ, ಐಷಾರಾಮ ಬೇಕಿದ್ದರೆ ದುಡಿಯಲು ಶುರು ಮಾಡು ಎನ್ನುವ ಮಾತನ್ನ ಮುಲಾಜಿಲ್ಲದೆ ಹೇಳುತ್ತಾರೆ. ಪೋಷಕರು ಏನಾದರೂ ಹೆಚ್ಚಿನ ಹಣ ಅಥವಾ ಉಡುಗೊರೆ ಕೊಟ್ಟರೆ ಅದನ್ನ ಸೌಭಾಗ್ಯವೆಂದು ಮಕ್ಕಳು ಭಾವಿಸುತ್ತಾರೆ. ನನ್ನ ಗ್ರಾಹಕರೊಬ್ಬರು ಅವರ ಮಗನನ್ನ ಬೇಸಿಗೆ ರಜಾ ಸಮಯದಲ್ಲಿ ಅಲ್ಮೇಸೇನ್(ಗೋಡೌನ್)ನಲ್ಲಿ ವಸ್ತುಗಳನ್ನ ಲೋಡ್ ಮತ್ತು ಅನ್‌ಲೋಡ್ ಮಾಡುವ ಕೆಲಸಕ್ಕೆ ಹಾಕಿದ್ದರು. ನನಗೆ ಅವರ ಮಗನ ಪರಿಚಯವಿತ್ತು. ಅಲ್ಲದೆ ಬೆಳಿಗ್ಗೆ ಮಗನನ್ನ ಅವರೇ ಕರೆದುಕೊಂಡು ಬಂದು ಡ್ರಾಪ್ ಮಾಡಿ ಮುಂದಿನ ಅವರ ಕೆಲಸಕ್ಕೆ ಹೋಗುತ್ತಿದ್ದರು. ಅತ್ಯಂತ ಐಷಾರಾಮಿ ಕಾರಿನಲ್ಲಿ ಬರುತ್ತಿದ್ದ ಅವರು ಹೇಳುತ್ತಿದ್ದ ಮಾತು ನನ್ನ ಕಿವಿಯಲ್ಲಿ ಇಂದಿಗೂ ಗುಯ್ ಗುಡುತ್ತಿದೆ. 'ಅವರದಲ್ಲದ ಪರಿಶ್ರಮಕ್ಕೆ ಅವರಿಗೆ ಅತಿ ಹೆಚ್ಚು ಸವಲತ್ತು ಸಿಕ್ಕರೆ ಅವರಿಗೆ ಅದರ ಮೌಲ್ಯ ತಿಳಿಯುವುದಿಲ್ಲ' ಎನ್ನುವುದು ಆ ಮಾತು. ನಿಮಗೆಲ್ಲ ನೆನಪಿರಲಿ ನಾವು ಸಾಮಾನ್ಯವಾಗಿ ಸಮಾಜ ಸರಿಯಿಲ್ಲ ಜನರು ಸರಿಯಿಲ್ಲ ಎನ್ನುವ ಮಾತುಗಳನ್ನ ಆಡುತ್ತೇವೆ. ಆದರೆ ಈ ಸಮಾಜ ಎಂದರೆ ಯಾರು? ಜನ ಎಂದರೆ ಯಾರು? ನಾವೇ ಅಲ್ಲವೇ? ಈ ಸಾಮಾನ್ಯ ಜ್ಞಾನವನ್ನ ಮರೆತು ಬಿಡುತ್ತವೆ. ಸಮಾಜದಲ್ಲಿ ಒಳಿತೋ ಅಥವಾ ಕೆಡುಕೋ ಒಮ್ಮೆ ಚಾಲನೆ ಸಿಕ್ಕರೆ ಜನ ಅದನ್ನ ಕಣ್ಣುಮುಚ್ಚಿ ಅನುಸರಿಸುತ್ತಾರೆ. ಇಲ್ಲಿನ ಮುಕ್ಕಾಲು ಪಾಲು ಪೋಷಕರು ತಮ್ಮ ಮಕ್ಕಳ ಬಗ್ಗೆ, ಹಣದ ಬಗ್ಗೆ, ನೀಡುವ ಸೌಕರ್ಯಗಳ ಬಗ್ಗೆ ಇದೆ ನಿಲುವನ್ನ ಹೊಂದಿದ್ದಾರೆ. ಒಟ್ಟಿನಲ್ಲಿ ಸಮಾಜ ಅಥವಾ ದೇಶ ಎಂದರೆ ಒಟ್ಟು ಆ ದೇಶದ ಜನರ ಕಲೆಕ್ಟಿವ್ ಮನಸ್ಥಿತಿ ಅಲ್ಲವೇ?

ಇದು ಕೇವಲ ಮದುವೆಯ ವಿಚಾರಕ್ಕೆ ಮಾತ್ರ ಸೀಮಿತವಲ್ಲ, ಹೆಚ್ಚಿನ ವ್ಯಾಸಂಗದ ವಿಷಯ ಬಂದಾಗ ಮತ್ತು ಅದಕ್ಕೆ ಹೆಚ್ಚಿನ ಹಣದ ಆವಶ್ಯಕತೆ ಇದ್ದರೆ ಅಲ್ಲಿಯೂ ಈ ನಿಯಮ ಚಾಲೂ ಆಗುತ್ತದೆ. ಮದುವೆಗೆ ಮುನ್ನ ಒಂದಾಗಿ ಬಾಳುವ ಲಕ್ಷಾಂತರ ಜೋಡಿಗಳಲ್ಲೂ ಇದೆ ರೀತಿಯ ಹೊಂದಾಣಿಕೆಯನ್ನ ನಾವು ಕಾಣಬಹುದು. ಅಂದರೆ ಊಟಕ್ಕೆ ಒಟ್ಟಾಗಿ ಹೋದರೆ ಒಮ್ಮೆ ಹುಡುಗ ಕೊಟ್ಟರೆ, ಒಮ್ಮೆ ಹುಡುಗಿ ಬಿಲ್ ಪಾವತಿ ಮಾಡುತ್ತಾರೆ. ಬಹಳಷ್ಟು ವೇಳೆ ಅವತ್ತಿನ ವಿಷಯ ಅವತ್ತಿಗೆ ಮುಗಿಯಲಿ ಎನ್ನುವ ಮನೋಭಾವದವರನ್ನ ಇಲ್ಲಿನ ಸಮಾಜದಲ್ಲಿ ಕಾಣಬಹುದು. ಅಂದರೆ ಒಟ್ಟು ಎಷ್ಟು ಬಿಲ್ ಆಗಿರುತ್ತದೆ ಅದನ್ನ ಸಮವಾಗಿ ಹಂಚಿಕೊಳ್ಳುವುದು. ಇದು ಕೇವಲ ಲಿವಿಂಗ್ ಟುಗೆದರ್ ನಲ್ಲಿರುವ ಜೋಡಿಗಳು ಪಾಲಿಸುವ ರೀತಿ ಎಂದುಕೊಂಡರೆ ಅದು ತಪ್ಪು, ಸ್ಪೇನ್ ಮತ್ತು ಬಹುಪಾಲು ಯೂರೋಪಿನಲ್ಲಿ ಇದೇ ವ್ಯವಸ್ಥೆ, ಸ್ನೇಹಿತರು, ಬಂಧುಗಳು ಮತ್ತು ಮಿತ್ರರು ಜೊತೆಯಲ್ಲಿ ತಿನ್ನಲು ಹೋದರೆ ಆಗ ಬಿಲ್ ಸಮವಾಗಿ ಎಷ್ಟು ಜನರಿರುತ್ತಾರೆ ಅವರಿಗೆ ಡಿವೈಡ್ ಮಾಡಲಾಗುತ್ತದೆ. ಇಲ್ಲಿ ನಾಳೆಗೆ ಮನಸ್ಸಿನಲ್ಲಿ ಯಾವುದೇ ಕಹಿಯನ್ನ ಉಳಿಸಿಕೊಳ್ಳುವುದಿಲ್ಲ. ಮದುವೆಗೂ ಅಷ್ಟೇ ಇಷ್ಟವಿಲ್ಲದ ಬಂಧುವನ್ನ ಕರೆಯುವ ಬಾಬತ್ತು ಇಲ್ಲಿಲ್ಲ.

ನಮ್ಮಲ್ಲಿ ಮಾತ್ರ ಈ ವಿಷಯದಲ್ಲಿ ನಾವಿನ್ನೂ ಮಾಗಬೇಕಿದೆ. ಅವರನ್ನ ಕರೆದು ಇವರನ್ನ ಬಿಟ್ಟರೆ ಹೇಗೆ? ಅವರು ಏನೆಂದುಕೊಂಡಾರು? ಈ ಎಲ್ಲ ವಿಷಯಗಳಲ್ಲಿ ನಮ್ಮ ಚಿಂತನೆಯಿನ್ನೂ ಪಕ್ವವಾಗಬೇಕಿದೆ. ಬರುವ ದಿನಗಳಲ್ಲಿ ನಾವು ಕೂಡ ಯೂರೋಪಿಯನ್ನರಂತೆ ಆಗುತ್ತೇವೆ ಎನ್ನುವುದರಲ್ಲಿ ನನಗೆ ಸಂಶಯವಿಲ್ಲ. ಏಕೆಂದರೆ ಇಂದು ನಾವೆಲ್ಲಾ ಬದುಕನ್ನ ಕಟ್ಟಿಕೊಳ್ಳುವ ಭರದಲ್ಲಿ ಬಹಳಷ್ಟು ದೂರದ ಜಾಗಗಳಿಗೆ ವಲಸೆ ಹೋಗಿದ್ದೇವೆ. ಹೀಗಾಗಿ ಸಮಾರಂಭಗಳಿಗೆ ಕರೆದರೂ ಬರುವ ವ್ಯವಧಾನ ಬಂಧುಗಳಿಗೆ ಉಳಿದಿಲ್ಲ. ಅಲ್ಲದೆ ಭಾರತ ಈ ಹಿಂದಿನಂತೆ ಕಡಿಮೆ ಖರ್ಚಿನ ದೇಶವಾಗಿ ಉಳಿದಿಲ್ಲ. ಈಗ ಇಲ್ಲಿಯೂ ಕೂಡ ತಲೆ ಅಥವಾ ಪ್ಲೇಟ್ ಲೆಕ್ಕಾಚಾರದ ಮೇಲೆ ಊಟದ ಲೆಕ್ಕ ಹಾಕುತ್ತಾರೆ. ಹೀಗಾಗಿ ರಸ್ತೆ ಬದಿಯ ಹೂವು ಮಾರುವ ಪರಿಚಯದ ಮಹಿಳೆಯನ್ನ ಕರೆಯುವ ಮುನ್ನ ಜನ ಚಿಂತಿಸುವಂತಾಗಿದೆ.

ಕರೆದ ಮಾತ್ರಕ್ಕೆ ಸೈ ಎಂದು ಹೋಗುವವರ ಸಂಖ್ಯೆ ಕೂಡ ಗಣನೀಯವಾಗಿ ಕುಸಿತ ಕಂಡಿದೆ. ಐನೂರು ರೂಪಾಯಿ ಎನ್ನುವುದು ನೂರು ರೂಪಾಯಿ ಮೌಲ್ಯಕ್ಕೆ ಕುಸಿದಿರುವುದು ಇದಕ್ಕೆ ಕಾರಣವಿರಬಹುದು. ಬಹಳಷ್ಟು ಜನ ಕರೋನವನ್ನ ಗುರಾಣಿಯಂತೆ ಬಳಸಿಕೊಂಡು ತಮಗೆ ಬೇಕಾದ ರೀತಿಯಲ್ಲಿ ಸಮಾರಂಭವನ್ನ ಮುಗಿಸುತ್ತಿದ್ದಾರೆ. ಎಲ್ಲರನ್ನೂ ಕರೆದು ವಾಹ್

ಎನ್ನಿಸಿಕೊಳ್ಳಬೇಕು ಎನ್ನುವ ಹಂಬಲ ಮತ್ತು ಹಣದ ಬೆಂಬಲ ವಿರುವ ಕೆಲವರಿಗೆ ಮಾತ್ರ ಇದರಿಂದ ಬೇಸರವಾಗಿರುವುದು ಕೂಡ ಸತ್ಯ.

ಯೂರೋಪಿನ ಜನರಂತೆ ಭಾರತದ ಜನರೂ ಕೂಡ ಈ ವಿಷಯದಲ್ಲಿ ಇನ್ನೊಂದು ಐದಾರು ವರ್ಷದಲ್ಲಿ ಬದಲಾವಣೆ ಮಾಡಿಕೊಳ್ಳುತ್ತಾರೆ. ಕೇವಲ ಹೆಣ್ಣು ಹೆತ್ತವರ ತಲೆಯ ಮೇಲೆ ಖರ್ಚಿನ ಭಾರ ಹಾಕುವ ಪರಿಪಾಠ ಹೋಗಲಿ ನೋಡಿ, ಆಗ ಬದಲಾವಣೆ ತಾನಾಗೇ ಆಗುತ್ತದೆ. ಅಲ್ಲದೆ ಹೊಸ ತಲೆಮಾರಿನ ಹುಡುಗರು ತಾವು ನೋಡಿರದ, ಮುಂದಿನ ಬದುಕಿನಲ್ಲಿ ಎಂದೂ ವ್ಯವಹರಿಸದ, ಮಾತುಕತೆಯನ್ನ ಕೂಡ ಇಟ್ಟುಕೊಳ್ಳಲಾಗದ ಜನರನ್ನ ಸುಮ್ಮನೆ ಕರೆಯುವುದನ್ನ ಕಡಿಮೆ ಮಾಡುತ್ತಾ ಹೋಗುತ್ತಾರೆ. ತಮ್ಮ ಅಂದಿನ ಜೀವನದಲ್ಲಿ ಪ್ರಸ್ತುತರಾದವರನ್ನ ಮಾತ್ರ ಕರೆಯುವ ಹೊಸ ಪದ್ಧತಿ ಶುರುವಾಗುತ್ತದೆ. ಅಲ್ಲದೆ ಇನ್ನೊಂದು ಮುಖ್ಯವಾದ ವಿಷಯವನ್ನ ಕೂಡ ನಾವು ಗಮನದಲ್ಲಿ ಇರಿಸಿಕೊಳ್ಳಬೇಕು, ಮದುವೆಗೆ ಅಥವಾ ಸಮಾರಂಭಕ್ಕೆ ಕರೆಯಲಿಲ್ಲ ಎಂದ ಮಾತ್ರಕ್ಕೆ ಅವರು ನಮ್ಮ ಜೀವನಕ್ಕೆ ಬೇಡವೆಂದಲ್ಲ, ಆ ಸಮಾರಂಭಕ್ಕೆ ಅವರ ಹಾಜರಾತಿ ಮುಖ್ಯವಲ್ಲ ಎನ್ನುವುದಷ್ಟೆ ಅರ್ಥ. ಇದೊಂದು ಸೂಕ್ಷ್ಮ ವಿಷಯ. ಈ ವಿಷಯದಲ್ಲಿ ಅಮೆರಿಕನ್ನರು, ಯೂರೋಪಿಯನ್ನರು ಒಂದು ಸುತ್ತು ಬಂದಿದ್ದಾರೆ. ಭಾರತೀಯರಾದ ನಾವು ಮಾತ್ರ ಈ ಸೂಕ್ಷ್ಮಗಳನ್ನ ಅರ್ಥ ಮಾಡಿಕೊಳ್ಳುವುದು ಬಾಕಿಯಿದೆ. ಎಲ್ಲವನ್ನೂ ಭಾವಾವೇಶದಿಂದ ನೋಡುವ ನಾವು ಸಮಾರಂಭಕ್ಕೆ ಕರೆಯಲಿಲ್ಲ ಎನ್ನುವುದನ್ನ ಅಷ್ಟೊಂದು ಈಸಿಯಾಗಿ ಹೇಗೆ ತೆಗೆದುಕೊಂಡೆವು ಅಲ್ಲವೇ? ಆಹಾರ ಪದ್ಧತಿಗಳು ಹೇಗೆ ಜಾಗತೀಕರಣಕ್ಕೆ ಸಿಕ್ಕಿ ಬದಲಾಯಿತೋ ಹಾಗೆಯೇ ವಿಚಾರಗಳು ಕೂಡ ಬದಲಾವಣೆ ಕಾಣುತ್ತವೆ. ಕೆಲವೊಮ್ಮೆ ಬದಲಾವಣೆ ಒಳಿತಿಗೋ ಅಥವಾ ಕೆಡುಕಿಗೋ ಎನ್ನುವ ಪ್ರಶ್ನೆ ಉದ್ಭವಾಗುತ್ತದೆ. ಇವೆಲ್ಲವನ್ನ ಮೀರಿ ಸಮಾಜ ತನ್ನ ದಾರಿಯನ್ನ ಹುಡುಕಿಕೊಳ್ಳುತ್ತದೆ.

ಸಮಯ ಕಳೆದಂತೆ ಬಾರ್ಸಿಲೋನಾ–ಬೆಂಗಳೂರು ನಡುವೆ ಕೇವಲ ಭೌಗೋಳಿಕ ವ್ಯತ್ಯಾಸಗಳು ಮಾತ್ರ ಉಳಿದುಕೊಳ್ಳುತ್ತವೆ.

## ವೀರಲೋಕದ ಪ್ರಕಟಣೆಗಳು

1. ಕೈ ಹಿಡಿದು ನೀ ನಡೆಸು ತಂದೆ
2. ವಿಶ್ವಸುಂದರಿ
3. ಇವರು ಅವರು ದೇವರು
4. ಒಳ್ಳೆಯ ಬದುಕಿನ ಸೂತ್ರಗಳು
5. ಬೆಳ್ಳಿತೆರೆಯ ಬಂಗಾರದ ಗೆರೆ
6. ಸೋಲೆಂಬ ಗೆಲುವು
7. ಲಾಸ್ಟ್ ಡೇಸ್ ಆಫ್ ಲೆಜೆಂಡ್ಸ್
8. ಮನಿ ಮನಿ ಎಕಾನಮಿ
9. ನಿಮಗೆಷ್ಟು ಹಣ ಬೇಕು?
10. ಆರ್ಟ್ ಆಫ್ ಸಕ್ಸಸ್
11. ಮಾದಕ ದೊರೆ
12. ನಟನ ಕಥೆ–ಮಂಡ್ಯ ರಮೇಶ್
13. ಬದುಕೇ ಭಗವಂತ
14. ತ್ಯಾಗಕ್ಕಿಲ್ಲ ನೂಕುನುಗ್ಗಲು
15. ಕೃಷಿ ಯಾಕೆ ಖುಷಿ?
16. ಮೆಮರೀಸ್ ಆಫ್ ಬಾರ್ಸಾ
17. ಹಿಂದಿನ ನಿಲ್ದಾಣ
18. ಪ್ರೀತ್ಸು
19. ಕಥಾ ಸಾಗರಿ
20. ಹೃದಯದ ಮಾತು ಕೇಳಿ
21. ದ್ವೈತ
22. ಕ್ಷಯ
23. ಯಾರೂ ಹೇಳದ ಕಥೆಗಳು
24. ಅರ್ಧ ಬಿಸಿಲು ಅರ್ಧ ಮಳೆ...